சிங்காரவேலரின் சிந்தனைகள்

பா. வீரமணி

நியூ செஞ்சுரி புக் ஹவுஸ் (பி) லிட்.,
41–B, சிட்கோ இண்டஸ்டிரியல் எஸ்டேட்
அம்பத்தூர், சென்னை– 600 098.
☎ : 26258410, 26251968, 26359906

Language : Tamil

Singaaravelarin Sindhanaigal

Author: **P.Veeramani**

First Edition: February, 2012

Copyright:

No. of Pages: xxii + 190 = 212

Publisher:

New Century Book House Pvt. Ltd.,

Chennai - 600 098.

Tamilnadu State, India.

Email: ncbhbook@yahoo.co.in

ISBN: 978-81-234-2054-7

Code No. A2422

Rs.130/-

Branches

Ambattur 044-26359906, 26258410, 26251968 **Ashok Nagar** 044-24899351 **Thiruvanmiyur** 044-24404873 **Trichy** 0431-2700885 **Tanjore** 04362-231371 **Pondicherry** 0413-2213111 **Tirunelveli** 0462-2323990 **Madurai** 0452-2344106, 2350271 **Dindigul** 0451-2432172 **Coimbatore** 0422-2380554 **Salem** 0427-2450817 **Hosur** 04344-245726 **Ooty** 0423-2441743 **Vellore** 0416-2234495.

சிங்காரவேலரின் சிந்தனைகள்

பா.வீரமணி

முதல் பதிப்பு: பிப்ரவரி, 2012

அச்சிட்டோர்:

பாவை பிரிண்டர்ஸ் (பி) லிட்.,

16 (142), ஜானி ஜான் கான் சாலை, இராயப்பேட்டை, சென்னை - 14

☎: 044-28482441, 28482973

காணிக்கை

குழந்தை உள்ளமும் பரந்த மனப்பான்மையும்
கொண்ட சிறந்த தமிழறிஞரும்,
கூரிய மார்க்சிய ஆய்வாளருமான
காலஞ்சென்ற கா. சிவத்தம்பி அவர்களின்
நினைவுக்கு என் அன்புக் காணிக்கை

பா. வீரமணி

காணிக்கை

பதிப்புரை

இந்துக் குடும்பத்தில் வளரும் குழந்தை இந்துமதக் கருத்துக்களிலும், கிறிஸ்தவக் குடும்பத்தில் வளரும் குழந்தை கிறிஸ்தவ மதக் கருத்துக்களிலும், முஸ்லிம் குடும்பத்தில் வளரும் குழந்தை முஸ்லிம் மதக் கருத்துக்களிலும் நம்பிக்கை யுடையவர்களாக வளரும் சூழல் அமைந்துவிடுகிறது. மதம் என்று சுட்டிக்காட்டுவது போல் சாதி என்று குறிப்பிட்டுக் காட்டுகின்றவர்கள் தங்கள் தங்கள் சாதிச் சடங்குகளைச் சார்ந்து வாழும் நிலை உருவாகிறது. சிலர் மட்டுமே வளர்ந்த பிறகு நூலறிவு பெற்று, சாதி - மதச் சார்புகளிலிருந்து விடுபட்டு, பகுத்தறிவு நோக்கமுடையவர்களாக வளர்கிறார்கள்.

உலகத்தின் போக்கு மாற்றப்பட வேண்டும் என்பதே கார்ல்மார்க்ஸின் சிந்தனை. அந்தச் சிந்தனை வளர்ந்தோங்கி வளம் செய்ய வேண்டுமானால் அது சார்ந்த நூல்கள் மக்கள் மனங்களில் பதிவு செய்யப்பட வேண்டும். இந்த உயர்ந்த நிலை உருவானால் சாதிவெறி, மதவெறி மூடநம்பிக்கைகள் நாளடைவில் கரைந்து காணாமல் போகும் காலகட்டம் வரும் என்று நம்பலாம்.

சாதி - மத வெறியில் மும்முரம் காட்டாதவர்கள் சாதி விட்டுச் சாதி, மாதம் விட்டு மதம் திருமணம் செய்துகொள்கிறார்கள். அதன் மூலம் சாதிச் சட்டங்களை, மதச் சடங்குகளை மறுத்து மீறுகிறார்கள். இப்படி மீறுகின்றவர்களால்தான் சமுதாயத்தின் சாதி - மத வேர்களை வெட்டி எறிய முடியும். ஆனால் அதே நேரத்தில் அவர்களுக்குப் பிறக்கும் குழந்தை என்ன சாதி, என்ன மதம் என்ற கேள்விக்கு உட்படுத்தப்படுகிறார்கள். சாதி - மதங்களை மறுத்து ஒன்றிணைந்த ஆணும் பெண்ணும் மீண்டும் ஒரு சாதியை விண்ணப்பப் படிவங்களில் குறிப்பிடும் அவலநிலை நேர்கிறது. இந்த நிலை மாற்றப்பட்டால் தான் புரையோடிக் கிடக்கும் சமுதாய நாற்றத்தை மாற்ற முடியும் என்பதை அரசும் பொதுமக்களும் உணர்ந்து ஆவன செய்ய வேண்டும்.

முற்போக்குச் சிந்தனை ஒவ்வொருவர் உள்ளத்திலும் வேரூன்ற வேண்டுமானால் மார்க்ஸ், சிங்காரவேலர், திரு.வி.க, ஜீவா, பெரியார் போன்ற புரட்சியாளர்களின் கருத்துக்கள் உள்ளங்களில் உட்புகுந்து ஒளிவீச வேண்டும். பாவேந்தர் பாரதிதாசன் பாடியது போல் புதியதோர் உலகம் செய்யப்பட வேண்டும். பலர் பல நூல்களைக் கற்றுத் தேர்ந்து எழுதுகின்றவர்களாகவும், பேசுகின்றவர்களாக மட்டுமே இருந்தால் போதாது. கற்றதைக் கடைப்பிடிக்கின்றவர்களாக ஒவ்வொருவரும் வாழ்ந்து காட்டும்போது நல்ல செயல்களைப் பின்பற்றும் நிலை ஏற்படும். சிங்காரவேலர் 'செயல்முன்னோடி' என்று பாவேந்தர் பாராட்டினார். சிங்காரவேலரைச் 'சிந்தனைச் சிற்பி' என்று அறிஞர் அண்ணா புகழ்ந்துரைத்தார்.

சென்ற நூற்றாண்டில் கோர தாண்டவம் ஆடிய சாதி - மதவெறிகள் அடங்கி போயுள்ளனவே தவிர அழிந்து போகவில்லை. பிரிவினைப் பாம்புகள் தலை தூக்காமல் நச்சுப் பைகள் நசுக்கப்பட வேண்டும். அறிவியல் மேதை டார்வினின் அறிவியல் கருத்துக்களை மக்கள் அறிந்தால் மனிதனின் பரிணாம வளர்ச்சி உணரப்படும். அந்த உணர்வு மேலோங்கும்போது ஒன்றிலிருந்து தோன்றி வேறுபட்டுக் கிடக்கும் மனிதகுலத்தில் வேற்றுமை உணர்வுகள் தேவையில்லை என்ற ஒற்றுமை உணர்வு முழுமை பெறும். ஒரு குழந்தை பிறந்தால் அது மக்கள் தொகைப் பெருக்கத்தில் ஒன்றாகக் கருதக்கூடாது, உழைக்கும் உலகுக்கு இரண்டு கைகள் தோன்றியதாகக் கருதி உழைப்பதற்கு உரிய வழி வகுக்க வேண்டும் என்ற சிந்தனையே சிங்காரவேலரின் சீரிய சிந்தனை.

தென்னிந்தியாவின் முதல் கம்யூனிஸ்ட் என்று போற்றப் படும் சிங்காரவேலரின் நூலகத்தில் இருபதாயிரத்துக்கும் மேற்பட்ட நூல்கள் இருந்தன. சிங்காரவேலர் பரந்து விரிந்த வாசிப்புக்குச் சொந்தக்காரர். அவரது நூலகத்தில் ஜீவா உள்ளிட்ட ஏராளமானவர்கள் பயன்பெற்று, பயன் செய்தார்கள்.

இறுதிக் காலத்தில் கண்கள் பாதிக்கப்பட்டிருந்த நிலையிலும் கண் இமைகளை விரல்களால் நீக்கி உயர்த்திப்

பிடித்துக்கொண்டு பூதக் கண்ணாடியைப் பயன்படுத்தி நூல்களைப் படித்துக்கொண்டிருந்தவர். அவருடைய அறிவுத் தாகம் ஆற்ற முடியாததாகவே இருந்தது. அறிவியலாலும் பகுத்தறிவாலும்தான் உலகத்தை உன்னத நிலைக்குக் கொண்டு செல்லமுடியும் என்ற விதைகளை விதைத்துக்கொண்டே யிருந்தார். மறுமலர்ச்சியை எதிர்நோக்கினார்.

போரில்லாத, வேலையில்லாத் திண்டாட்டம் இல்லாத, உழைப்புச் சுரண்டலற்ற, தீண்டாமையற்ற, முதலாளித்துவ ஆதிக்கமற்ற, சொத்துக்குவிப்பு இல்லாத, கொடுங்கோன்மையற்ற, மதவாதமற்ற, சாதி பேதமற்ற, மூடநம்பிக்கையற்ற முழுமையான சமுதாயம் தோன்ற வேண்டும் என்ற அக்கறை கொண்டவராகச் சொல்லாலும் செயலாலும் ஒன்றுபட்டிருந்தார்.

சிங்காரவேலரின் சிந்தனையை வழிகாட்டியாகவும் ஒளிகாட்டியாகவும் கொண்டால் மக்கள் விழிப்புணர்வு பெறுவார்கள். எதிர் காலத்தில் பகுத்தறிவுச் சமுதாயம் மலரும். சிங்காரவேலரின் சிந்தனைகளை வாசகர்கள் மத்தியில் எடுத்துச்செல்லும் முயற்சியில் அயராது பாடுபட்டு நூல்களாக்கித் தந்துகொண்டிருப்பவர் மார்க்ஸிய அறிஞர் பா.வீரமணி அவர்கள். இந்நூலைப் படிப்பவர்கள் மார்க்ஸியத் தடத்தில் செல்லத் தங்களைத் தயார் செய்துகொள்வதுடன் எல்லாரும் ஓரினம் என்னும் உயர்ந்த கோட்பாட்டை நிலைநிறுத்தப் பாடுபடுவார்கள். ஊழல், லஞ்சம், சுயநலம், சொகுசுத்தனம், தனியுடைமை இல்லாத பொதுவுடைமைச் சமுதாயம் தோன்றச் செய்வார்கள். இந்நூலுக்குச் சென்னைப் பல்கலைக்கழகத் தமிழ்த்துறைத் தலைவர் முனைவர் வீ.அரசு அவர்கள் அணிந்துரை செய்திருப்பது பொருத்தப்பாடு மிக்கது. பயன் செய்யும் இந்நூலின் தேவை கருதி எமது நியூ செஞ்சுரி புத்தக நிறுவனம் நூலை வெளியிட்டு ஆதரவை வேண்டுகிறது.

- பதிப்பகத்தார்

அணிந்துரை

'சிங்காரவேலரின் சிந்தனைகள்' எனும் நூலை வாசித்து மகிழ்ந்தேன். அம்மகிழ்ச்சியைப் பகிர்ந்துகொள்ள இந்த வாய்ப்பைப் பயன்படுத்திக் கொள்கிறேன். நூலை வாசிப்பவர்களுக்கு மேலும் மகிழ்வைத் தரும் வகையில் இக்குறிப்புகளைப் பதிவு செய்கிறேன்.

- பத்தொன்பதாம் நூற்றாண்டு இறுதி மற்றும் இருபதாம் நூற்றாண்டின் தொடக்கம் ஆகிய காலங்களில் மக்கள் தொகைப் பெருக்கம் குறித்த உரையாடல்கள் பல கோணங்களில் முன்னெடுக்கப்பட்டன. மால்தூஸியன் கோட்பாடு பலகூறுகளில் விவாதிக்கப்பட்டது. இந்த விவாதத்தில் தோழர் சிங்காரவேலரின் நிலைப் பாட்டை நூலாசிரியர் பா.வீரமணி எவ்வகையில் நமக்குக் காட்டியுள்ளார் என்ற புரிதல் முக்கியமாகும்.
- சிங்காரவேலரின் வரலாற்றை எழுதிய இந்திய இடதுசாரிகளின் பார்வைகளை, வீரமணி எப்படி அம்பலப்படுத்தியுள்ளார் என்ற சுவையான விவாதம் குறித்த அறிதல் அவசியமாகும்.
- பத்தொன்பதாம் நூற்றாண்டில் காலனிய ஆதிக்கத்தில் இருந்த நாடுகளில், புதிய அறிவியல் கண்டுபிடிப்புகள் சார்ந்த செய்திகளும் அதன் மூலம் ஏற்பட்ட விளைவுகளும் முக்கியமாகும். தோழர் சிங்காரவேலர் நவீன அறிவியல் மரபை எவ்வகையில் உள்வாங்கிச் செயல்பட்டார் என் வரலாற்றுப் புரிதல் நமக்குத் தேவைப்படுகிறது.
- தோழர் சக்லத்வாலா போன்றவர்களை தோழர் சிங்காரவேலர் நமக்கு அறிமுகப்படுத்தினார். தோழர் சி.எஸ்.சுப்பிரமணியம் நூறு ஆண்டுகள் வாழ்ந்து சிங்காரவேலரை நமக்குக் காட்டினார். இந்தப் பின்புலத்தில் தோழர்கள் சக்லத்வாலா மற்றும் சி.எஸ்.சுப்பிரமணியம் ஆகியோரை பா.வீரமணி நமக்கு எவ்வகையில் அறிமுகப்படுத்துகிறார் என்ற விவாதத்தை மேற்கொள்ளும் தேவையுண்டு.

- தமிழாசிரியர்கள் மற்றும் இன்று தலித்துகள் என்று அழைக்கப்படுவோர் குறித்த சிங்காரவேலரின் மதிப்பீடுகளும் செயல்பாடுகளும் எவ்வகையில் அமைந்திருந்தன என்ற கண்ணோட்டம் அவசியமாகும்.

- தனக்கென வாழாது தான் வாழும் சமூகத்துக்கென வாழும் / வாழ்ந்த பெரியவர்களை நாம் எந்தெந்த வகையில் மதித்துப் போற்றுகிறோம் என்பது அவசியம். தோழர் சிங்காரவேலர் குறித்த பரப்புரைகளை எந்தெந்த வகையில் செய்ய வேண்டும்; அதற்கான தேவை என்ன எனப் பல நிலைகளில் நாம் உரையாட முடியும். சிங்காரவேலர் சிந்தனைகளைப் பரப்புரை செய்வதை தமது வாழ்நாள் பணியாகக் கொண்டு செயல்படும் புலவர் பா.வீரமணி அவர்களின் செயல் பாட்டை எப்படிக்கொண்டாட வேண்டும்? எவ்வகையில் வீரமணி அவர்களைப் போற்றிப் பாராட்ட வேண்டும்? என்பது குறித்த உரையாடல் அவசியமாகும்.

தோழர் சிங்காரவேலரின் ஆளுமைகளைப் புதிய பரிமாணத்தில் புரிந்துகொள்ள உதவும் மேல் குறித்த விவரணங்களை பா.வீரமணி அவர்கள் இந்த நூலில் மிக விரிவான தகவல்களுடன் பதிவு செய்துள்ளார். வாசிப்பவர் களுக்கு உற்சாகம் அளிக்கும் வகையில் அமையும் மொழியில் இந்நூல் அமைந்துள்ளது. வீரமணி அவர்கள் தரும் செய்திகள், சிங்காரவேலரை எந்தெந்தக் கோணங்களில் புரிந்துகொள்ள உதவும் என்பதை நாம் உரையாடலுக்கு உட்படுத்தலாம்.

***

"மால்தஸ் கண்டுபிடித்த சித்தாந்தமாவது;

உணவைக் காட்டிலும் உண்போரும்
உடையைக் காட்டிலும் உடுப்போரும்
வாசஸ்தலத்தைக் காட்டிலும் வசிப்போரும்

நாளுக்குநாள் அதிகரிக்கின்றார்களென்பது, இவர்கள் எத்துணை அதிகரிக்கின்றார்களெனின், இருபத்தைந்து வருடங்களில் தொகையில் இரட்டிப்பாக்கத் தக்கவர்களாய் அதிகரிக்கின்றார்களாம். இந்தக் கணக்கை நிர்விவாதமாய்ச்

சகலமான விசாரிணிகளும் யோசனபுருஷர்களும் ஒப்புக் கொள்கிறார்கள். இந்தப் பிரஜா நிரூபணத்தைப் பற்றிய பத்திரிக்கை வாயிலாகவும் நூன்முகத்தாலும் பிரசங்க வாயிலாகவும் பலர்க்கும் போதித்துப் பிரஜாரோக்கியத்தை நிலைநாட்டி வறுமையை வேர் களைய (ஆங்கில நாட்டைப் போலவே) இந்நாட்டிலும் ஓர் சங்கம் சேர்க்கப்பட்டிருக்கிறது. இச்சங்கம் சகல மதத்தவர்க்கும் பொதுவானது. இதில் அனேக பிரபுக்களும் கனவான்களும் புத்திமான்களும் சேர்ந்திருக்கிறார்கள். இதில் சேர விருப்பமுள்ளவர்கள் 'இந்து மால்தூஸின் சங்க' காரியதரிசியாகிய பி.எல்.நரசு, பி.எ. அவர்களுக்கு எழுதிக்கொள்ளலாம். (தத்துவ விவேசினி - வாராந்தரப் பத்திரிகை, 11.3.1883)

1878 முதல் தமிழ்நாட்டில் செயல்பட்டுவந்த 'இந்து சுயாக்கியான சங்கம்' அதன் துணை அமைப்புகளில் ஒன்றாக 'இந்து மால்தூஸியின் சங்கம்' எனும் அமைப்பை உருவாக்கி நடத்திவந்தது. அதன் செயலாளராக, பிற்காலத்தில் சிங்கார வேலர், அயோத்திதாசர் ஆகியவர்களுடன் இணைந்து செயல்பட்டவர் பேராசிரியர் இலட்சமிநரசு. 367, மின்ட் தெருவில் இவ்வலுவலகம் சென்னையில் செயல்பட்டது. மேற்குறித்த செய்திகளின் அடிப்படையில், பத்தொன்பதாம் நூற்றாண்டில் மார்க்சியக் கருத்தாடல் விவாதிக்கப்பட்ட போது மால்தூஸியன் குறித்த கருத்தாடலும் நடைமுறையில் இருந்ததைக் காண்கிறோம். தமிழ்ச்சூழலில் பத்தொன்பதாம் நூற்றாண்டு முதல் விவாதிக்கப்பட்ட இக்கருத்தாக்கம் பின்னர் சுயமரியாதை இயக்கத்தாலும் இடதுசாரி அமைப்புகளாலும் விவாதிக்கப்பட்டது. இதில் சிங்காரவேலர் மார்க்சிய கருத்து நிலைநின்று தமது விளக்கத்தை முன்வைத்துள்ளார். இந்து சுயாக்கியான சங்க மரபில் சுயமரியாதை இயக்கமும் மால் தூஸியன் கோட்பாட்டை ஆதரித்துவந்தது. இக்கருத்தாக்கத்தை, தமது வலுவான தர்க்கபூர்வ ஆய்வுகள் மூலம் சிங்காரவேலர் மறுத்துள்ளார். இத்தன்மை, சிங்காரவேலரின் மார்க்சியத் தத்துவம் குறித்த புரிதலைக் காட்டுவதாக அமைகிறது. அவர் கூறுகிறார்;

'விளைபொருளும் செய்பொருளும் பெற்ற கூட்டத்தவர் களால் துர்விநியோகிக்கப்பட்டும் அழிக்கப்பட்டும் ஜனங் களுக்குப் போதுமான வரை உணவை உண்டாக்காமல்

நிறுத்திவிடுவதாலும் பலருக்கு உபயோகமாகும்படி விடாமல் தடைசெய்து வருவதாலும் என்க' (இந்நூல், ப.86, குடிஅரசு, 19.11.33)

இவ்வகையில், உலகில் பிறக்கும் மனித உயிர், இரண்டு கைகளோடும் பிறக்கின்றது. அந்தக் கைகளைப் பயன்படுத்தி உழைப்பதன் மூலம், அவ்வுயிர் தனக்கான அடிப்படைத் தேவைகளைப் பெறமுடியும். எனவே உற்பத்தி, விநியோகம், நுகர்வு என்பதன் அடிப்படையான இயக்க விதிகளைப் புரியாமல் வெறுமனே பிறப்பை மட்டும் தடை செய்வதை சிங்காரவேலர் மறுக்கிறார்.

இந்நூலில் மேற்குறித்த விவாதம் தொடர்பான விரிவான தரவுகளை வீரமணி கொடுத்துள்ளார். இதன் மூலம் சிங்காரவேலர் சமகாலக் கருத்துநிலைகளில் எவ்விதம் அக்கறையுடன் செயல்பட்டிருக்கிறார் என்பதை அறிய முடிகிறது. ஒரு குறிப்பிட்ட சமூக நிகழ்வை மார்க்சியரும், மார்க்சியர் அல்லாதாரும் எப்படிப் புரிந்துகொள்கிறார்கள் என்பதை அறிந்துகொள்ள சிங்காரவேலர் எவ்வகையில் முன்மாதிரியாக அமைகிறார் என்பதை வீரமணி அவர்கள் மிகத் தெளிவாக நமக்குக் காட்டியுள்ளார். இதன்மூலம் சிங்காரவேலரின் ஆளுமையைப் புரிந்துகொள்ள முடிகிறது.

இந்தியாவின் இடதுசாரி இயக்க வரலாற்றை எழுதுபவர்கள், வங்காளத்தை மையப்படுத்தி எழுதுவதைக் காண்கிறோம். வங்காளச் சீர்திருத்த இயக்கங்கள் குறித்து விரிவாகப் பதிவு செய்யும் இடதுசாரி அமைப்பைச் சார்ந்தவர்கள், பிற இடங்களில் செயல்பட்ட சீர்திருத்த இயக்கங்கள் குறித்த தகவல்களை அறிந்துள்ளார்களா என்பது ஐயம். இவ்வகையில், தமிழ்நாட்டில் செயல்பட்ட சுயமரியாதை இயக்கம் தொடர்பான தகவல்களையும் முறையாகப் பதிவு செய்வதில்லை. தோழர் ப.ஜீவானந்தம் மற்றும் சாத்தன்குளம் அ.இராகவன் ஆகியோர் இணைந்து 'சுயமரியாதை சமதர்மக் கட்சி' எனும் அமைப்பை 1936இல் திருச்சி தென்னூரில் நடைபெற்றது. சுயமரியாதை சமதர்மக் கட்சியின் நிலைப்பாடாகப் பின்கண்ட செய்தி பதிவாகி யுள்ளது.

"சுயமரியாதை கட்சிக்காரனுக்கு சுய அறிவு இல்லை. நிரந்தரமான கொள்கை கிடையாது. இராமசாமிப் "பெரியார் எது கூறினாலும் "ஆமாம் சாமி" என்று தலையை ஆட்டுவர். சர்க்காரைக் கண்டால் சரணம் என்பர். போலீஸ்காரனைக் கண்டால் தொடை நடுங்குவர். தியாகம் அவனுக்கு வேப்பங்காய். அவன் சொல்லுக்கும் செயலுக்கும் வெகுதூரம். அதிகப் பிரசங்கித்தனத்தையன்றி ஆக்க வேலையை அறியான் என்றெல்லாம் பேசப்படுவதை அறிந்து தன்மீது அப்பழி சாற்ற இடங்கொடுக்கவிடாது மனித சமூகத் தொண்டு செய்ய சுயமரியாதை சமதர்மக் கட்சி முன்வந்துள்ளது. (மாலை : 1, மணி 7-8, அறிவு இதழ், 1936)

இவ்வகையில் சுயமரியாதைச் சமதர்மக் கட்சி ஒன்று தமிழ்ச் சூழலில் செயல்பட்டிருப்பதை அறிகிறோம். இதற்கு முன் 1933இல் 'ஈரோட்டுத் திட்டம்' என்று அழைக்கப்படும் கொள்கை அறிக்கை அடிப்படையில் சுயமரியதை சமதர்மக் கட்சி வேலைத்திட்டம் ஒன்று உருவாக்கப்பட்டது. (குடிஅரசு, 1.1.1933), 1929இல் முதல் சுயமரியாதை மாநாட்டின் திறப்புரையை தோழர் சிங்காரவேலர் நிகழ்த்தியுள்ளார். 1933இல் சுயமரியாதை சமதர்மக் கட்சி ஈரோட்டில் உருவாக்கப்பட்டது. 1935இல் திருத்துறைப்பூண்டி சுயமரியாதை மாநாட்டில் பெரியார் - ஜீவா முரண்பாடு வெளிப்படையாக விவாதத்திற்கு வந்தது. 1936இல் ஜீவா தலைமையில் திருச்சியில் சுயமரியாதை சமதர்மக்கட்சி ஒன்று உருவாக்கப்பட்டது.

இவ்வகையில் 1925இல் பகுத்தறிவு இயக்கம் உருவான காலம் தொடங்கி 1936 வரை இடதுசாரிகளுக்கும் பகுத்தறிவு இயக்கத்தினருக்குமான செயல்பாடுகள் என்பவை முரணும் சார்பும் கொண்டவையாகவே அமைந்திருந்தன. இக்காலங்களில் இடதுசாரி இயக்கங்களில் தொடர்புகொண்டிருந்த சிங்கார வேலர், அதே அளவிற்குச் சுயமரியாதை இயக்கங்களோடும் தொடர்பு கொண்டு செயல்பட்டார்; சுயமரியாதை இயக்க இதழ்களில் எழுதினார். ஆனால், எந்தச் சூழலிலும் மேற் குறித்த சுயமரியாதை இயக்கத்தில் சேர்ந்து நேரடியாகச் செயல்பட்டதாக தகவல்கள் இல்லை. மேலும், பெரியாரின் செயல்பாடுகளை விமரிசனம் செய்தும் இக்காலங்களில் எழுதியுள்ளார். சுயமரியாதை இயக்கத்தோடு பகை முரணாக அவர் செயல்படவில்லை. இக்காரணத்தால் இடதுசாரி கட்சியினர், அவர் சுயமரியாதை இயக்கத்தில் சேர்ந்துவிட்டார்

என்ற தவறான தகவலை இடதுசாரி கட்சி வெளியீட்டிலேயே பதிவு செய்யும் அளவிற்குச் சென்றுவிட்டனர். சிங்காரவேலர் குறித்து ஆங்கிலத்தில் சி.எஸ்.சுப்பிரமணியம் மற்றும் கே.முருகேசன் ஆகியோர் நூல் எழுதிய பின்பும் இவ்வகையில் பதிவு செய்திருப்பது இடதுசாரிகள் தமிழக வரலாற்றை எவ்வகையில் புரிந்துகொண்டிருக்கிறார்கள் என்பதைக் காட்டுகிறது. இந்தியாவில் எந்த மாநிலத்திலும் இல்லாத இத்தன்மை குறித்துப் புரிந்துகொள்வதற்கு அவர்களுக்கு வாய்ப்பு இல்லாமல் போய்விட்டது. இதனை வீரமணி, தர்க்கபூர்வ ஆதாரங்களுடன் அம்பலப்படுத்தியுள்ளார். இந்நூலில் இக்கட்டுரை மிக முக்கியமான வரலாற்று ஆவணமாக அமைகிறது. கம்யூனிஸ்ட் கட்சி (மார்க்ஸிஸ்டு) இத்தவறைத் திருத்திக் கொள்ளும் என்று நம்பலாம்.

'தத்துவஞான விஞ்ஞானக் குறிப்புகள் (1975)' எனும் தலைப்பில் தோழர் ம.சிங்காரவேலர் கட்டுரைகளைத் தொகுத்து கே.முருகேசன் அவர்களும் சி.எஸ்.சுப்பிரமணியம் அவர்களும் வெளியிட்டனர். அந்நூலில் (பக் - 6, 7) சிங்காரவேலர் எழுதிய குறிப்பு பின்வருமாறு அமைகிறது.

> "மெய்ஞான அபிவிருத்தியால் உலக ஞானமும் தெளிவு அடைந்துவருகின்றது. மக்கள் பகுத்தறிவும் விசாலப்பட்டு வருகிறது. உள்ளது உள்ளபடி தெரிந்து நடக்கவும் மெய் ஞானத்தால் மிகவும் சாதகமாகும். நேர்மையான யோசனை புரிவதற்கும் ஸயன்ஸின் உதவி வேண்டியது மிக அவசியமாகும்" (புது உலகம் : மே, 1935)

பத்தொன்பதாம் நூற்றாண்டு முதல் காலனியத்தின் மூலம் அறிமுகப்படுத்தப்பட்ட நவீன அறிவியல் தமிழ்ச் சமூகத்தின் பல தளங்களிலும் குறிப்பிடத்தக்க விளைவுகளை உருவாக்கிற்று. அறிவியல் நிகழ்வுகளை விநோதமாக இதழ்களில் எழுதினர். இந்து சுயாக்கியானிகள் எனும் சுதந்திரச் சிந்தனையாளர்கள் நடத்திய 'தத்துவ விவேசினி' (1882-1888) இதழில் புதிதாகக் கண்டுபிடிக்கப்பட்ட தனிமங்கள் (Elements) குறித்து விரிவான கட்டுரைகளை வெளியிட்டனர். இக்காலங்களில் 'ஜநவிநோதினி' எனும் இதழில் வெளிவந்த அறிவியல் தொடர்பான செய்திகள் பிற்காலத்தில் தொகுத்துப் பாடப் புத்தகமாக வெளியிட்டனர். இவ்வகையில் நவீன அறிவியல் செயல்பட்ட சூழலில் சிங்கார வேலர், நவீன அறிவியலை (Pure Science) சமூக அறிவியல்

(Social Science) எவ்வகையில் பயன்படுத்திப் பார்க்கவேண்டும் என்பது குறித்துப் பல்வேறு கட்டுரைகளை எழுதினார். சிங்காரவேலரின் இத்தன்மை மிகவும் முக்கியத்துவம் வாய்ந்த ஒன்றாகும். டார்வின் கோட்பாடு போன்ற பலவற்றைச் சமூக அறிவியல் எப்படிப் புரிந்துகொள்வது என்பது குறித்து சிங்காரவேலர் விரிவாக எழுதினார். சிங்காரவேலரின் இச்செயல்பாட்டை இந்நூலில் உள்ள 'அறிவியல் தொண்டு' எனும் கட்டுரை விரிவாகப் பேசியிருப்பதைக் காண்கிறோம். சிங்காரவேலர் நவீன வளர்ச்சிகளை எவ்வகையில் உள்வாங்கினார் என்பதை வீரமணி சிறப்பாகவே பதிவு செய்துள்ளார். மூடநம்பிக்கை ஒழிப்பிற்கு சிங்காரவேலர் செயல்பாடு அடித்தளம் அமைத்த பாங்கை இதன்மூலம் புரிந்துகொள்ள முடிகிறது.

இந்நூலில் தோழர் சக்லத்வாலா மற்றும் சி.எஸ்.சுப்பிர மணியம் ஆகிய இருவரையும் தோழர் சிங்காரவேலரோடு ஒப்பிட்டு எழுதியுள்ள இரு கட்டுரைகளையும் குறிப்பிடத் தக்க கட்டுரைகளாகக் கருதலாம். இம்மூவருக்கும் இருந்த அடிப்படையான கோட்பாட்டுப் புரிதல், செயல்பாடுகளில் நேர்மை, உலக மற்றும் இந்திய அரசியலைப் புரிந்துகொண்ட முறைமைகள் ஆகிய பிற விவரணங்களை வீரமணி சிறப்பாகவே வெளிக்கொண்டு வந்துள்ளார். 'தோழர் சக்லத் வாலா - பிரிட்டிஷ் பாராளுமன்றத்தில் ஒரே இந்தியக் கம்யூனிஸ்டு' (1975) எனும் நூலை தோழர் சி.எஸ்.சுப்பிரமணியம் உருவாக்கி யுள்ளார். அந்நூலை வாசித்தவர்களுக்கு சக்லத் வாலாவை தோழர் சிங்காரவேலரோடு எப்படி இணைத்துப் பார்க்கலாம் என்ற புரிதல், வீரமணி அவர்களின் இந்நூலில் உள்ள 'இரு பெரும் நண்பர்கள்' எனும் கட்டுரையை வாசிக்கும்போது கிடைக்கிறது. உலக கம்யூனிஸ்டு இயக்கத்தில் செயல்பட்ட ஒரு தலைவரைத் தமிழகத்தில் செயல்பட்ட ஒரு கம்யூனிஸ்டு தலைவர், இந்திய மக்களுக்கு எவ்வகையில் அறிமுகப்படுத்தினார் என்பதைப் புரிந்துகொள்ள வீரமணி அவர்களின் கட்டுரை உதவுகிறது.

அண்மையில் மறைந்த தோழர் (18-9-2011) சி.எஸ்.சுப்பிர மணியம் தனது நண்பர் கே.முருகேசன் அவர்களோடு இணைந்து தோழர் சிங்காரவேலரை ஆங்கிலம் மற்றும் தமிழ் நூல்கள் மூலம் உலகத்திற்கு அறிமுகப்படுத்தினர். 'Singaravelu

- First Communist in South India' *(பி.பி.எச்.1975)*, 'சிங்காரவேலு - தென்னிந்தியாவின் முதல் கம்யூனிஸ்ட்' *(என்.சி.பி.எச். 1991)* ஆகியவை அந்நூல்கள். சிங்காரவேலரை அறிமுகப்படுத்திய தோழர் சி.எஸ்.எஸ். அவர்கள், எவ்வகையில் சிங்காரவேலரைப் போல் வாழ்ந்தார் என்ற ஒப்பீட்டை வீரமணி அவர்களின் கட்டுரை மூலம் நாம் அறிய முடிகிறது. இவ்வகையில், இடதுசாரி இயக்கத்தின் மூத்த தலைவரை, இடதுசாரி இயக்கத்தில் நீண்ட நெடுங்காலம் செயல்பட்ட தோழர் எவ்விதம் அணுகியுள்ளார் என்ற வரலாறு இடதுசாரி இயக்க வரலாறாகவே அமைகிறது. வீரமணி அவர்கள், இடதுசாரி இயக்க வரலாற்றில் இவ்விரு மனிதர்களின் பங்களிப்பு எவ்வகையில் முக்கியத்துவம் வாய்ந்தது என்பதைக் கவனப்படுத்தியுள்ளார். தமிழக - இந்திய இடதுசாரி இயக்க வரலாற்றில் ஆர்வம் உடையவர்களுக்கு, சி.எஸ்.எஸ். பற்றிய வீரமணி அவர்களின் கட்டுரை சிறந்த ஆவணமாக அமைகிறது. இவ்வகையில் இந்திய இடதுசாரி இயக்கத்தில் செயல்பட்ட ஆளுமைகள் குறித்த பதிவாகவும் இந்நூல் உள்ளது.

"நமது நாட்டில் பாஷையைப் பற்றி ஒரு புராதன தப்பெண்ணம் இருந்துவருகிறது. அதாவது பாஷையில் ஏதோ மகத்துவம் இருப்பதாகவும், பாஷை கடவுளால் ஏற்பட்டதாகவும் சொற்களுக்கே ஒருவித நிவேதனம் (Sacredness) இருப்பதாகவும் இத்தியாதி மூடநம்பிக்கை நமது நாட்டிலள்ள கற்றவர்க்கும் கல்லாதவர்க்கும் உண்டு. தத்துவ ஞானத்திலும் இந்த மூடநம்பிக்கை உண்டு. (இந்நூல்.ப.143)

மேற்குறித்தவை சிங்காரவேலரின் சொற்கள். மொழி ஆசிரியர்கள் மேற்குறித்த மூடநம்பிக்கையில் ஆழ்ந்திருப்பதை சிங்காரவேலர் அம்பலப்படுத்தியுள்ளார். 'தமிழன்பர் மனத்தின் வறுமை' என்று அவர் தமிழாசிரியர்களை அடையாளப் படுத்துவது மிகச் சரியே. எவ்வித தர்க்கமும் இன்றி, மொழி மீது தமிழாசிரியர்கள் கொள்ளும் ஈடுபாடு குறித்த சிங்கார வேலரின் பதிவை, வீரமணி விரிவாகவே உரையாடலுக்கு உட்படுத்தியுள்ளார். மொழி மீது உள்ள அபிமானம், சமூக இயங்கியலை எப்படிப் புரிந்துகொள்ள இயலாது தடுக்கிறது என்ற சிங்காரவேலரின் ஆதங்கம் நியாயமானது. 1933இல் சென்னையில் நடந்த தமிழன்பர் மாநாடு குறித்து சிங்கார

வேலர் மேல்குறித்த வகையில் செய்துள்ள விமர்சனம், இன்றும்கூட உயிர்ப்புடன் இருப்பதை வீரமணி அவர்களின் விளக்கம் உறுதிப்படுத்துகிறது. இவ்வகையில், இத்தொகுப்பில் உள்ள 'தமிழன்பர்களும் பிற்போக்கும்' எனும் கட்டுரை குறிப்பிடத்தக்க ஒன்றாகும்.

1980களுக்குப் பின் தமிழ்ச் சூழலில் தலித் இயக்கங்கள் வீரியத்தோடு செயல்படத் தொடங்கின. பத்தொன்பதாம் நூற்றாண்டின் இறுதி தொடங்கி இருபதாம் நூற்றாண்டின் இடைக்காலம் வரை, பல்வேறு கோயில் நுழைவுப் போராட்டங்கள் நடைபெற்றன. கோயில்களுக்குள் தலித்துக்கள் அனுமதிக்கப்படாத நிலை, கோயில் நுழைவுப் போராட்டங்களில் முதன்மையாகக் கவனத்தில் கொள்ளப் பட்டது. இச்செயலை சிங்காரவேலர், வேறு கோணத்தில் அணுகியிருப்பதைக் காணமுடிகிறது. "கோயிலில் நுழைந்து விடுவதோடு அமைதி கொள்ளாமல், மேல் சாதியினர் என்னென்ன உரிமைகளும் வாய்ப்புகளும் பெற்றுள்ளனரோ அவற்றிலும் ஒடுக்கப்பட்டவர்கள் ஈடுபாடு கொள்ளவேண்டும்" (இந்நூல்.ப.158) என்று அறிவுறுத்துகிறார். கோயிலில் நுழைய விடாமல் தடுக்கும் பண்பாட்டுக் கொடுமையோடு, ஒடுக்கப் பட்டிருக்கும் அவர்களது பொருளியல் தேவைகளையும் கவனத்தில் கொள்வது அவசியம் என்ற அவரது பார்வை வேறுபட்டதாக அமைந்திருப்பதைக் காணமுடிகிறது. தமிழ் நாட்டில் தீண்டாமைக் கொடுமை ஒழிப்பைப் பொருளாதாரக் கண்ணோட்டத்திலும் அவர் அணுகியுள்ளார். இத்தன்மையை வீரமணி அவர்கள், இந்நூற் கட்டுரை வழி சிறப்பாக விவாதித்துள்ளார். சிங்காரவேலரின் பெரிதும் அறியப் படாத இப்பரிமாணத்தையும் நாம் அறிந்துகொள்ள முடிகிறது.

மக்கள் தொகைப் பெருக்கம் குறித்த சிங்காரவேலரின் பார்வை, இடதுசாரிகள் சிங்காரவேலரின் வாழ்க்கை வரலாற்றில் செய்துள்ள திரிபு, நவீன அறிவியலை சிங்கார வேலர் எதிர்கொண்ட முறைமை, இடதுசாரி இயக்கத்தில் செயல்பட்ட தோழர்களோடு சிங்காரவேலர் கொண்டிருந்த உறவு, தமிழாசிரியர்கள் மற்றும் தலித்துக்கள் குறித்த அவரது பார்வை ஆகிய பல்வேறு பொருண்மைகள் குறித்துப் புலவர் பா.வீரமணி அவர்களின் இந்நூல் விவாதிக்கிறது. இவ்

வகையான விவாதத்தின் மூலம் சிங்காரவேலர் எனும் ஆளுமையின் பல்வேறு கருத்துநிலைகள் குறித்த விரிவான பரப்புரையை வீரமணி செய்துள்ளார். தாம் வாழும் சமூகத்துக்குத் தன்னை ஒப்படைத்துக்கொண்ட பெருமக்கள் குறித்து, இவ்வகையான விரிவான உரையாடலை நிகழ்த்துவது நமது கடமைகளில் முதன்மையான ஒன்றாகும். வீரமணி அவர்களின் சிங்காரவேலர் சிந்தனைக் களஞ்சியத் தொகுதிகள் உருவாக்கம், அவர் குறித்த பல்வேறு நூல்கள் உருவாக்கம், தொடர் சொற்பொழிவுகள், அவரது உருவச்சிலை உருவாக்கம், சென்னைப் பல்கலைக்கழகத் தமிழ் இலக்கியத் துறையில் சிங்காரவேலர் பெயரில் அறக்கட்டளை உருவாக்கம் எனப் பலப்பல பரிமாணங்களில் சிங்காரவேலரை மீண்டும் மீண்டும் புதுப்பித்துக்கொண்டே இருக்கிறார். சிங்கார வேலர் சிந்தனைகள் உயிர்ப்புடன் வெகுசனங்களிடம் பல கூறுகளில் சென்றடைய வேண்டும் என்று உழைத்து வருகிறார். சிங்காரவேலர் சிந்தனைகளைப் பரப்புரை செய்வோரில் வீரமணி அவர்களுக்கு முதன்மையான பங்கு இருப்பதாகக் கருதுகிறேன். இவருடைய இச்செயல்பாட்டின் சிறந்த அடையாளமாக இந்நூல் அமைகிறது.

சமூகத்திற்குத் தேவையான இச்சிறந்த பணியை மேலும் மேலும் அவர் தொடர்வார் என்பது எனக்குத் தெரியும். வீரமணி அவர்களுக்கு எனது அன்பான வணக்கங்களையும் நன்றியையும் உரித்தாக்குகிறேன். தோழர் ம.சிங்காரவேலர் குறித்த பல்வேறு புரிதல்கள் என்னுள் உருவாக பா.வீரமணி அவர்கள் பெரிதும் உதவியுள்ளார். அதற்காகவும் அவருக்கு நன்றி செலுத்தக் கடமைப்பட்டுள்ளேன். இந்நூலை வெளியிடும் நியூ செஞ்சுரி புத்தக நிறுவனத்திற்கும் நன்றி. இந்நூலை அனைவரும் வாங்கி வாசிக்க வேண்டுமென்று கேட்டுக் கொள்கிறேன்.

அன்போடு
வீ.அரசு
பேராசிரியர்
தமிழ் இலக்கியத்துறை,
சென்னைப் பல்கலைக்கழகம்

முன்னுரை

சிந்தனைச் சிற்பி ம. சிங்காரவேலர் பொதுவுடைமை இயக்க முன்னோடி; தொழிற்சங்க இயக்கத் தந்தை; சுதந்திரப் போராட்ட வீரர்; அரசியல்துறைப் போராளி; மார்க்சியச் சிந்தனையாளர்; பல்துறை அறிஞர்; சமுதாய வழிகாட்டி. இவ்வாறு அவரைப் பலவாறு கூறிக்கொண்டே செல்லலாம். அந்த அளவுக்குப் பல ஆளுமையும், பரிமாணமும் கொண்டவர். அவர் பெருஞ் சிந்தனையாளராக மட்டுமன்றி, ஏழை - எளிய மக்களின் முன்னேற்றத்திற்கும், புதிய விடியலை ஏற்படுத்து வதற்கும் நாளும் இயங்கிக்கொண்டிருந்தவர். சமுதாயத்திற்குப் பல வகையில் சரியான வழிகாட்டிக் கொண்டிருந்தவர். சாதி - மத வேறுபாடின்றி, வருணப் பேதமின்றி, பொருளாதார ஏற்றத்தாழ்வு இன்றி, மனித சமுதாயம் எல்லா நிலையிலும் சமத்துவமாக வாழவேண்டுமென்று விரும்பினார்; அவற்றிற்காகவே அவர் எப்போதும் சிந்தித்துக்கொண்டும் எழுதிக்கொண்டும் இருந்தார். அவரது எழுத்துகளைக் கற்றால் இவ்வுண்மையை எளிதில் உணரலாம்.

பல ஆளுமை நிறைந்த அப்பெருமகனாரைத் தமிழகம் இன்றும் சரியாக அறியவில்லை; இது மிகவும் சோகமானது. இந்நிலையில் அவரைத் தமிழகத்துக்கு மட்டுமன்றி இந்தியாவுக்கே அறிமுகப்படுத்தும் நிலையில் முதன்முதலில் அவரைப் பற்றி ஆங்கிலத்தில் அரிய நூல் எழுதிய நாகை. கே. முருகேசனும், சி. எஸ். சுப்பிரமணியமும் நம் நன்றிக்கு உரியவர்கள்; அவரைப் பற்றி வேறுசில நூல்கள் வெளிவந்திருப்பினும், தமிழகத்தில் அவரைப் போதுமான அளவுக்குப் பலர் அறிய முடியாதவர் களாகவே உள்ளனர். இந்நிலை மாறவேண்டும். மாற்றவேண்டும். இந்நிலையை மாற்றும்வண்ணம், தென்னக ஆய்வு மையம் அவரது அனைத்து எழுத்துகளையும் மூன்று தொகுதிகளாக வெளியிட்டுள்ளது. அத் தொகுதிகள் சமுதாயத்தில் ஒரு மாற்றத்தை ஏற்படுத்தும் என்பதில் ஐயமில்லை.

சிங்காரவேலரின் தொண்டையும், சிந்தனையையும் விளக்கும் முறையில் நான் எழுதிய முதல் நூலை வெளியிட்ட என். சி. பி. எச். நிறுவனமே இந் நூலையும் வெளியிட்டதில் நான் மகிழ்ச்சி அடைகிறேன். இந்நூல் பெரிதும் சிங்காரவேலரின்

சிந்தனைகளை நுட்பமாக அடையாளம் காட்டி விளக்கும் முறையில் அமைந்த நூலாகும். மேலும் அவரது பல்துறைச் சிந்தனைகளையும் விளக்கிக் காட்டும் நூலாகும். இந்நூல் அவரது பரந்து விரிந்த நூற்பயிற்சியையும், நுண்மாண் நுழை புலத்தையும் நன்கு அடையாளம் காட்டும்.

சிங்காரவேலரைப் பற்றி நான் எழுதிய ஆய்வு நூல்களில் இந்நூல் மூன்றாவது நூலாகும். இதனை அடுத்து மற்றொரு நூலும் விரைவில் வெளிவர உள்ளது. இந்நூலிலுள்ள முதற் கட்டுரை அவரது வரலாற்றையும் சிந்தனைச் செறிவையும் விளக்குவது. இரண்டாம் கட்டுரை சிங்காரவேலருக்கும், பிரித்தானிய நாடாளுமன்ற அந்நாளைய உறுப்பினரான சக்லத்வாலாவுக்கும் (டாடாவின் அக்காள் மகன்) இருந்த நட்பையும், ஒற்றுமையையும் அடையாளம் காட்டுவதோடு, சக்லத்வாலா நம் நாட்டிற்கு எத்துணைத் துணையாக இருந்துள்ளார் என்பதையும் காட்டுவது. மூன்றாம் கட்டுரை முப்பதுகளில் குடி அரசு இதழில் கர்ப்பத்தடையைக் குறித்து எழுந்த வாதங்களைக் குறித்துச் சிங்காரவேலரின் மறுப்பை ஏதுக்களோடு சுட்டி விளக்குவது.

நான்காம் கட்டுரை, நாட்டின் வறுமைக்குக் காரணம் மக்கள்தொகைப் பெருக்கமேயாகும் என்று காலந்தோறும் கூறிவருவதை அறிவியல் பார்வையில் சிங்காரவேலர் மறுத்திருப்பதைத் தெளிவுறுத்துவது. ஐந்தாம் கட்டுரை, சிங்காரவேலரின் அரசியல் பணியைத் தவறாகக் குறிப்பிட்ட நூலுக்கு மறுப்பாக அமைந்தது. ஆறாம் கட்டுரை, தமிழன்பர்களின் பழமையைக் குறித்துச் சிங்காரவேலர் எழுதியிருப்பதை சுட்டிக்காட்டுவது. ஏழாம் கட்டுரை, தலித் மக்களின் முன்னேற்றத்தைக் குறித்து அவர் எத்துணைத் தொலைநோக்குச் சிந்தனை கொண்டிருந்தார் என்பதைச் சுருக்கமாக விளக்குவது. எட்டாம் கட்டுரையும், ஒன்பதாம் கட்டுரையும் முறையே அவரது நுட்ப அறிவையும், அறிவியல் கண்ணோட்டத்தையும் விரித்துரைப்பது. இறுதிக் கட்டுரை சிங்காரவேலரின் தலைமைச்சீடரும், அவரது வரலாற்றை எழுதி, அவரது கட்டுரைகளைத் தொகுத்துப் பல நூல்களாக என். சி. பி. எச். நிறுவனத்தின் வெளியீடாக வெளியிட்டு

அண்மையில் 102 வயதில் (18-9-2011) இயற்கை எய்திய மூத்த தோழர் சி. எஸ். சுப்பிரமணியத்தைக் குறித்து எழுதப்பட்டதாகும்.

சிங்காரவேலரின் ஆழ்ந்தகன்ற சிந்தனைகளை அடையாளம் காட்டி விரித்துரைக்கும் இந்நூலில் சிங்காரவேலரின் மனங் கவர்ந்த நண்பரான சக்லத்வாலாவைக் குறித்தும், அவருடைய சீடரான சி.எஸ். சுப்பிரமணியம் குறித்தும் கட்டுரைகள் இடம்பெற்றது மனத்துக்கு நிறைவாக உள்ளது. சிங்காரவேலரின் சிந்தனைகள் முற்போக்கும், தொலைநோக்கும் கொண்டவை; அவரது சிந்தனைகள் ஓர் அறிவுச் சுரங்கம். அச்சுரங்கத்தில் நுழைந்து பல சிந்தனைகளை வெளிப்படுத்தும் கடமை மார்க்சியச் சிந்தனையாளர்களுக்கு உள்ளது. அவர்கள் இப்பணியில் ஈடுபடவேண்டும். இது காலத்தின் தேவை. சிங்காரவேலரின் வரலாறும், அவரது எழுத்துகளும் பள்ளிகளுக்கும், கல்லூரிகளுக்கும் பாடங்களாக அமைதல் வேண்டும். பொதுவுடைமை இயக்கத்தினர் இதற்கு முயலுதல் வேண்டும். இளைஞர்கள் அவரது எழுத்துக்களை விரும்பிக் கற்கவேண்டும்.

சென்னைப் பல்கலைக்கழகத் தமிழ் இலக்கியத்துறைத் தலைவரும், முற்போக்குச் சிந்தனையாளரும், என் நீண்டகால நண்பருமான பேராசிரியர், முனைவர் வீ. அரசு அவர்கள் மதிப்புரை வழங்கியிருப்பதைப் பெருமையாக எண்ணுகிறேன். அவர்களுக்கு என் நன்றி உரித்து. விரைந்து அச்சிட உதவிய மூத்த தோழர், எளிமையின் சிகரம், இனிய பண்பாளர் இரா. நல்லகண்ணு அவர்களுக்கும், நூலை நன்முறையில் வெளியிட்ட என்.சி.பி.எச். நிறுவனத்தார்க்கும், குறிப்பாக முதன்மைச் செயலாளர் திரு. சரவணன் அவர்களுக்கும், நூலின் மெய்ப்பைத் திருத்திய என் இனிய நண்பர் புலவர் சி. தனபால் எம்.ஏ, எம் . எட், அவர்களுக்கும் என் நன்றி. சிங்காரவேலரை மேலும் கற்போம்; சிந்திப்போம்.

பா. வீரமணி

சென்னை

பொருளடக்கம்

பக்கம்

1. தோற்றமும் ஏற்றமும் — 1
2. இரு பெரும் நண்பர்கள் — 23
3. கர்ப்பத்தடையும் வறுமையும் — 70
4. மக்கள்தொகைப் பெருக்கமும் வறுமையும் — 96
5. திரிபும் உண்மையும் — 121
6. தமிழன்பர்களும் பிற்போக்கும் — 139
7. தலித் மக்களின் முன்னோடி — 156
8. நுண்மாண் நுழைபுலம் — 162
9. அறிவியல் தொண்டு — 168
10. நூறாண்டைக் கண்ட பெரியார் — 176

1

தோற்றமும் ஏற்றமும்

தமிழகத்தின் தலைநகரான சென்னையின்கண் உள்ள முக்கிய ஊர்களுள் மிக முக்கியமான ஊர் மயிலை யாகும். இவ்வூரை மயிலாப்பூர் என்றும் மக்கள் அழைப்பர்; பண்டைக் காலத்தில் மரங்கள் அடர்ந்த தோப்புகளும், அழகிய சோலைகளும் நிறைந்த ஊராக இவ்வூர் இருந்தது. எழிலார்ந்த அச்சோலைகளில் எப்போதும் மயில்கள் ஆர்த்துக்கொண்டே இருந்தன. மயில்கள் ஆர்த்துக்கொண்டே இருந்ததால் இவ்வூருக்கு மயில் ஆர்க்கும் ஊர் எனப்பெயர் வழங்கலாயிற்று; மயில் ஆர்க்கும் ஊரை மக்கள் மயிலை என்று பின்னாளில் சுருக்கமாக அழைத்தனர். மயிலார்க்கும் ஊரே பின்னாளில் மயிலாப்பூர் என மருவிற்று. இவ்வூர் பல நிலைகளில் வரலாற்றுச் சிறப்புமிக்கது. உலகமறை என்றும், பொதுமறை என்றும் மக்களால் போற்றப்படும் திருக்குறளை யாத்த வள்ளுவப்பெருமான் பிறந்த ஊரும் இவ்வூர்தான் என்ற கருத்தும் உண்டு; இவ்வூர் ஓர் கடற்கரைப்பட்டினமும் ஆகும். இங்கு முற்காலத்தில் துறைமுகமும் இருந்ததாகக் கூறுவர்; செயின்ட்தாமஸ் அதன் வழியாகத்தான் மயிலைக்கு வந்தார் என்பர். அவர் பெயரில் புனித தோமையர் ஆலயமும் இங்கு உள்ளது. இங்குத்தான் புகழ் வாய்ந்த கபாலீசுவரர் கோயிலும் உள்ளது. இக்கோயிலும் மிகப்பழமை வாய்ந்தது. முதன்முதலில் இக்கோயில் புனிததோமையர் ஆலயத்துக்குக் கிழக்கே கடற்கரையையொட்டி இருந்ததாகவும், பின்னர்ப் போர்த்துக்கீசியரின் தொல்லையாலும் கடல் அரிப்பாலும் அக்கோயில் இப்போதுள்ள இடத்தில் அமைக்கப்பட்டது என்றும் கூறுவர்.

இக்கோயில் பல்லவர் காலத்தில் கட்டப்பட்டது. பின்னர் 1564-ஆம்ஆண்டில் புதுப்பிக்கப்பட்டுள்ளது. இக்கோயிலை “மங்குல் மதிதவழும் மாடவீதி மயிலாப்பிலுள்ளார்” - என்று நாவுக்கரசரும் “கானமர் சோலைக் கபாலீச்சரம்” என்று

திருஞானசம்பந்தரும் தேவாரத்தில் புகழ்ந்து பாடியுள்ளனர். முதல் ஆழ்வார்களில் ஒருவர் இங்குப் பிறந்துள்ளார். அந்த ஆழ்வார் அக்காலத்தில் மயிலையைச் சார்ந்து திருவல்லிக்கேணியில் பார்த்தசாரதி கோயிலுள்ள திருமாலை, "திருக்கண்டேன் பொன்மேனி கண்டேன்" என்றும் பாடியுள்ளார். தெள்ளியசிங்கர் கோயிலாகிய பார்த்தசாரதி கோயிலும் புகழ்பெற்ற கோயிலாகும். பல்லவ மன்னனான நந்திவர்மனை "மல்லை வேந்தன்; மயிலை வேந்தன்" என்று நந்திக்கலம்பகமும் போற்றியுள்ளது. சைவ சமயப் பெரியாரான வாயிலார் நாயனார், குணவீர பண்டிதர் எழுதிய நேமிநாதத்தில் குறிப்பிடப்பெறும் நேமிநாதர், நன்னூலுக்கு முதன்முதலில் உரைகண்ட மயிலைநாதர் (14-ஆம் நூற்றாண்டு) ஆகியோர் பிறந்த ஊரும் இவ்வூரே யாகும். இவ்வூரில் திருவள்ளுவருக்கும் கோயில் உள்ளது.

இத்துணைப் புகழ்பெற்ற மயிலையில்தான் சிங்காரவேலர் பிறந்தார். அவர் வெங்கடாசலம் செட்டியார், வள்ளியம்மையார் ஆகிய இணையருக்கு மூன்றாம் மகனாக 18-2-1860-இல் பிறந்தார். இவருடைய குடும்பத்தினர் சைவ சமயப் பற்றுள்ளவர்களாக இருந்ததால் அவருக்குச் சிங்காரவேலர் எனப் பெயரிட்டனர்.

இவர் முதலில் திண்ணைப்பள்ளிக் கூடத்திலும், பின்னர் இந்து உயர்நிலைப் பள்ளியிலும் படித்தார். மெட்டிரிக்குலேசன் தேர்வில் 1881-ஆம் ஆண்டிலும் கிறித்துவக் கல்லூரியில் எப்.ஏ. (F.A.) தேர்வில் 1884-ஆம் ஆண்டிலும் தேறினார். இவர் குடும்பத்தினர் பல்லாண்டுகளாகப் பர்மாவிலிருந்து அரிசியையும் தேக்கு மரத்தையும் கொண்டுவந்து தமிழகத்தில் வணிகம் செய்தனர். இந்த வணிகத்தால் அக்குடும்பத்தினர் பெரும் பொருள் ஈட்டினர். இந்த வணிகத்தில் சிங்காரவேலரும் ஈடுபட்டதால், அவரது படிப்பு இடையில் நின்றது. எனினும் பின்னர் மாநிலக்கல்லூரியில் சேர்ந்து படித்து இளங்கலைப் (B.A.,) பட்டத்தையும், பின்பு சட்டக் கல்லூரியில் சேர்ந்து பி. எல். (B.L.) பட்டத்தையும் பெற்றார். 1907- நவம்பர் திங்களில் சென்னை, உயர்நீதி மன்றத்தில் வழக்கறிஞராகப் பதிவு செய்துகொண்டு சிறந்த முறையில் வழக்காடினார். அவருக்குப் பல வழக்குகள் வந்தன; அக்காலத்தில் புகழ்பெற்று விளங்கிய துரைசாமி அய்யர், குற்றவியல் வழக்கறிஞரான சாமராவ் போன்ற வழக்கறிஞர்களால் அவர் பெரிதும் பாராட்டப்பெற்றார். பாரிமுனையிலுள்ள

சுபாஸ்சந்திர போஸ் சாலையிலிருந்த ஜேக்கப் அண்டு கம்பெனியின் முதல் மாடியில் அவரது அலுவலகம் இருந்தது. இவரது வீடு எண் 22, தெற்குக் கடற்கரைச் சாலையில் இருந்தது. அதாவது இப்போதுள்ள வெலிங்டன் பயிற்சிக் கல்லூரி இருந்த இடத்தில்தான் அவரது இல்லம் இருந்தது. பின்னர் தமது சொந்த வருவாயில் திருவான்மியூரில் தோட்டத்துடன் கூடிய ஒரு வீட்டையும் வாங்கினார். 1930-க்குப் பின்னர் முண்டகக் கண்ணியம்மன் கோயில் தெருவிலுள்ள வீட்டிற்குக் குடியேறினார்.

இளமையிலிருந்தே இவருக்குச் சமூக அக்கறையும், படிக்கும் ஆர்வமும் மிகுந்திருந்தது. இவருக்கு வரும் வழக்குகளில் நியாயமான வழக்குகளையே ஏற்றார். பல வழக்குகளைத் தாமே சமாதானம் செய்துவிடுவார். இதனால், சில வேளைகளில் இவரது இல்லம் பஞ்சாயத்து நிலையமாக மாறிவிடும். இவரது குடும்பத்தினர் சைவ சமயப்பற்றாளர்களாக இருந்ததால், சென்னையை அடுத்த திருப்போரூர், திருவள்ளூர், திருவண்ணாமலை, திருத்தணிகை ஆகிய கோயில் தளங்களில் சத்திரங்களைக் கட்டியிருந்தனர். சிங்காரவேலரோ பௌத்தத்தில் ஈடுபாடுடையவராக விளங்கினார். அதனால், தமது இல்லத்திலேயே மாகபோதி சங்கம் அமைத்துத் திங்கள் தோறும் பௌத்த கொள்கைகளை விளக்கியும், மூடநம்பிக்கைக்கும், சாதிவேற்றுமைக்கும் எதிராகக் கருத்துகளைக் கூறியும் வந்தார். அக்காலத்தில் இக்கூட்டங்களில் அயோத்தி தாஸ் பண்டிதர், இலட்சுமிநரசுநாயுடு (பச்சையப்பன் கல்லூரித் தத்துவப் பேராசிரியர்) போன்றோரும் உரையாற்றியுள்ளனர். இந்நிகழ்வைத் தமிழ்த்தென்றல் திரு. வி. க. தம் “வாழ்க்கைக் குறிப்புகள்” என்ற நூலில் குறிப்பிட்டுள்ளார். சிங்காரவேலர் இக்கூட்டங்களில் பௌத்தத்தை மட்டுமன்றி, மேலைநாட்டுத் தத்துவங்களையும் விளக்கிவந்துள்ளார். திரு. வி. க. சைவ சமயச் சார்பாகச் சிங்காரவேலரின் கூட்டத்தில் கலகம் செய்யச் சென்றபோது, அங்குச் சிங்காரவேலர் டார்வின் கோட்பாட்டை விளக்கியதைக் கேட்டு, அதில் மனத்தைப் பறிகொடுத்து அன்றிலிருந்து தன்னைச் சிங்காரவேலரின் மாணாக்கராக வரித்துக் கொண்டதாகத் தம் வாழ்க்கைக் குறிப்பில் குறிப்பிட்டுள்ளார். இதன் மூலம் சிங்காரவேலரின் சிந்தனையாற்றலை நன்கு உணரலாம்.

1899-ஆம் ஆண்டு புத்தரின் நினைவு ஆண்டை மிகச் சிறப்பாகக் கொண்டாடினார். இந்தக் கொண்டாட்டத்தைத் தமது இல்லத்திலேயே நடத்தினார். 1902-ஆம் ஆண்டில் லண்டனில் நடந்த உலகப் பௌத்தமத மாநாட்டிலும் கலந்துகொண்டார். பௌத்தத்தின் வர்ணதர்ம எதிர்ப்பும், சமத்துவ நோக்கும், புதுமைச்சிந்தனையும் அவரைக் கவர்ந்திருந்ததால் அவரது சிந்தனை மேலும் விரிந்தது. இதன் விளைவாக அவரது சிந்தனை நாளடைவில் மார்க்சியத்தைத் தழுவியது. இளமையிலிருந்தே படிக்கும் ஆர்வம் மிகுதியாக அவரிடம் இருந்ததால், மார்க்சியம் பற்றிய நூல்களையும், பற்பல அறிவுத்துறை நூல்களையும் அவர் தொடர்ந்து படித்து வரலானார். இதனால், அவர் இந்திய அரசியலையும் உற்று நோக்கலானார். குறிப்பாக ஜார் காலத்து ருஷியநாட்டு அரசியல் நிலையைக் கூர்ந்து கவனித்துவந்தார். இந்தப் போக்கு அவரது சிந்தனையில் மாபெரும் மாற்றத்தை உருவாக்கிக்கொண்டே இருந்தது. அக்காலத்தில், இந்தியாவில் ஆங்கில ஏகாதிபத்தியத்தை எதிர்த்து விடுதலைப் போராட்டம் நடந்துகொண்டிருந்ததால், அப்போராட்டமும் அவரைக் கவர்ந்தது. இதனால் தேசியப் போராட்டத்தில் தன்னை இணைத்துக்கொண்டார். சாதியொழிப்புக்கும் வறுமை யொழிப்புக்கும், நாட்டு விடுதலை மிக இன்றியமையாததாக இருந்ததால் விடுதலைப் போராட்டத்தில் மிகுந்த ஈடுபாடு கொண்டார்.

1919-ஆம் ஆண்டில் நடந்த ஒத்துழையாமை இயக்கத்தின் போதும், ஜாலியன் வாலாபாக் படுகொலையின்போதும் சென்னையில் மக்களைத் திரட்டி மாபெரும் ஆர்ப்பாட்டங் களையும், ஊர்வலங்களையும் நடத்தியுள்ளார். இவரது போர்க்குணம் மிக்க செயலாற்றலைக் கண்டு காங்கிரசு இயக்கம் இவரைத் தொண்டர் படைத் தளபதியாகத் தெரிவு செய்தது. காங்கிரசு இயக்கம் நடத்திய போராட்டங்களில் தொடர்ந்து பங்குபெற்றவராக இருந்தாலும், இடையிடையே காந்தியடிகளுக்கு வெளிப்படையாகக் கட்டுரைகளை எழுதி, அடைய வேண்டிய சுதந்திரம் ஏழை - எளிய மக்களுக்குப் பயன்படும் சுதந்திரமாக இருக்கவேண்டும் என்றார். இதுபோன்ற கட்டுரைகளை 1918-ஆம் ஆண்டு முதற்கொண்டே எழுதினார். அக்கட்டுரைகளை இந்து ஆங்கில நாளிதழில் Open Letter to Mahathma Gandhi எனுந் தலைப்பில் வெளிவந்தன.

இக்கட்டுரைகளின் விரிவே பின்னாளில் சுயராஜ்யம் யாருக்கு? எனுந் தலைப்பில் நூலாகத் தமிழில் வெளிவந்தது.

1900-ஆம் ஆண்டு முதற்கொண்டே மார்க்சிய நூல்கள் அவருக்கு அறிமுகமாயின. மற்றும் 1917-ஆம் ஆண்டில் நிகழ்ந்த சோவியத்துப் புரட்சி மேலும் இவருக்கு ஊக்கம் அளித்தது. அந்நாளைய பிரிட்டிஷ் ஆட்சியால் பொதுவுடைமை நூல்கள் தடை செய்யப்பட்டிருந்தன. எனினும் இவர் புதுச்சேரியிலிருந்து யாருக்கும் தெரியாமல் சென்னைக்கு வருவித்தார். அக்காலத்திலேயே அவரது இல்லத்தில் 20,000-க்கும் மேற்பட்ட பலதுறை நூல்கள் இருந்தன. அந்நூலகத்தை ப. ஜீவானந்தம், அறிஞர் அண்ணா, குத்தூசி குருசாமி, எ.எஸ்.கே. அய்யங்கார், புதுச்சேரி வ. சுப்பையா, எம்.பி.எஸ்.வேலாயுதம், எஸ்.வி. காட்டே போன்றோர் நன்கு பயன்படுத்திக்கொண்டுள்ளனர். சிங்கார வேலரின் பரந்த வாசிப்புத்திறனும், சோவியத்துப் புரட்சியும் அவரை இடதுசாரி சிந்தனையாளராக வளர்த்துக்கொண்டிருந்தன. இதற்குக் கயாவில் 1922-ஆம் ஆண்டில் நடந்த அகில இந்திய காங்கிரஸ் மாநாடு சிறந்த சான்றாகும்.

அம் மாநாட்டில் பொருள் உற்பத்தியில் ஈடுபடும் தொழிலாளர்களைத் திரட்ட வேண்டுமென்றும், தொழிலாளர் அமைப்புகளை இயக்கத்தின் அமைப்பாகக் காங்கிரஸ் கருத வேண்டுமென்றும், தொழிலாளருக்காக ஒரு வேலைத் திட்டத்தைக் காங்கிரசு தொடங்க வேண்டுமென்றும் அவர் வலியுறுத்தினார். அக்கூட்டத்தில் மக்களைப் பார்த்து “அன்புத் தோழர்களே” (Dear Comrades) என விளித்துள்ளார். மற்றும் பேசும்போது உலகக் கம்யூனிஸ்ட்களின் சார்பாக நான் இங்கு வந்துள்ளேன் என்றார். காங்கிரசில் இருந்துகொண்டே காங்கிரசு மாநாட்டிலேயே உலக கம்யூனிஸ்டுகளின் சார்பாகத்தான் வந்துள்ளதாகக் கூறியுள்ளாரெனில், அவரது முற்போக்கு உணர்வு எத்தகு உறுதி வாய்ந்தது என்பதை இனிது உணரலாம். அந்த மாநாட்டில்தான் அவர் பூரண விடுதலையைக் குறித்து முதன் முதலாகத் தீர்மானம் வைத்தார். இது அவரின் தொலைநோக்குப் பார்வையைக் காட்டுகிறது எனலாம். அவரது அன்றைய பேச்சை எம். என். ராயின் ஆங்கில இதழான (Vanguard of Indian Independence) என்ற இதழ் (பம்பாய்) சிறப்பாகப் பாராட்டியது.

1920-ஆம் ஆண்டு முதற்கொண்டு அவர் எம்.என். ராயிடம் கடிதத் தொடர்பு கொண்டிருந்தார்.

மக்களுக்கு எல்லா நிலையிலும் தொண்டுபுரிய வேண்டுமென்று விரும்பிய சிங்காரவேலர், 1924-ஆம் ஆண்டில் சென்னை நகராட்சித் தேர்தலில் நின்றார். காங்கிரசின் சுயராஜ்ய கட்சி வேட்பாளராக நின்று யானைக் கவுனி வட்டத்தில் ஜஸ்டிஸ் கட்சி வேட்பாளரான மதனகோபால நாயுடுவைத் தோற்கடித்து வெற்றி பெற்றார். 1924 முதல் 1927 வரை அவர் நகராண்மைக் கழக உறுப்பினராக இருந்து செயற்கரும் செயல்களை ஆற்றியுள்ளார். அக்காலத்தில் பல அரிய திட்டங்களை உருவாக்கிய முன்னோடியாக அவர் இருந்துள்ளார். அத்திட்டங்களை அறிவது நம் கடமையாகும்.

* நகராட்சிப் பள்ளிகளில் அனைத்துக் குழந்தைகளுக்கும் இலவச நடுப்பகல் உணவு வழங்கும் திட்டத்தைச் செயல்படுத்தினார்.

* நகராட்சி நடத்தும் பூங்காக் கண்காட்சியில் நடந்துவந்த சூதாட்டங்களை ஒழித்தார்.

* காலரா - அம்மை போன்ற தொற்றுநோய்களை உடனுக்குடன் ஒழிக்கவும், சிகிச்சை அளிக்கவும் உடனடி மருத்துவக் குழுவை (Stand-by-Medical Squard) அமைத்தார்.

* சென்னை நகரத்தில் பாதாளச் சாக்கடையைப் பல இடங்களில் விரிவுபடுத்தினார்.

* திருவல்லிக்கேணிக் கடலில் விழாக் காலங்களில் குளிப்போர்க்கு ஆபத்து ஏற்பட்டால், அவர்களை உடனே மருத்துவமனைக்கு அழைத்து வந்து சிகிச்சையளிக்க ஆயத்த நிலையில் இரண்டு ஆம்புலன்ஸ் வேன்களை நிறுத்தி வைக்க ஏற்பாடு செய்தார்.

* 1925-ஆம் ஆண்டில் கொங்கணக் கடற்கரையில் புயற்காற்று அடித்து மக்கள் பாதிக்கப்பட்டபோது, அவர்களுக்குச் சென்னை நகராட்சி சார்பாக ஒரு தொகையை அனுப்ப ஏற்பாடு செய்தார்.

* அவர் நகர்மன்ற உறுப்பினராக இருந்தபோது, நகராட்சியில் 74 பள்ளிகளாக இருந்தவற்றை 98 பள்ளிகளாக எண்ணிக்கையை விரிவுபடுத்தினார்.

* ஆசிரியர்கள் குழந்தைகளைப் பிரம்பால் அடிக்கக் கூடாதெனத் தீர்மானத்தை நகராட்சியில் நிறைவேற்றினார்.

* மின்சாரம் வழங்குதல், டிராம் போக்குவரத்து ஆகியவற்றை நகராட்சியே ஏற்று நடத்தத் தீர்மானம் கொண்டு வந்தார்.

* சுதந்திரப் போராட்டத்தின்போது ஆயிரமாயிரம் இந்தியர்களைக் குருவிகளைச் சுட்டுக் கொல்வதைப்போன்று சுட்டுக்கொன்ற நீலின் சிலையை (இப்போதைய ஸ்பென்சர் ப்ளாசா எதிரில் இருந்தது) அகற்றத் தீர்மானம் கொண்டுவந்தார்.

* தனியார் பள்ளிகளை நகராட்சியே ஏற்று நடத்தத் தீர்மானம் கொண்டுவந்தார்.

* நகராட்சி மன்ற உறுப்பினர்கள் கூடும் மண்டபத்திலும், நகராட்சிப் பள்ளிகளிலும் காந்தியடிகளின் படத்தை அமைக்க வேண்டுமெனத் தீர்மானம் கொண்டுவந்தார்.

* நகர்மன்ற உறுப்பினர்கள் பதவியேற்கும்போது கடவுள்மீது உறுதி கூறிப் பதவியேற்பது வழக்கம். ஆனால், சிங்காரவேலர்தான் முதன்முதலில் பதவியேற்றபோது, "மனச்சான்றின்படி பதவியேற்கிறேன்" என்று கூறிப் பதவியேற்றார். எல்லோரும் தாய்மொழியில் பதவி ஏற்பதற்காகத் தீர்மானம் கொண்டுவந்து நிறைவேற்றினார்.

* 1927-ஆம் ஆண்டில், இலண்டன் நாடாளுமன்ற கம்யூனிஸ்ட் கட்சி உறுப்பினராக இருந்த சக்லத்வாலாவை (ஜே. ஆர். டாடாவின் அக்காள் மகன்) வரவேற்றுப் பாராட்டு அளிக்க நகராட்சியில் தீர்மானம் கொண்டுவந்து நிறைவேற்றிப் பாராட்டு அளித்தவரும் சிங்காரவேலரே ஆவர்.

இவ்வாறு பல்வேறு திட்டங்களுக்கும், செயல்களுக்கும் அவர் முன்னோடியாக இருந்துள்ளார். அதனால்தான் பாரதிதாசன் மிகச் சரியாகச் சிங்காரவேலரை, "போர்க்குணம் மிகுந்த செயல் முன்னோடி" என்று பாராட்டினார்.

சிங்காரவேலரின் பொதுப்பணிகளில் தொழிற்சங்கப்பணி மிக முக்கியமானது; வரலாற்றுச் சிறப்புடையது. இந்தியாவிலேயே முதன்முதலில் தமிழகத்தில்தான் தொழிற்சங்கம் தொடங்கப் பெற்றது. அச்சங்கம் சென்னைத் தொழிலாளர் சங்கமாகும்.

அச்சங்கம் தோன்றுவதற்கு உதவியவர்கள், செல்லபதி செட்டியார், இராமாஞ்சுலு நாயுடு, திரு. வி.க. ஆகியோராவர். இச்சங்கம் அன்று தேற்றுவிக்கப்பெற்றது; இச்சங்கத்திலும், தென்னிந்திய ரயில்வே தொழிலாளர் சங்கம், நாகப்பட்டினம் ரயில்வே தொழிலாளர் சங்கம், சென்னை - மண்ணெண்ணெய் தொழிலாளர் சங்கம், டிராம்வே தொழிலாளர் சங்கம் ஆகியவற்றிலும் பங்கேற்றுப் பற்பல போராட்டங்களிலும், வேலை நிறுத்தங்களிலும் ஈடுபட்டார். இச்சங்கங்களுள், ரயில்வே தொழிற்சங்கங்களிலுமே பெரும் பொறுப்பேற்றுத் தீவிரமாக ஈடுபட்டார். தமிழகத்தில் தோன்றிய பல தொழிற் சங்கங்கள், நிருவாகத்தின் பழிவாங்கும் நடவடிக்கையைத் தடுப்பதற்காகவும், வேலை நேரத்தைக் குறைப்பதற்காகவும், ஊதியத்தை உயர்த்துவதற்காகவுமே போராடின. ஆனால், அச்சங்கங்கள், தொழிலாளர்களுக்கு இன்றியமையாத அரசியல் உணர்வையும் வர்க்கப் பார்வையையும் உருவாக்கத் தவறின. அக்காலத்திலிருந்த தொழிற்சங்கத் தலைவர்களுக்குப் போதிய மார்க்சிய ஞானம் இல்லாததே அதற்குக் காரணமாகும். இதிலிருந்து வேறுபட்டுச் சிங்கார வேலர் அரசியல் உணர்வையும் வர்க்கப் பார்வையையும் வளர்க்கும் தலைவராக விளங்கினார். பல செயல்களில் முன்னோடியாக விளங்கிய சிங்காரவேலர், தொழிலாளர்களுக்கு வர்க்கப் பார்வையை வளர்ப்பதிலும் முன்னோடியாக இருந்துள்ளார்.

தொழிலாளர்களுக்கும் உழவர்களுக்கும் காங்கிரசு இயக்கம் செயல்திட்டம் வகுக்க வேண்டுமென்று எப்படி முதல்முதலில் சிங்காரவேலர் வலியுறுத்தினாரோ, அப்படியே தொழிலாளர்களின் விடுதலைக்கு ஒரு தனிக்கட்சி அமைய வேண்டுமென்று முதன்முதலில் வலியுறுத்தியவரும் அவரே ஆவர். தொழிலாளர் களுக்கு வர்க்க உணர்வை ஊட்டி, அவர்களை ஒரு அரசியல் சக்தியாக மாற்ற வேண்டுமென்பதைப் பலகாலும் அவர் வலியுறுத்தி வந்தார்; ஆனால், அக்காலத் தலைவர்கள் அதனை ஏற்க அஞ்சினர்; நடுங்கினர். அதற்குக் காரணம், அந்நாளைய அந்நிய ஆட்சியும் அதன் அடக்கு முறையுமேயாகும். மற்றொரு காரணம் சிங்காரவேலரின் போர்க்குணமும், சோவியத்துச் சார்பும் ஆகும். சிங்காரவேலரின் யோசனையைக் கேட்டு ஒரு தனிக்கட்சியை ஆரம்பித்தால், அந்நிய ஆட்சியின் வரம்பற்ற அடக்குமுறைக்கு ஆளாவோமென அவர்கள் அஞ்சினர்;

அக்காலத்தில் கம்யூனிஸ்ட்களை அந்நிய ஆட்சி, கடுமையாகத் தண்டித்ததால் அவர்களுக்கு அந்தப் பயம் இருந்தது. இதனால், சிங்காரவேலருக்கு அவர்கள் தொழிற்சங்கத்தில் பொறுப்புகள் கொடுக்க அஞ்சியதோடு, பல நேரங்களில் அவருடைய ஒத்துழைப்பையும் ஏற்க மறுத்தனர்; சில நேரங்களில், அந்நிய ஆட்சி, தங்களைத் தவறாகக் கருதிக்கொள்ளக் கூடாதென்பதற்காக, சிங்காரவேலருக்கும், அவர்களுக்கும் எந்தத் தொடர்பும் இல்லையென்று அவர்கள் அறிக்கையும் விட்டனர். ஆனால், சிங்காரவேலர் அதனைக் கண்டு, வெறுக்காமல், ஒதுக்காமல் இறுதிவரை ஒத்துழைப்புக் கொடுத்தே வந்தார்; அதனை அவர் வரலாறு உறுதிப்படுத்துகிறது; எனினும், தொழிற்சங்கத் தலைவர்களுக்கு வர்க்க நோக்கம்கொண்ட அரசியல் பார்வை இல்லாததால் அவர் 1-5-1923-அன்று இந்தியத் தொழிலாளர் - விவசாயி கட்சி (Labour and Kissan Party of Hindustan) என்ற பெயரில் ஒரு கட்சியைத் தொடங்கினார். இந்தியாவில் பொதுவுடைமை இயக்கம் தோன்றுவதற்கு முன்பே இக்கட்சி தோற்றுவிக்கப்பட்டது என்பது இங்குக் குறிப்பிடத்தக்கது; எனினும் போதிய ஆதரவு தமிழகத்தில் இக்கட்சிக்குக் கிடைக்கவில்லை. சில ஆண்டுகளில் அக்கட்சி இறுதி எய்தியது.

தொழிற்சங்கத் தலைவர்கள் பலர் தமக்கு ஒத்துழைப்புத் தர அஞ்சினாலும், சிங்காரவேலர் தொழிலாளர் ஒற்றுமைக்காகவும், மேன்மைக்காகவும் அவர்களுடன் தாமே முன்வந்து ஒத்துழைப்புத் தருவதைக் கடமையாகக்கொண்டிருந்தார்: வெறும் ஒத்துழைப்பை மட்டும் அவர் தரவில்லை; மற்றவர்களைக்காட்டிலும் மிகுந்த போர்க்குணத்துடன் அவர் செயல்பட்டுள்ளார் என்பது இன்னொரு செய்தி; இதற்கு ஓர் எடுத்துக்காட்டை நோக்குவது ஏற்றது; 20-6-1921-இல் பி அண்டு சி மில்லில் காலவரையற்ற வேலை நிறுத்தம் நடந்தது; அந்த வேலை நிறுத்தத்தை Great Mill Stricke என்று அழைப்பர்; அவ்வேலை நிறுத்தத்தில் ஒருமுறை துப்பாக்கிச் சூடு நடந்தது; அந்தத் துப்பாக்கிச் சூட்டில் (29-8-1921) எழுவர் கொல்லப்பட்டனர்; அடுத்து அக்டோபர் 15-ஆம் தேதியன்றும் செப்டம்பர் 19-ஆம் தேதியன்றும் துப்பாக்கிச் சூட்டைக் கண்டித்துத் தொழிலாளர்கள் மாபெரும் ஊர்வலத்தை நடத்தியபோது, ஒரு போலிஸ் அதிகாரி துப்பாக்கியைக் காட்டி மிரட்டி ஊர்வலத்தை நடத்த அனுமதிக்காதபோது,

சிங்காரவேலர் தம் மார்பைத் திறந்துகாட்டிச் "சுடுவதாக இருந்தால் சுடு பார்க்கலாம்" என்று தம் மார்பைத் திறந்து காட்டவே போலீஸ் அதிகாரி பின் வாங்கினார். பின்னர் ஊர்வலம் மேலும் தொடர்ந்தது. இதிலிருந்து சிங்காரவேலரின் அஞ்சாமையை உணரலாம்; 1921-அன்று நடந்த வேலைநிறுத்த ஊர்வலத்தில் மீண்டும் துப்பாக்கிச்சூடு நடந்தது; அதில் இரு தொழிலாளர்களும் இரு போலீஸ் அதிகாரிகளும் கொல்லப்பட்டனர்.

இந்த ஊர்வலத்தின் துப்பாக்கிச்சூட்டைப் பற்றியும், அதனால் எழுந்த கலவரத்தைப் பற்றியும், தொழிலாளர்களின் ஒற்றுமையைப் பற்றியும் சிங்காரவேலர் நவசக்தியில் ஒரு கட்டுரை எழுதியுள்ளார். அந்தக் கட்டுரையின் சிறப்பைப் பற்றித் திரு. வி.க. தம் வாழ்க்கைக் குறிப்பில் "அக்கட்டுரை சரித்திர உலகுக்கு உரியது" என்று பாராட்டியுள்ளார். 1927-ஆம் ஆண்டில் பார்மாசெல் எண்ணெய் கம்பெனியில் வேலை நிறுத்தம் நடந்தது; அந்த வேலை நிறுத்தத்தின்போது கம்பெனி அதிகாரி வெள்ளையர் ஒருவர் துப்பாக்கியைக் காட்டி அச்சுறுத்தி "இது எண்ணெய் கம்பெனி; இதனுடன் விளையாடினால் எண்ணெய் உங்களை உடனே தீப்பற்றிக்கொள்ளும். ஜாக்கிரதை" என்றாராம். வேலை நிறுத்தத்தை முன்னின்று நடத்திய சிங்காரவேலர், அந்த அதிகாரியைப் பார்த்து "அது இருக்கட்டும்; எண்ணெய்யைக் காட்டிலும் தொழிலாளர் உணர்ச்சி வலுமிக்கது; அது அதனைக் காட்டிலும் விரைவில் தீப்பற்றிக்கொள்ளும் ஜாக்கிரதை" என்றாராம்; இவ்வாறு போராட்டங்களில் முக்கியப் பங்கு ஏற்பதும், உடனுக்குடன் பதிலடி கொடுப்பதிலும் சிங்காரவேலர் தன்னிகரற்ற போராளியாக விளங்கியுள்ளார்; தமிழக முன்னாள் முதல்வர் அறிஞர் அண்ணா சிங்காரவேலரைப் பற்றிக் குறிப்பிடும்போது "போராட்டங்கள் அவருக்கு நிலாச்சோறு" என்று குறிப்பிட்டிருப்பது சிங்காரவேலரை நன்கு அடையாளம் காட்டுவதாகும்.

19-2-1927-இல் கரக்பூர் ரயில்வேயில் ஆட்குறைப்பும், சிக்கன சீரமைப்பு என்று ஊதிய குறைப்பும் நடந்தபோது, தொழிலாளர்கள் வேலைநிறுத்தம் செய்தனர். கரக்பூர் ரயில்வேயில் 1600 பேரை ஆட்குறைப்புச் செய்ததால் அதனை எதிர்த்து வேலை நிறுத்தம் செய்ய முடிவெடுத்தபோது

வி.வி. கிரியும், சி. எப். ஆண்ட்ருசும் நிருவாகத்துடன் பேசி முடிவெடுக்கலாம் என்றனர். இதற்கு, சிங்காரவேலரும், எஸ்.ஏ. டாங்கேயும் கடும் கண்டனம் தெரிவித்து வேலை நிறுத்தத்தைச் செய்தேயாக வேண்டுமென்றனர். இந்த வேலை நிறுத்தத்திற்கு லிலூவா (Liloooh) ரயில்வே தொழிலாளர்களும், கல்கத்தாவிலிருந்த பான் அண்டு கம்பெனி, ஜெஸ்ஸாம் அண்டு கம்பெனிகளைச் சார்ந்த தொழிலாளர்களும் ஆதரவு காட்டும் முறையில் வேலை நிறுத்தம் செய்தனர். மொத்தத்தில் இந்த வேலை நிறுத்தத்தில் 30,000 பேர் ஈடுபட்டனர். இந்த வேலை நிறுத்தத்தில் சிங்காரவேலர் பெரும் பங்கேற்று உழைத்தார். அங்கு நடந்த கூட்டங்களில் இந்தியில் பேசித் தொழிலாளர்களுக்கு எழுச்சி ஊட்டியுள்ளார். இந்த வேலை நிறுத்தத்தில் சிங்காரவேலர் கடுமையாகப் பணியாற்றியுள்ளதைக் கல்கத்தாவைச் சேர்ந்த **கோபன் சக்கரவர்த்தி**, "கம்யூனிஸ்டுகளும் வங்காள விடுதலையும்" என்ற நூலை எழுதிய **கௌதம் சட்டோபாத்தியாயாவுக்கு** அளித்த பேட்டியில் குறிப்பிட்டிருப்பது நினைவுகூரத்தக்கது. மற்றும், அப்பேட்டியில் "அவரொரு உண்மையான தலைவர்" என்று சிங்காரவேலரை அவர் போற்றியிருப்பதும் குறிப்பிடத் தக்கது. இதிலிருந்து சிங்காரவேலரின் மாண்பை நன்கு உணரலாம்.

கரக்பூரில் நடந்ததைப் போன்றே பின்னர் நாகப்பட்டினம் ரயில்வேயிலும் வேலை நிறுத்தம் நடந்தது. நாகப்பட்டின ரயில்வேயில் ஆட்குறைப்பு நடந்ததோடு, நாகப்பட்டினம், போத்தனூர், திருச்சி ஆகிய இடங்களிலுள்ள ரயில்வே பணிமனைகளைப் பொன்மலை என்ற இடத்திற்கு மாற்றவும் நிருவாகம் முடிவெடுத்தது. மேலும், தொழிலாளர்களின் எண்ணிக்கையை அடுத்தடுத்துக் குறைக்கவும் தொழில் தேர்வை (Trade Test) நடத்தவும் நிருவாகம் முடிவெடுத்தது. இவற்றையெல்லாம் கண்டித்துத் தொழிலாளர்கள் 19-7-1928-அன்று வேலை நிறுத்தத்தைத் தொடங்கினர்). தமிழகத்தைக் குலுக்கிய வேலை நிறுத்தங்களில் இதுவுமொன்று; இந்த வேலை நிறுத்தத்தில் உயர் அலுவலர் முதல் கடைநிலை ஊழியர் வரை பங்கேற்றனர். இதில், ஆங்கிலோ - இந்தியர்களும் (உயர் அலுவலர் முதல் நடுத்தர அலுவலர் வரை) பங்கேற்றது குறிப்பிடத்தக்கதாகும். தொழிலாளர்களை நிருவாகம் புறக்கணித்ததால், அவர்கள் வேலை நிறுத்தத்தோடு, ரயில்

வண்டிகளையும் (எக்ஸ்பிரஸ் மற்றும் மெயில் வண்டிகள்) நிறுத்தினர். ரயில் பெட்டிகளையும், இயந்திரப்பெட்டிகளையும் தனித்தனியாகக் கழற்றினர். இவற்றால், நிருவாகம் அனைத்து வண்டிகளையும் நிறுத்தியது. இதனால் ரயில் போக்குவரத்தே நின்றது. இந்தப் போராட்டத்தில் வியப்புக்குரிய செய்தி என்னவெனில், பொதுமக்கள் இப்போராட்டத்துக்கு ஆதரவு அளித்ததுடன், தொழிலாளர்களோடு அவர்கள் போராட்டத்திலும் ஈடுபட்டனர். இந்தப் போராட்டத்திற்குத் தந்தை பெரியார் பல கூட்டங்களில் பேசி நிருவாகத்தை எச்சரித்துள்ளார்.

இந்த வேலை நிறுத்தத்திலும், கடும் தடியடியையும், துப்பாக்கிச் சூட்டையும் நிருவாகம் போலீசைக்கொண்டு நடத்தியது. இந்த வேலை நிறுத்தம் பத்து நாட்கள் தொடர்ந்து நடந்தது. அந்த நாட்களை ஆய்வாளர்கள், "தென்னிந்தியாவைக் குலுக்கிய பத்துநாட்கள்" என்றனர். இப்போராட்டத்தில் வங்காளத்தின் இரயில்வே சங்கத் தலைவரான முகுந்தலால் சர்க்கார் அவர்களின் பங்களிப்பு மிகப் பெரிது. ரயில்வே போராட்டத்தில் அகில இந்திய அளவில் மறக்க முடியாத ஒரு தலைவர் அவர். அவர் சிங்காரவேலருக்கு உற்ற தோழர். இவ்விருவர்களின் போராட்டத்தால் வேலை நிறுத்தம் மேன்மேலும் வலுப்பெற்றதால், வெள்ளை அந்நிய அரசு இருவரையும் சதி வழக்கில் பதிவு செய்து 23-7-1928 அன்று கைது செய்து 10 ஆண்டுகள் சிறைத் தண்டனை விதித்தது. ஆயிரக்கணக்கான தொழிலாளர்களும் கைது செய்யப்பட்டனர். தொழிலாளர் தோழரான பெருமாள் என்பவர் மட்டும் அந்தமான் சிறையில் அடைக்கப்பட்டார். இவர்களுடைய சிறைத்தண்டனையை எதிர்த்து எண்ணற்ற ஆர்ப்பாட்டங்களும் கூட்டங்களும் நடந்தன.

குறிப்பாக, சிங்காரவேலரைச் சதி வழக்கில் உட்படுத்திப் பத்தாண்டு தண்டனை விதித்ததை எதிர்த்துப் பல கூட்டங்கள் நடந்தன. பல வழக்குகளும் தொடரப்பட்டன. அன்னிபெசன்ட் அம்மையார் அன்றைய கவர்னருக்கு நேரடியாகக் கடிதம் அனுப்பி விடுதலை செய்ய வேண்டினார். ஆனால் கவர்னர் உடன்படவில்லை. ஆதலின், உயர்நீதி மன்றத்தின் சிறந்த வழக்குரைஞர்களாகிய கே.எஸ். கிருஷ்ணசாமி அய்யங்கார், என்.எஸ். இராமசாமி அய்யங்கார், ஜார்ஜ் ஜோசப் ஆகியோர்

வாதாடினர். மேலும் அந்நாளைய காங்கிரசு இயக்கத்தின் தலைவரும், சிறந்த வழக்குரைஞருமான சத்தியமூர்த்தியும், புகழ்பெற்ற ஆங்கில வழக்குரைஞருமான நியுஜெண்ட் கிராண்டும் தாங்களாகவே முன்வந்து வழக்காடினர். இது சிங்காரவேலரின் நேர்மைக்கும், உண்மைக்கும், உழைப்புக்கும் கிடைத்த வெற்றி. இறுதியில் வழக்கு வென்றது. சிங்காரவேலர் 18 மாதங்களுக்குப் பின்னர் விடுதலை செய்யப்பட்டார். இவருடன் முகுந்தலால் சர்க்கார், மற்றும் பலரும் விடுதலை ஆயினர். ஆனால், அந்தமானில் சிறை வைக்கப்பெற்ற பெருமாளை மட்டும் விடுதலை செய்யவில்லை. பிற்காலத்தில், 1937-இல் இராஜாஜி தலைமையில் அமைச்சரவை அமைக்கப்பட்டதும் பெருமாள் விடுதலை செய்யப்பெற்றார். இந்திய அளவில் நடந்த வேலை நிறுத்தங்களில் பி அண்டு சி-மில் போராட்டமும், தென்னிந்திய ரயில்வே (நாகப்பட்டினம்) வேலைநிறுத்தப் போராட்டமும் வீரம் செறிந்தவையென்றும், புகழ் பெற்றவை யென்றும் ஆய்வாளர்கள் கூறுகின்றனர். இவையிரண்டிலும் உயிர்ப்புச் சக்தியாகச் செயல்பட்டவர் சிங்காரவேலர்.

தேசியப் போராட்டத்திலும், தொழிற்சங்கப் போராட்டத்திலும் தீவிரமாகப் பணியாற்றிய சிங்காரவேலர், பொதுவுடைமை இயக்கத்திற்கு முன்னோடியாக விளங்கியதைப் போன்று பல அரிய சிந்தனைகளுக்கும் (நாட்டு விடுதலை பற்றியும் மொழி பற்றியும்) அவர் சிறந்த முன்னோடியாக இருந்துள்ளார். இது இந்திய வரலாற்றிலும், தமிழக வரலாற்றிலும் மிக மிகக் குறிப்பிடப்பட வேண்டியதாகும்.

இந்திய விடுதலைப் போராட்டத்தின்போது மூன்று கருத்துக் போக்குகள் நிலவின; வெள்ளையர்களிடமிருந்து அரசியல் விடுதலை பெற வேண்டுமென்பது ஒன்று; இந்த அரசியல் விடுதலை மூலம் இந்து சாம்ராஜ்யத்தை நிறுவ வேண்டுமென்பது இரண்டாவது; மூன்றாவது இந்துக்களால் நசுக்கப்படும் இசுலாமியர்களுக்குக் குரான்வழி அரசாளும் உரிமை வேண்டுமென்பது. முதல் பிரிவினர் சமய நம்பிக்கை யுடையவர்களாக இருந்தாலும் தங்களின் சமயவழிபட்ட கருத்துகளை வெளிப்படையாகக் கூற அஞ்சினர். அரசியல் விடுதலையையே பெரிதும் முன்னிறுத்தினர். காந்தியடிகள்கூட

'இராம ராஜ்யம்' வேண்டுமென்றார். வீரசாவர்க்கர், இந்தியாவில் பெரும்பான்மை யினராக வாழும் இந்துக்களின் சாம்ராஜ்யத்தை நிறுவுவதே நமது சுதந்திரமாக இருக்கவேண்டுமென்றார். 'இது இரண்டாவது போக்கு. பிற்காலத்தில் கோல்வால்க்கர் இதனையே வலியுறுத்தினார்.

இந்தியாவில் இசுலாமிய மீட்டுருவாக்கத்தை ஏற்படுத்த வேண்டுமெனக் கூறியவர் **சர் சையது அகமதுகான்** (1817-1898) இவர்தான் இசுலாமியர் கல்வி கற்கவும், அதன்வழி முன்னேறவும் அலிகார் கல்லூரியை 1877-இல் நிறுவினார். இது பின்பு அலிகார் இயக்கமாகவும் (Algarh Movement) வளர்ந்தது. பின்பு இசுலாமியர்களுக்குத் தனிநாடு வேண்டுமென்று **முகமது அலி ஜின்னா** (1875-1948) இயக்கம் கண்டார். இது மூன்றாவது போக்கு குறிப்பாக, இந்துக்களும், இசுலாமியர்களும் தனித்தனியாகத் தத்தம் பெருமையைப் பேசினர். 1905-ஆம் ஆண்டில் வங்கப் பிரிவினையை ஏற்படுத்தியபோது, ஒற்றுமையை வலியுறுத்தி "ஸாரே ஜஹான்ஸே அச்சா; இந்துஸ்தான் ஹமாரா" என்ற அரிய பாடலை எழுதிய மாக்கவிஞரான **இக்பால்**கூட, பின்னாளில், இசுலாமிய மறுமீட்சியில்தான் இசுலாமியர் முன்னேற முடியும் என்றார். இவர் மேலை நாட்டில் கல்வி கற்றவராக இருந்தாலும், குரானில் கூறப்படும் சிந்தனைகளுக் கேற்பதான் இசுலாமியர் ஆட்சி அமைய வேண்டுமென்றார்.

இந்துக்களாகிய **பக்கிம்சந்திரசட்டோ பாத்தியா**வும் **அரவிந்தரும்** சிறந்த அறிஞர்களாக இருப்பினும், இசுலாமியர்கள் குரானை முன்னிறுத்தியது போன்று, இவர்களும் பகவத்கீதையை முன்னிறுத்தினர். அரவிந்தர் ஒரு காலத்தில் (விடுதலைப் போராட்டத்தில்) தீவிரவாதியாக இருந்தவர்; அனுசீலன் சமதியின் ஆதரவாளராகவும் இருந்தவர்); சுதந்திரப் போராட்டக் காலத்தில் சமயவாதிகளால் ஏற்படுத்தப்பட்ட அமைப்பே அனுசீலன் சமிதியாகும்; இந்த அமைப்பின் விதிப்படி, நாட்டு விடுதலையை முன்னிட்டு ஏதாவதொரு செயலில் ஈடுபட விரும்புவோர், காளிக்கோயிலில், காளிக்கு முன்பு ஒரு கையில், வாளும், ஒரு கையில் கீதையையும் வைத்துக்கொண்டு சபதம் ஏற்கவேண்டும் என்றனர். இந்தச் சமயச் சிந்தனைகள் விடுதலைப் போராட்டத்தில் பல வீரர்களை ஆட்கொண்டன. குறிப்பாக, அந்நியர் ஆட்சியில் தூக்குமேடை ஏறிய ராம் பிரசாத் பின்ஹில்

மற்றும் அஸ்பக்குல்லாவும் தங்கள் கைகளில் முறையே பகவத் கீதையையும், குரானையும் வைத்திருந்தது சிந்திக்கத்தக்கது.

மேற்குறிப்பிட்ட மூன்று போக்குகளுக்கு முன்னர் **தயானந்த சரசுவதியால்** "வேத காலத்துக்குத் திரும்புவோம்" என்ற கொள்கை வைக்கப்பட்டது; பிற்காலத்தில் மேடம் **ப்ளாவட்சுகியும், அன்னிபெசன்ட் அம்மையாரும்** பிரம்ம சமாஜத்தை நிறுவி ஆரியர் மேன்மைகளைப் பறைசாற்றிக் கொண்டிருந்தனர். இந்தச் சிந்தனைகள் அலைக்கழித்துக் கொண்டிருந்த காலம்தான் சுதந்திரப் போராட்டக் காலமாகும்; இக்காலத்தில், சிங்காரவேலர் அரசியல் விடுதலைக்கு மட்டுமே முன்னுரிமை கொடுத்துச் சிந்தித்து உழைக்கலானார். அவரது அரசியல் கண்ணோட்டத்தில் ஏழை - எளியவர் பற்றிய சிந்தனை இருந்ததேயன்றி, சமயச்சிந்தனை சிறிதும் இல்லை; அந்நிய ஆட்சிக்கு எதிராக அனைத்துச் சமயத்தினரையும் அனைத்துப் பிரிவினரையும் திரட்டும்போது, தனிச்சமயச் சிந்தனை ஒற்றுமைக்குக் கேடு விளைவிக்கும். . . சிங்காரவேலர் இதனை நன்கு உணர்ந்திருந்ததால் பூரண விடுதலையை அளிக்கும் அரசியல் விடுதலையில் மட்டும் கருத்துச் செலுத்தினார். இப்போக்கு அவரது சரியான சிந்தனையையும், பொதுமை நோக்கையையும் புலப்படுத்துகிறது எனலாம்.

இவற்றோடு தமிழகத்தில் இருந்த சிந்தனைப்போக்கு களையும் அறிந்தால்தான் சிங்காரவேலரின் சிந்தனைச் சிறப்பை நன்கு அறிய முடியும். இது மிக இன்றியமையாதது. இந்தியா விலிருந்ததைப் போன்றே தமிழகத்திலும் வேறான சிந்தனைப் போக்குகள் இருந்தன; ஆனால் அவை சற்று வேறுபட்டன; அரசியல் விடுதலையை மட்டும் மையப்படுத்தியது முதலாவது போக்காகும்; உள்நாட்டு வளத்தை வணிகத்தைப் பெருக்கலாம்; வேலையில்லாத் திண்டாட்டத்தை ஒழிக்கலாம், கிராம வளர்ச்சியைப் பெருக்கலாம்; சுய ஆட்சியையும் சுயமதிப்பையும் ஏற்படுத்தலாம். அடிமைகள் அல்ல நாம்; நமக்கும் ஆளவும் தெரியும் என்பதை உறுதி செய்யலாம்; குறிப்பாக நம்மை நாமே ஆளலாம். இவை போன்றவற்றை அரசியல் விடுதலையில் சாதிக்கலாமென இப்போக்கினர் எண்ணினர்.

இரண்டாவது போக்கு, சீர்திருத்தப் போக்கு; இப்போக்கினர் வேறு முறையாகச் சிந்தித்தனர்; அதாவது, இந்தியர்கள்

அந்நியர் ஆட்சிக்கு அடிமைப்பட்டு இருப்பதற்குக் காரணம், இங்குள்ள சாதி - சமயப்பேதங்கள், வர்ணாசிரம வேறுபாடுகள்; மூடநம்பிக்கைகளே ஆகும் என்றனர். இவைதாம் மக்களை ஊமைகளாகவும், ஆமைகளாகவும் ஆக்கின என்றனர். அதாவது, இவைகளை முதலில் ஒழித்தால்தான் அரசியல் விடுதலையைப் பெறமுடியும் என்றனர். இந்த இருபோக்கினரும் மக்களின் அனைத்து வளர்ச்சியிலும் ஈடுபாடு கொண்டவர்களே; ஒருவருக்கு ஒருவர் எதிரானவர் அல்லர்; இவர்கள் தத்தம் கொள்கைக்கு எதனை முன்னிறுத்துவது என்பதில்தான் வேறுபட்டிருந்தனர். சாதி - பேதமும், வர்ணாசிரமும் நம்மை ஆயிரமாயிரம் ஆண்டுகள் அடிமைப்படுத்தின என்பது உண்மைதான். ஆனால் அவற்றை வேரோடு ஒழிக்கச் சரியான நோக்கம்கொண்ட ஆட்சிமுறை ஏற்படாததுதான் காரணம்.

எதனையும் ஆக்கும் சக்தியும், அழிக்கும் சக்தியும் அரசியல் ஆட்சிமுறைக்குத்தான் பெரிதும் உண்டு; பேச்சு, எழுத்து எனும் சீர்திருத்தப் போக்குகளால் சமுதாயத்தின் சிறுபகுதியினரை மாற்றலாம்; பெரும் பகுதியினரை மாற்ற முடியாது; மேலும் சீர்திருத்த இயக்கங்களுக்கு அரசியல் ஆட்சி, தடை விதிக்குமாயின் அவ்வியக்கங்களின் தொண்டு தடைபடும்; அரசியல் ஆட்சிமுறை அனைத்து அதிகாரங்களையும் கொண்டது. அனைத்தையும் தீர்மானிக்கும் சர்வ வல்லமைகொண்டது அரசியல் ஆட்சிமுறையே; அரசியல் ஆட்சிமுறை இன்றி உலகில் பெரும் மாற்றம் எதனையும் ஏற்படுத்திவிட முடியாது. ஆதலின் இரண்டில் முதன்மையானது எது எனில், அரசியல் விடுதலையே முதலில் வேண்டியது; அதற்குத் துணையாக இருக்கவேண்டியது சமுதாய விடுதலை;

சிங்காரவேலர் இவ்விரண்டின் கலப்பாக இருந்தார்; மற்றவர்கள் இரு பிரிவினராகப் பிரிந்திருந்தனர். சிங்காரவேலரோ அரசியல் விடுதலையும், சமுதாய விடுதலையும் இரட்டைக்குழல் துப்பாக்கியாகச் செயல்பட வேண்டுமென்றார். இவையிரண்டில் அவர் எதற்கு முதன்மைக் கொடுத்தார் எனில் அரசியல் விடுதலைக்கே கொடுத்தார். எனினும் சமுதாய விடுதலைக்கான போராட்டங்களும் அதனைத் தொடர்ந்து செயல்பட வேண்டுமென்றார்; இவற்றையெல்லாம் ஒப்பு நோக்கிப் பார்த்தால், இந்தியச் சிந்தனைப்போக்குகளிலும், தமிழகச் சிந்தனைப் போக்குகளிலும் சரியான சிந்தனைப் போக்கை

முற்போக்கான போக்கை முதன்முதலில் வலியுறுத்திய மூல முன்னோடி சிங்காரவேலரே யாவர்; அதனால்தான் அறிஞர் அண்ணா அவரைச் "சிந்தனைச் சிற்பி" என்றார். கருங்கல்லில் அழகிய சிலையை வடிப்பவரைக் கலைச்சிற்பி என்பர். பல சிந்தனைப் போக்குகளில் சரியான சிந்தனையை வடிப்பவர் சிந்தனைச் சிற்பி யாவர். அதனால்தான் புரட்சிக் கவிஞர் **பாரதிதாசன்**

சிங்கார வேலரைப்போல் சிந்தனைச் சிற்பி
எங்கேனும் கண்ட துண்டோ?

எனப் போற்றினார். அரசியல் விடுதலையை முன்னிறுத்திய சிங்காரவேலர், மற்றத் தலைவர்களைப்போல் அல்லாமல், தொழிலாளி - விவசாயி போன்ற அனைத்துப் பிரிவினருக்கும் நல்வாழ்வு நல்கும் பூரணவிடுதலையாக இருக்கவேண்டுமென முதலில் திட்டம் வைத்தார்; அதற்காக நாளும் உழைத்தார். அவரது வாழ்வின் பெரும் பகுதியை ஆட்கொண்டது தொழிலாளர் இயக்கமே. "உலகத் தொழிலாளர்களே ஒன்று சேருங்கள்" என்றார் *கார்ல் மார்க்ஸ்*; தம் கொள்கை முன்னோடியும் மாமேதையுமான மார்க்சின் கொள்கையை ஏற்றுத் தமிழகத் தொழிலாளர்களுக்காகவும், இந்தியத் தொழிலாளர்களுக்காகவும் நாளும் உழைத்து அவர்களுக்கு அரசியல் உணர்வை ஊட்டவும், உலகத் தொழிலாளர்களைப் பற்றிச் சிந்திக்கவும் கற்றுக்கொடுத்தார் அவர்.

சிங்காரவேலர் அரசியல் தலைவர்; தொழிலாளர் தலைவர்; பெரும் போராளி; அரசியல் சிந்தனையாளர்; அவரது வாழ்க்கையை அரசியல் இயக்கமும், தொழிலாளர் இயக்கமும், சுயமரியாதை இயக்கமும் பெரிதும் ஆட்கொண்ட நிலையிலும் அவர் ஓயாது படித்துக்கொண்டே இருந்தார்; எந்நிலையிலும் அவர் படிப்பை மறந்தார் அல்லர்; மேலும் மேலும் கற்றார்; பலதுறைகளைக் கற்றார்; கற்றவற்றைத் தன்னுடன் நிறுத்திக் கொள்ளவில்லை; பலரையும் கற்க வைத்தார்; கற்றவற்றை மற்றவர்க்குக் கற்பிக்க நாளும் எழுதினார். நோயிலும் எழுதினார்; மூப்பிலும் எழுதினார்; கண் பார்வை குன்றிய போதும் இமைகளை விரித்துப் பூதக்கண்ணாடியைக்கொண்டு முதுமையிலும் கற்றுவந்தார்; எழுதியும் வந்தார்; இவர், தத்துவம், வரலாறு, பொருளியல், உளவியல், அறிவியல், மானிடவியல் போன்ற

பலதுறை நூல்களைக் கற்றார். அனைத்து நூல்களையும் விலைக்கு வாங்கிக் கற்றார்; அக்காலத்தில் அவர் கற்ற நூல்களை ஒருவாறு நோக்கின் அவரது கல்வியை நன்கு உணரலாம்.

1. Stars & Atoms (விண்மீன்களும் அணுக்களும்)
2. The Universe Around Us. (நம்மைச் சுற்றியுள்ள பிரபஞ்சம்)
3. God and Universe (கடவுளும் பிரபஞ்சமும்)
4. Life of Universe (பிரபஞ்சத்தின் வாழ்வு)
5. Elements & Electrons (மூலப் பொருள்களும் மின்னணுக்களும்)
6. Beyond the Atoms (அணுக்களுக்கு அப்பால்)

இவைபோன்ற மூல அறிவியல் நூல்களை அவர் கற்றுள்ளார். அரசியல் பணியிலும், தொழிற்சங்கப் பணியிலும் ஈடுபட்ட ஒருவர், இத்தகு அறிவியல் நூல்களைக் கற்றிருக்கிறாரெனில், அவரது அறிவு வேட்கை எத்துணை ஆழமானது; என்பதை நன்கு உணரலாம். இவற்றையெல்லாம் அவர் எதற்காகக் கற்றார்? மக்களிடத்தில் அறிவியல் கருத்துகளைப் பரப்பி, அறிவியல் எண்ணம்கொண்ட சமுதாயத்தை உருவாக்கவே கற்றார்; அறிவியல் எண்ணம் ஒரு சமுதாயத்தில் கால்கொள்ளுமேயானால், மூடநம்பிக்கை ஒழியுமன்றோ? அதனால்தான் அறிவியலைப் பரப்புவதில் அவர் அத்துணைக் கவனம் கொண்டார் எனலாம். அவர் எழுதிய **மெய்ஞ்ஞான முறையும் மூடநம்பிக்கையும், தத்துவமும் வாழ்வும், தத்துவஞான விஞ்ஞான குறிப்புகள்** என்ற நூல்கள் அவரது அறிவியல் பயிற்றுதலுக்கும் பரப்புதலுக்கும் சிறந்த எடுத்துக்காட்டுகளாகும். அறிவியல், உளவியல் போன்ற துறைகளைப் பற்றித் தமிழில் எழுத முடியுமா என ஐயுறுவோருக்கு, இருபதுகளிலேயே எழுதிக்காட்டி அவர்களது ஐயுறவை நீக்கியவர் அவர்.

அக்காலத்திலேயே டார்வினின் பரிணாம வளர்ச்சி கோட்பாட்டையும் (Origin of Species) லாப்லசின் வெண்மேக சித்தாந்தத்தையும், (Nebular Hypothesis) கார்ல் மார்க்சின் வரலாற்றுப் பொருள் முதல்வாதத்தையும் (Historical Meterialism) விளக்கியிருக்கிறாரெனில் அவர் தம் பல்துறையறிவை

உணர்வதற்கு வேறு சான்று வேண்டுமோ! இவரது பரந்த பல்துறை நூற்பயிற்சியை நோக்கினால்,

'கற்றோர் அறியா அறிவினர்; கற்றோர்க்குத்
தாம்வரம் பாகிய தலைமையர்"

என்றே கூறவேண்டியிருக்கிறது; அவர் ஆங்கிலம், ரஷ்யன் ஜெர்மன், இந்தி, உருது போன்ற மொழிகளையும் கற்றவர். தம் கல்வியை முழுக்க முழுக்க ஆங்கிலத்தில் கற்றவராயினும், அறிவியல் சிந்தனைகள் தம் மக்களுக்குப் போய்ச்சேர வேண்டுமென்பதற்காகப் பெரிதும் தமிழிலேயே எழுதினார். அதிலும், மிக எளிமையாகவே எழுதினார்; இவற்றிலிருந்து அவரது மக்கள் நல நாட்டத்தையும், ஜனநாயக உணர்வையும் இனிது உணரலாம். அவர் எழுதிய கடவுளும் பிரபஞ்சமும், மூடநம்பிக்கைகளின் கொடுமை, பிசாசு பிடித்த வீடு, கல்மழை, சாது இரும்பை விழுங்கிய கதை போன்ற பற்பல கட்டுரைகளை நோக்கினால், மூட நம்பிக்கைகளை ஒழிப்பதில் அவர் எத்துணை ஈடுபாடு கொண்டுள்ளார் என்பதை நன்கு உணரலாம்; அவை யாவும் அரிய அறிவுக் களஞ்சியங்களாகும்; அவை அவரின் அறிவாற்றலை மட்டுமன்றி மனிதநேயத்தையும் காட்டுவனவாகும்;

"People must be taught to be terrified at
Itself in order to give it courage"

(மக்கள் தங்களைப் பற்றிப் பயம் கொள்ளும்படி கற்பித்தால்தான் அவர்களுக்குத் துணிவு ஏற்படும்)

என்றார் மார்க்ஸ். மார்க்சின் இந்த அரிய வாக்கிற்கேற்ப நாளும் எழுதியும் பேசியும் வந்தவர் சிங்காரவேலர். தம் வாழ்நாளின் இறுதிவரை இதனைக் கடைப்பிடித்து வந்தவர் அவர். அவரொரு முழு முதற் சிந்தனையாளர்.

"மூலதனத்தின் பொருள் புரிந்ததும் அவனால்
புதுவுலகைக்கான முளைத்ததும் அவனால்
கோலப் பொதுவுடைமை கிளைத்ததும் அவனால்
கூடின அறிவியல், அரசியல் அவனால்
கடல்வான் ஆழ்அகலக் கல்வியைக் கற்றவன்
கண்ணாய் உயிராய்த் தமிழர்க் குற்றவன்

"போர்க்குணம் மிகுந்தநல் செயல் முன்னோடி
பொதுவுடைமைக் கேகுக அவன்பின்னோடி"

என்று போற்றினர் புரட்சிக்கவிஞர் பாரதிதாசன். இதிலுள்ள ஒவ்வொரு அடியும் சிங்காரவேலரின் ஆளுமையைக் காட்டுவதாகும். இக்கவிதைக்கு இதுகாறும் விளக்கியதே சிறந்த விளக்கம் எனலாம். அவர் 76- வயதைக் கடந்தபோதும் எழுதிக்கொண்டே இருந்தார். ஓயாது உழைத்தார்; 1937- முதல் 1946-வரை பல முறை நோய்க்கு ஆளானார். அவ்வப்போது பக்கவாத நோயாலும் பாதிக்கப்பட்டார். அவருக்கு நுரையீரலில் சளி மிகுந்திருந்ததால் அடிக்கடி நோய்வாய்ப்பட்டார். எனினும், அந்நிலையிலும் நேரம் கிடைக்கும்போது பொதுத்தொண்டில் ஈடுபட்டுக்கொண்டே இருந்தார். அவரது சிந்தனை அடித்தட்டு மக்களை எண்ணியே மையமிட்டுக்கொண்டிருந்தது. தலித் மக்களின் முன்னேற்றத்தை அவர் பெரிதும் விரும்பினார். அம்மக்களுக்காக 1925-ஆம் ஆண்டில் பொதுவுடைமை இயக்கத்தைத் தொடங்கும்போதே கருத்துத் தெரிவித்துள்ளார். அவர்களின் உண்மையான விடுதலையைக் குறித்துப் பல கட்டுரைகளை வரைந்துள்ளார். வர்ணாசிரம பேதங்களை மட்டுமன்றி, வேதம், பகவத்கீதை, அத்வைதம் ஆகியவற்றைப் பற்றியும் தொடக்கக் காலத்திலேயே சரியான சிந்தனையைக் கூறியவர் அவர்; அதாவது **திலகர், காந்தியடிகள், மதன்மோகன் மாளவியா** போன்றோர் கீதையைப் போற்றிக்கொண்டிருந்த காலத்திலேயே, சிங்காரவேலர் அதனைப் பற்றிச் சரியான விமர்சனம் வைத்துள்ளார். அதிலும் அவரொரு முன்னோடியே ஆவர்.

பெரிய தொழிற்சங்கங்களில் மட்டுமல்லாமல், அலுமினியத் தொழிலாளர் சங்கம், கழிவுநீர் அகற்றுவோர் சங்கம், துப்புரவுத் தொழிலாளர் சங்கம் ஆகியவற்றிற்கும் அவர் உழைத்துள்ளார். எவற்றிலும் பாகுபாடு பார்க்காமல் எளியவர்களுக்காக உழைத்த பெருமகன் அவர். தம்முடைய 84 வயதிலும் தம் தொண்டை மறந்தார் அல்லர். 1945-ஆம் ஆண்டில் சென்னை அச்சுத் தொழிலாளர் சங்க மாநாட்டில் அவர் பேசிய பேச்சு மிகக் குறிப்பிடப்பட வேண்டியதாகும்.

"இப்போது எனக்கு வயது 84. எனினும் தொழிலாளி வர்க்கத்துக்கு என் கடமையைச் செய்ய நான் இங்கு வந்துள்ளேன். உங்களிடையே இருந்து உங்களுடன் ஒருயிராக, உங்களில் ஒருவனாக இருப்பதைக்காட்டிலும் எதை நான் விரும்ப முடியும்?"

இப்பேச்சிலிருந்து அவரது இயல்பையும், எளிமையையும், தொழிலாளர் உணர்வையும் தெள்ளிதின் உணரலாம். முதுமையும் நோயும் அவரை எவ்வளவு வருத்தினாலும் "என் கடன் பணி செய்து கிடப்பதே" என்பதில் அவர் உறுதியாக இருந்துள்ளார் என்பதை மேற்குறித்த அவரது பேச்சிலிருந்து உணரலாம். கார்ல் மார்க்ஸ் ஒருமுறை கூறியதை ஈண்டு ஒப்புநோக்க வேண்டும்.

"If we have chosen the position in life in which we can most of all work for mankind, no burdens can bow us down, because they are sacrifies for the benifit of all"

("மனிதகுலத்தின் நன்மைக்காக நாம் சிறப்பாகப் பாடுபடுவதற்குரிய வேலையை நாம் தேர்ந்தெடுத்துவிட்டால் அதன் எந்தச் சுமையும் நம்மை அழுத்த முடியாது. ஏனென்றால் அது எல்லோருடைய நன்மைக்காகவும் செய்யப்படுகிற தியாகம்.")

மார்க்சின் இந்தக் கூற்றை நோக்கினால், சிங்காரவேலர் மார்க்சை அடியொற்றி எவ்வாறு சிந்தித்துள்ளார் என்பதை உணரலாம். இதுதான் பொதுவுடைமைவாதியின் இயல்பு. பொதுவுடைமைவாதியாக இருந்ததால், உலகக் கண்ணோட்டம் உடையவராகவும், உலக மனிதகுல நலத்தை விரும்புவராகவும் இருந்துள்ளார். உலக மக்கள் சுரண்டலிலிருந்தும் வறுமையிலிருந்தும் விடுபெற்று, சமத்துவத்துடன், வளமுடன் வாழ எவ்வாறு விரும்பினாரோ அவ்வாறே உலக மக்கள் போரின்றி, சமாதானத்துடன் வாழவும் விரும்பினர். 1925-ஆம் ஆண்டிலேயே அவர், நகராண்மைக் கழகப் பள்ளிகளில் போர் பற்றிப் பாடங்கள் இருக்கக்கூடாதெனத் தீர்மானம் கொண்டுவந்ததோடு மட்டுமின்றி, நகராண்மைக் கழக வாயிலில் இருந்த போர்க்கருவியான பீரங்கியை அப்புறப்படுத்த வேண்டும் என்றும் கூறினர். போர் அழிவைப் பற்றி அவர் எவ்வளவு ஆழமாகச் சிந்தித்துள்ளார் என்பதை இதன் மூலம் உணரலாம். இதுகாறும் மனித குலம்

கண்ட போர்களால் 300 கோடி மக்களும், அளவிட முடியாத செல்வங்களும் அழிந்துள்ளனவாக ஆய்வாளர்கள் கூறுகின்றனர். இரண்டாம் உலகப் போரின் போது சோவியத்து யூனியனுக்கும் ஜெர்மனிக்கும் இடையே நடந்த போரில் சோவியத்தைச் சார்ந்த இரண்டு கோடி வீரர்கள் கொல்லப்பட்டுள்ளனர். போரின் இந்தப் பேரழிவை நோக்கித்தான் லெனின் 1917-ஆம் ஆண்டிலேயே, சோசலிச ஆட்சி முறையும் உலக சமாதானமும் சோவியத்து மக்களுக்குப் பிரிக்க முடியாதவை என்று கொள்கைப் பிரகடனம் செய்தார்.

சிங்காரவேலர் இந்தப் பிரகடனத்தை நன்கு உணர்ந்தவர் அதனால்தான் அவர் 1925-குப் பிறகும் உலக சமாதானத்தைப் பற்றி மேலும் வலியுறுத்தி வந்தார். அவர் எழுதிய "யுத்தம் யுத்தம் யுத்தம்", "யுத்த நினைவுகள்" "போர்க்கோலம்" ஆயுதப் பரிகரணம்", "விடுதலைக்கு மார்க்கம்" ஆகிய கட்டுரைகள் உலக சமாதனத்தை வலியுறுத்துவன. உலகம் போரின்றி அமைதியுடன் வாழ அவர் பெரிதும் விரும்பினார். நுரையீரல் நோயும் பக்கவாதமும் அவரைப் படுக்கையில் ஆழ்த்தியது. அப்பெரியார் இறக்கும்போதுகூட உலக சமதானத்தையே எண்ணியுள்ளார். அவர் உயிர் பிரியும்போது அவரது உதடுகள் உச்சரித்த சொற்கள் எவை தெரியுமா?

> "Let there be no more war; Let there be
> Peace in the World"
>
> "இவ்வுலகில் மேலும் போர் வேண்டா; உலகம்
> அமைதியில் வாழட்டும்"

இறப்பிலும் அப்பெருமகனாரின் வாய் போரில்லாத உலகத்தை உச்சரித்திருக்கிறது எனில், அவரது மாந்த நேயம் எத்துணைச் சிறந்தது என்பதை எளிதில் உணரலாம். வாழும் போதும் மக்கள் நலம்; இறக்கும்போதும் மக்கள் நலம்; இவரன்றோ மக்கள் தலைவர்!

2

இரு பெரும் நண்பர்கள்

சிந்தனைச் சிற்பி ம. சிங்காரவேலர் சுதந்திரப் போராட்ட வீரராகவும், தொழிற்சங்க இயக்க முன்னோடியாகவும், இந்தியப் பொதுவுடைமை இயக்கத்தின் முன்னோடிகளுள் முக்கிய மானவராகவும் விளங்கியவர். இவரைப் பலரும் அறிவர். பொதுவுடைமை இயக்கத்தினரோ மிகவும் நன்கு அறிவர். ஆனால், சிங்காரவேலரின் நண்பரும், சிறந்த பொதுவுடைமை வாதியாக விளங்கிய தோழர் **சத்பூரி சக்லத்வாலாவை** (28-3-1874 - 17-1-1936) இந்தியாவில் பெரும்பாலோர் அறியார். இந்தியாவிலருந்து வெளியேறி வெளிநாட்டுக் குடிமகனாக இருந்துகொண்டு, இந்திய மக்களின் முன்னேற்றத்திலும், இந்திய விடுதலையிலும் ஆழ்ந்த அக்கறை கொண்ட அவரைப் போன்ற ஓர் அரிய தலைவரை, பாட்டாளி மக்களின் தோழரைக் காண்பது மிக அரிது. காலமெல்லாம், ஏழை - எளிய மக்களுக்காகவும், பாட்டாளிகளுக்காகவும் வாழ்ந்த அப்பெருமகனாரை இந்தியமக்கள் அறியாமலிருப்பது ஒரு சோகமே யாகும். அவர் யார்? அவர் வரலாறு என்ன? அவரது தொண்டு என்ன? இவை யாவும் நாம் நன்கறிய வேண்டினவாகும். வரலாற்றில் வரலாறு படைத்த இம் மாமனிதரை நன்கு அறிவது நம் மக்களின் இன்றியமையாத கடமையாகும். கடனாகும்.

தோழர் சக்லத்வாலா மும்பையில் (பம்பாய்) ஒரு பார்ஸி குடும்பத்தில் பிறந்தவர். இந்தியாவில் முதல் இரும்பாலையைத் தொடங்கிவரும், அக்காலத்தில் இந்தியாவின் முதல் செல்வந்தராகவும் இருந்த ஜே. ஆர். டாடாவின் சகோதரியின் மகனே சக்லத்வாலா ஆவர். பம்பாயிலுள்ள புனித சேவியர் உயர்நிலைப் பள்ளியிலும், பின் அக் கல்லூரியிலும் படித்துப் பட்டம் பெற்றவர். படிக்கும்போதே சிறந்த மாணவராகவும், கூரிய அறிவும், சொல்வன்மை உடையவராகவும் விளங்கியவர். விவாதங்களில் வெல்லற்கரிய வீறுமிக்க மனிதராகவும் அவர்

இருந்தார். கல்லூரிப் படிப்பை முடித்ததும், தொழில் துறையில் ஈடுபட்டு, தம் மாமாவின் (டாடாவின்) இரும்பாலைத் தொழிலுக்கு உறுதுணையாக இருந்தார். குறிப்பாக, நாட்டின் பல பகுதிகளுக்குச் சென்று கனிம வளம் (இரும்பு) தேடும் பணியில் ஈடுபட்டார். பீகார், ஒரிஸ்ஸா ஆகிய மாநிலங்களின் காட்டுப் பகுதிகளுக்குச் சென்று, கனிம ஆய்வுப் பணியில் ஈடுபட்டுப் பல அரிய தகவல்களைத் திரட்டி உதவினார். இப்பணிகளுக்கிடையே சுதந்திரப் போராட்டத்தை அக்கறையுடன் கவனித்து வந்தார்.

அக் காலத்தில் காங்கிரசு இயக்கத்தின் சுதேசி இயக்கம் பம்பாயில் வலுப்பெற்று வந்தது. அவ்வியக்கத்தில் தீவிரவாதப் போக்கும் வளர்ந்துகொண்டிருந்தது. அக் காலத்தில் விடுதலைப் போராட்டம் எழுச்சிப் பெற்று வந்தது. மக்களும் பெரும் ஈடுபாட்டுடன் பங்கேற்று வந்தனர். இந்நிலை சக்லத் வாலாவையும் ஆட்கொண்டது. வெள்ளையர்கள் இந்த நாட்டை விட்டு உடனே வெளியேற வேண்டுமென்று அவரும் விரும்பினார். இந்தியா விடுதலை பெறுவது தவிர்க்க முடியாதவொன்று எனவெண்ணி அவரும் தன்னால் இயன்ற பணிகளைச் செய்து வந்தார். இந்நிலை டாடா குடும்பத்தினருக்குப் பிடிக்கவில்லை. பிரிட்டிஸ் ஆட்சியினருக்குப் பிடிக்காத ஒருவர், தங்கள் நிறுவனத்தில் இருந்தால் தேவையற்ற சங்கடங்கள் ஏற்படுமென அக் குடும்பத்தினர் கருதினர். அதனால் இங்கிலாந்திலுள்ள டாடாவின் கிளை நிறுவனத்துக்கு அவர் அனுப்பப்பட்டார். அவர், தமது 31-ஆம் வயதில் 1905-ஆம் ஆண்டில் இங்கிலாந்தை அடைந்தார். முதலில் அவர் மாஞ்செஸ்டர் நிறுவனத்திலும், பின்னர் லண்டன் மாநகரிலுள்ள டாடா கிளை நிறுவனத்திலும் பணிபுரிந்தார். அப்பணியில் இருந்துகொண்டே அரசியலில் தீவிர ஆர்வம் காட்டலானார். இந்தியாவில் இருக்கும்போது அவரிடம் தோன்றிய அரசியல் கனல், இங்கிலாந்திலும் பெருகித் தழல்விடத் தொடங்கியது.

இங்கிலாந்தில் அக்காலத்தில் இரு முக்கியக் கட்சிகளாக கன்சர்வேடிவ் கட்சியும், லிபரல் கட்சியும் விளங்கின. கன்சர்வேடிவ் கட்சி பிரபுக்களின் கட்சியாகவும், லிபரல் கட்சி, புதுப் பணக்காரர்களின் கட்சியாகவும் விளங்கின. தொழிற்புரட்சியில் தலைதூக்கிப் புதுப் பணக்காரர்களின் நலன்களைப் பிரதிபலித்த லிபரல் கட்சி, சுதந்திரம், சமத்துவம்,

சகோதரத்துவம் ஆகிய கோட்பாடுகளையும் தம் நலனுக்கேற்பப், பறைசாற்றி வந்தது. அதே நேரத்தில் மக்கள் நலன்களைப் பற்றியும், உரிமைகளைப் பற்றியும் அக்கட்சி மேலெழுந்தவாறு பேசி வந்தது. டாடா நிறுவனத்தாரால், சக்லத்வாலா முதலில் அக் கட்சியில் சேர்க்கப்பட்டார். சக்லத்வாலா அக்கட்சியில் சேர்ந்த காலத்தில், லிபரல் கட்சி பெரும்பான்மை இடத்தைப் பெற்று அமைச்சரவையை அமைத்தது. இந்தக் கட்சியின் ஆட்சியில் இந்தியாவுக்கு பலன்கள் கிடைக்குமென இந்தியாவின் மிதவாதத் தலைவர்களும் நம்பியிருந்தனர். ஆனால், அந்த அமைச்சரவைக் காலத்தில்தான் **மார்லி பிரபு** என்பவர் இந்திய விவகாரத்துறை அமைச்சராக இருந்தார்.

இக்கால கட்டத்தில்தான் **கோகலேவும் லாலா லஜபதிராயும்** தூதுக் குழுவாகச் சென்று லிபரல் அமைச்சரவையைச் சந்தித்து இந்தியாவின் நலன் பற்றிப் பேசினர். அதற்குப் பின் கோகலேயும் தனியாக ஒரு முறை சென்று விவாதித்து வந்தார். இரு சந்திப்புக்குப் பின்னரும், இந்தியாவுக்கு ஒரு நலனும் ஏற்படவில்லை. ஆனால், மாறான வேறு விளைவுகள் ஏற்பட்டன. மார்லி பிரபுவைக் கோகலே சந்தித்த பின்னரும், வங்கப் பிரிவினையில் அவர் விட்டுக்கொடுப்பவராக இல்லை. மாறாக, "வங்கப் பிரிவினை முடிந்துவிட்ட ஒன்று" என்று உறுதியாக அவர் கூறினார். மேலும் அரசியல் சீர்திருத்தம் என்று ஒன்றைக் கொண்டுவந்து இசுலாமியர்களுக்குத் தனித் தொகுதிகளை ஏற்படுத்தி, இந்து - முஸ்லிம் பிரிவினைக்கு ஊக்கமளித்தார். இவற்றால் காங்கிரசு தலைவர்கள் பெரிதும் நம்பிக்கை இழந்தனர். லிபரல் கட்சியினர் மீது அவர்களுக்கு அவ நம்பிக்கை ஏற்பட்டுவிட்டது. இங்கிலாந்திலும் வேறு சில மாற்றங்கள் ஏற்பட்டன.

இக் காலகட்டத்தில் இங்கிலாந்து நாடாளுமன்றத்தில் தொழிலாளர் சார்பிலும் குரல் எழுப்பப்பட்டது. ஜான்பர்ன்ஸ், கீர்ஹார்டி ஆகியோர் தொழிலாளர் உறுப்பினர்களாகத் தேர்ந்தெடுக்கப்பட்டனர். இவர்களின் தொடர் பணிகளாலும், தொழிலாளர்களின் போராட்டங்களினாலும் பல நல் விளைவுகள் ஏற்பட்டன. குறிப்பாக, பல கட்சிகளைச் சேர்ந்த (தொழிலாளர் நலனில் அக்கறைகொண்டோர்) நாடாளுமன்ற உறுப்பினர்கள், தொழிற்கட்சி (Labour party) என்ற பெயரில் 1906-

ஆண்டிலிருந்து இயங்கலாயினர். அதாவது, தொழிற்சங்கப் பிரதிநிதிகளாக ஏழு பேரும், சுயேச்சைத் தொழிலாளர் கட்சிப் பிரதிநிதிகளாக இரண்டு பேரும், சோஷியல் டெமாக்ராடிக் கட்சிப் பிரதிநிதிகளாக இரண்டு பேரும், பேபியன் சங்கத்துக்காரராக ஒருவரும் ஆக மொத்தம் 12 உறுப்பினர்கள் தொழிற்கட்சியினராக இயங்கினர். இவர்கள் தொழிலாளர்களின் முன்னேற்றம் குறித்து மும்முரமாகப் பேசிப் பணியாற்றியதுடன், இந்தியர்களின் நலனுக்கும், கோரிக்கைக்கும் நல்லாதரவு நல்கினர். மேலே குறிப்பிடப்பட்ட கீர்ஹார்டிதான் 1908-இல் தமிழகத்துக்கு வருகை புரிந்து, தொழிலாளர் நலன் குறித்துப் பேசியவர். இவருடைய பேச்சும் தன்னைக் கவர்ந்ததாகவும், தொழிலாளர் இயக்கத்தில் தாம் ஈடுபடுவதற்கு அவரும் ஒரு காரணமாவார் என்று திரு.வி.க. தம் வாழ்க்கைக் குறிப்பில் குறிப்பிட்டிருப்பது எண்ணத்தக்கது. இந்தத் தொழிலாளர் கட்சியைக் குறித்துப் பாரதியார் இந்தியா இதழில் (10-11-1906-இல்) "இந்தியாவும் இங்கிலாந்திலுள்ள சோசலிஸ்ட் கட்சியும்" எனுந் தலைப்பில் கட்டுரை வரைந்திருப்பதும் சிந்திக்கத்தக்கது.

டாடா நிறுவனத்தாரால் லிபரல் கட்சியில் சேர்க்கப்பெற்ற சக்லத்வாலா நாளடைவில் அக் கட்சியின் போலித்தனத்தை நன்கு அறிந்தார். இங்கிலாந்தின் தொழிலாளர்களுக்கும், இந்தியாவுக்கும் லிபரல் கட்சியால் எவ்விதப் பலன்களும் ஏற்படப் போவதில்லை. எல்லாம் ஏமாற்று வித்தைகள் என்பதையும் அறிந்தார். இவற்றால் அக் கட்சியிலிருந்து விலகி, 1910-இல் சுயேச்சைத் தொழிற்கட்சியில் (Independent Labour Party) சேர்ந்தார். இந்தியாவின் தொழிலாளர் நிலையையும், இங்கிலாந்தின் தொழிலாளர் நிலையையும் நன்குணர்ந்த அவர், தொழிலாளர் நலன்களுக்காகத் தனியொரு அரசியல் கட்சியாக இயங்கிய அக் கட்சியில் தன்னை முழுமையாக ஈடுபடுத்திக்கொண்டார். அக்கட்சி, இங்கிலாந்து தொழிலாளர்களுக்கு மட்டுமன்றி, உலகத் தொழிலாளர்களின் ஒற்றுமைக்குக் குரல் கொடுக்கும் இயக்கமாகவும் இருந்ததால், அவ்வியக்கம் அடிமைப்படுத்தப் பட்ட நாடுகளின் விடுதலைக்கும் பாடுபடுமென்று சக்லத்வாலா நம்பினார். அதனால் ஈடுபாட்டுடன் அவர் உழைத்தார். அக்காலத்தில் அவர் அக்கட்சியில் இணைந்தது பற்றி **ரஜினி பாமிதத்** கூறியிருப்பது நம் கவனத்துக்கு உரியது.

“இந்திய மகனாகிய அவர், பிரிட்டிஷ் பாட்டாளிகளின் நிலையைக் கண்டு சர்வதேச சோசலிசத்திற்குப் போராடுவது அவசியம் என்று உணர்ந்து, அந்தப் போராட்ட அணியில் ஒரு போர்வீரனாகச் சேர்ந்தார்.”

தொழிற்கட்சியில் பணியாற்றிய அவர் 1915-ஆம் ஆண்டில் பிரிட்டிஸ் தொழிற்சங்க இயக்கத்திலும் சேர்ந்து பணியாற்றினார். இங்கிலாந்து நாட்டின் நேஷனல் கிளார்க்குகள் யூனியன் (National Union of Clerks) அமைப்பிலும், பொதுத் தொழிலாளர் சங்கத்திலும், கூட்டுறவு சங்கத்திலும் உறுப்பினராகச் சேர்ந்து, அனைத்துத் தொழிற்சங்கப் பணிகளிலும் ஈடுபட்டு உழைக்கலானார். 1917-ஆம் ஆண்டில் சோவியத் புரட்சி வெற்றி பெற்றதும், அந்நாடு உலக சமாதானத்துக்கும், போர் நிறுத்தத்துக்கும் அறைகூவல் விடுத்ததுடன், அடிமைப் படுத்தப்பட்ட எந்த நாடும் சுய உரிமை பெறுவதற்கு உரிமை உண்டென்றும், அயல்நாடுகளின் தலையீடின்றி தம் நாட்டின் அரசியல் கொள்கைகளை வகுத்துக்கொள்ளலாம் என்றும், கொள்கையாகப் பிரகடனப்படுத்தியது. சோவியத்தின் இந்த அறிவிப்பு சக்லத்வாலாவை மிகவும் கவர்ந்தது. ருஷ்ய நாட்டைப் பற்றியும், அதன் புரட்சியைப் பற்றியும், ஏகாதிபத்தியவாதிகள் வீணான புரளிகளையும், புரட்டுகளையும் கூறியபோது அவற்றிற்கு நேருக்கு நேர் நின்று போராடியவர் அவர். குறிப்பாக 1918-ஆம் ஆண்டில் ரஷ்யாவைப் பற்றிய தகவல் தரும் மக்கள் நிலையம் People & Russian information Bureau) எனும் அமைப்பில் முக்கிய உறுப்பினராக இருந்துகொண்டு, ருஷ்யப் புரட்சியைப் பற்றி உண்மைத் தகவல்களை நன்முறையில் நாடறிய அவர் ஆற்றிய பணி மிகப் பெரிது. இதற்கு அவரின் சொல் வன்மை பெரிதும் துணைநின்றது. சர்லத்வாலா சிறந்த பேச்சாளர். ஆங்கில மொழியை மிக அருமையாகக் கையாளும் திறன்கொண்டவர், வாதம் செய்வதில் வல்லவர்; தூங்கிக் கொண்டிருப்பவரையும் தட்டியெழுப்பும் வன்மைமிக்க பேச்சு அவர் பேச்சாகும் என்பர் பலர். அவருடைய வாதத்திறமையைப் பற்றி ஒரு நிகழ்ச்சியின் வாயிலாக ரஜினி பாமிதத் குறிப்பிட்டிருப்பது ஈண்டு நோக்கத்தக்கது.

“இந்தியாவில் உப்பு வரியை எதிர்த்து காந்திஜி சத்தியாக்கிரகப் போர் நடத்திய காலத்தில் ஒருநாள் இங்கிலாந்தில் அப்போது

வேனிற்காலம். பார்லிமெண்ட் அங்கத்தினர்கள் பார்லிமெண்ட் கூடும் சபை மாளிகையின் மேல் மாடியில், அவர்களுக்கு விருப்பமான ஐஸ்கிரிம் சாப்பிட்டுக் கொண்டிருந்த சமயம், இந்தியாவைப் பற்றி ஏதோ பேச்சு நடந்தது. அச்சமயம் அங்கிருந்த சக்லத்வாலா உப்புக் காய்ச்சும் போராட்டத்தைப் பற்றி விளக்கினார். "உப்பு என்பது என்ன தெரியுமா? நீங்கள் ஆவலுடன் அள்ளிப் பருகும் ஐஸ்கிரிம் அல்ல; யாருமே அதை அள்ளிக் கொட்டிக்கொள்ள முடியாது என்று உங்களுக்குத் தெரியாதா?" என்றார். அப்படிக் கூறியது இந்தியருடைய ஏழ்மை நிலை எத்தகையது எவ்வளவு அவசியமான ஆனால் ஓரளவுக்கு மட்டுமே உட்கொள்ளக்கூடிய பொருள் அது. அதன் மீது விதித்திருந்த வரி எவ்வளவு பெரிய சுமை என்பதை வெகு சாமர்த்தியமாக அந்தச் சமயத்தில் எடுத்துரைத்தார்."

சக்லத்வாலா இவ்வாறு கூறியதில் பல பொருள்கள் மறைந்துள்ளன. அதாவது, ஐஸ்கிரிம் சாப்பிடும் செல்வந்தர்களுக்கு (ஆதிக்கவாதிகள்) உப்பைப் பற்றி என்ன தெரியும் என்ற எண்ணமும் உள்ளது; அதேபோழ்து கவலையின்றி ஐஸ்கிரிம் உண்டுகொண்டே உப்பைப் பற்றி விவாதிப்பதால் அவர்களின் ஈவிரக்கமற்ற உணர்வையும் புலப்படுத்துகிறது. மற்றும் மிக எளிய பொருளான உப்பின் மீதே வரி போடுகின்றவர்கள் எவ்வளவு கொடுமையானவர்கள் என்பதையும் உணர்த்துகிறது. மேலும், உப்பின் மீது வரிபோடும் ஆதிக்கவாதிகள் வேறு எந்தப் பொருளின் மீது போடாது இருப்பார்கள் என்ற வினாவையும் எழுப்புகிறது. அதாவது ஆதிக்கவாதிகள் எதிலும் தங்கள் சுரண்டலை நியாயப்படுத்துவார்கள் என்பதை அவர் நாசுக்காகக் கூறியுள்ளார். இவ்வாறு அவர் எப்போதும் சாதுர்யமாகப் பேசியதால் அவர் பேச்சைக் கேட்க பிரிட்டிஸ் தொழிலாளர்கள் கூட்டம் கூட்டமாகக் கூடிக் கேட்டதை அந்நாட்டுச் செய்தித் தாள்கள் பல நேரங்களில் குறிப்பிட்டுள்ளன. குறிப்பாக ருஷ்யாவைப் பற்றி அவர் பேசிய பேச்சைக் கேட்கத் தொழிலாளர்களும், பொதுமக்களும் பெருங் கூட்டமாகக் கூடியுள்ளனர்.

சக்லத்வாலாவும் பிரிட்டனிலிருந்த தொழிற்சங்கங்களும் சோவியத் யூனியனுக்குப் பெரும் ஆதரவைக் காட்டினர். இதன்

பயனாக, 1919-ஆம் ஆண்டில் ருஷ்யாவிலுள்ள பிரிட்டிஸ் துருப்புகளை வாபஸ் பெறவேண்டும் என்பதற்கு ஓரியக்கமே அங்குத் தோன்றியுள்ளது என்பதை ஆய்வாளர்கள் பதிவு செய்து உள்ளனர். மேலும் 1920-இல் சோவியத் குடியரசை பிரிட்டிஷ் அரசு பயமுறுத்தியபோது, பிரிட்டிஸ் தொழிலாளர் வர்க்கம் ஒருங்கிணைந்து போராட்டம் நடத்தி "ருஷ்யா மீது கை வைக்காதே! கை வைத்தால் பொது வேலை நிறுத்தம் செய்வோம்" என்று கடுமையான எச்சரிக்கை விடுத்தது. இத்தகு தீரச் செயல்களுக்கு அங்கிருந்த கம்யூனிஸ்ட் கட்சிக்கும், சக்லத்வாலாவுக்கும் பெரும் பங்கு உண்டு. பிரிட்டிஷ் தொழிலாளர்கள் இந்தியாவின்பால் ஆதரவு காட்டுவதற்குச் சக்லத்வாலா பெருங் காரணமாவார். 1918-டிசம்பரில் லண்டன் மாநகரில் ஒரு தொழிலாளர் மாநாடு நடந்தது. அம்மாநாட்டில் இந்தியத் தொழிலாளர் நலவுரிமைச் சங்கம்" (Workers Welfare league of India) என்ற நிறுவனத்தின் உறுப்பினர்களும் பிரிட்டனைச் சார்ந்த பல்வேறு தொழிற்சங்கத்தினரும் பங்கேற்றனர். அவர்கள் அனைவரும் இந்திய மக்கள் மற்றும் தொழிலாளிகள்பால் தத்தம் ஆதரவையும் அனுதாபத்தையும் காட்டியதுடன் பிரிட்டிஷ் அரசை எச்சரிக்கவும் செய்தனர். அக்கூட்டத்தில் சக்லத்வாலா பங்கேற்று அரிய உரையாற்றியுள்ளார்.

பிரிட்டிஷ் ஆட்சியில் இந்தியாவில் தொழிலாளர்கள் அனுபவிக்கும் கஷ்டங்களைத் துல்லியமாக வெளிப்படுத்தி யுள்ளார். அதாவது, பிரிட்டிஷ் தொழிலாளியின் வாரக் கூலியில் 5-இல் 1 பங்கைக்கூட இந்தியத் தொழிலாளி பெற முடியவில்லை யென்றும், இராணுவத்திலும் பிரிட்டிஷ்காரர் பெறும் ஊதியத்தில் 3-இல் 1-பங்குக்கும் கீழே இந்திய வீரர் பெறும் அவல நிலை உள்ளதென்றும், பம்பாய் நகரில் ஆண்டுக்கு 1000 பேரில் 100 பேர் கேவலமான நிலையில் இறக்கின்றனர் என்றும், 10 × 8 அடி அளவுள்ள ஒரு சிறு அறையில் எட்டுப்பேர் உண்டு உறங்கும் சோக நிலை இருப்பதாகவும், இந்தச் சூழ்நிலைகள் மாற்றப்பட வேண்டுமென்றும், அவற்றிற்கு இந்தியாவின் விடுதலை மிக முக்கியமென்றும் வலியுறுத்தியுள்ளார். இக் கூற்றிலிருந்து இந்திய நாட்டின் மீது அவர் எத்துணை அக்கறை கொண்டிருந்தார் என்பதை நன்கு உணரலாம். மேற்குறித்த கருத்தரங்கில் இந்தியப் பிரதிநிதியாக "இந்து" **கஸ்தூரி ஐயங்காரும்** கலந்து

கொண்டிருக்கிறார். அவர் சக்லத்வாலாவின் பேச்சைக் கேட்டு மகிழ்ந்து, அப்பேச்சின் சிறு பகுதியை 'இந்து' நாளிதழிலும் அவர் வெளியிட்டுள்ளார்.

தொழிலாளர் கட்சியில் பல ஆண்டுகள் சக்லத்வாலா தீவிரமாகப் பணியாற்றி வந்தார். நாளடைவில் அக்கட்சியில் வலது சாரிகள் ஆதிக்கம் பெறவே கட்சியில் இரு பிரிவுகள் ஏற்பட்டன. ஏகாதிபத்தியத்தை எதிர்த்து வெற்றி பெற்றுப் பாட்டாளிகளின் ஆட்சியை ஏற்படுத்திய மாமேதை **லெனின்** உலகப் பாட்டாளி வர்க்க ஒற்றுமைக்காக மூன்றாவது அகிலத்தை (Third International) ஏற்படுத்தினார். இந்த மூன்றாவது அகிலத்தில் தொழிற்கட்சியும் சேர வேண்டுமென்று சக்லத்வாலா கூறினார். அதற்காக முன்னின்று உழைத்தார். ஆனால் **ராம்சே மெக்டனால்டு** தலைமை அதனை ஏற்கவில்லை. ***எமிலிபேர்ன்ஸ், வால்டன் நியுபோல்டு, ரஜினி பாமிதத்*** ஆகியோர் 1921-ஆம் ஆண்டில் பிரிட்டன் பொதுவுடைமைக் கட்சியில் சேர்ந்தனர். இவர்களின் சேர்க்கையால் அக்கட்சி மேலும் வளர்ந்தது. இவர்களின் ஆதரவால் இந்தியச் சுதந்திரப் போராட்டத்திற்கு இங்கிலாந்தில் பொதுமக்களிடையிலும், தொழிலாளர் களிடையிலும் ஆதரவு மேலும் பெருகிறது.

1922-ஆம் ஆண்டில் லண்டனிலுள்ள பாட்டர்சி என்ற தொகுதியிலிருந்து சக்லத்வாலா தேர்தலில் தேர்ந்தெடுக்கப் பெற்றார். அத்தொகுதியில் தொழிலாளர்கள் சார்பாக அவர் தேர்ந்தெடுக்கப்பட்டார். அவரது வெற்றி இங்கிலாந்தில் மட்டுமன்றி, பிற நாடுகளிலும் மகிழ்ந்து பாராட்டப்பெற்றது.

---

* எமிலிபேர்ன்ஸ் இங்கிலாந்து நாட்டின் தலைசிறந்த மார்க்சிய சிந்தனையாளர். சக்லத்வாலா, பாமிதத் ஆகியோரின் கொள்கைக் கூட்டாளி. இவர், பொதுவுடைமை இயக்கத்தின் (CPGB) டெய்லி ஒர்க்கர் (Daily Worker) லேபர் மன்தலி (Labour Monthly) ஆகிய இதழ்களில் அரிய கட்டுரைகளை எழுதியுள்ளார். பல நூல்களையும் எழுதியுள்ளார். இவர் எழுதிய (Money, What is marxism) ஆகிய நூல்கள் முறையே பணம், மார்க்சிசம் என்றால் என்ன? எனும் பெயரில் மொழியாக்கம் செய்து என்.சி.பி.எச். நிறுவனத்தால் வெளியிடப்பட்டுள்ளன.

* ரஜினி பாமிதத்.

பம்பாய் நகரத்து அன்றைய ஆங்கில நாளிதழான பம்பாய் கிரானிகல் அவரது வெற்றியைப் பெரிதும் பாராட்டி அவரது வாழ்க்கைக் குறிப்பையும் வெளியிட்டுச் சிறப்பித்தது. இந்து நாளிதழும் 25-11-1922-அன்று தலையங்கத்தில் அவரது வெற்றியைப் பாராட்டியும், அவரது பேச்சின் சிறு பகுதியையும் வெளியிட்டுச் சிறப்புச் செய்தது. தமிழ் நாளிதலான சுதேசமித்திரன் இதழும் தலையங்கத்தில் அவரைப் பாராட்டி எழுதியிருந்தது. இவையெல்லாம் நம் கவனத்துக்குரியவை. சக்லத்வாலா தேர்தலில் ஒரு வீரனாக நின்றே வெற்றி பெற்றுள்ளார்.

அவரது தேர்தல் அறிக்கையில் அந்த வீரத்தைக் காணலாம். அந்த அறிக்கையில் இந்தியாவில் தொழிலாளர்களுக்கு மிகக் குறைவான சம்பளத்தைக் கொடுத்து அவர்களை அடிமை போல் பிரிட்டன் நடத்துகிறதென்றும், அதனால் இந்தியாவிலும், இங்கிலாந்திலும் தொழில்களை அந்நாடு முடமாக்கியிருக்கிற தென்றும், இந்தியா, எகிப்து, அயர்லாந்து ஆகிய நாடுகளின் விடுதலையில்லாமல் இங்கிலாந்து தொழிலாளர்களுக்கும் நல்வாழ்வு இல்லையென மிக வெளிப்படையாக அறிவிக்கப் பட்டிருந்தது. தேர்தல் காலத்தில் அவர், பிற நாடுகளிலுள்ள இங்கிலாந்தின் ஆதிக்கத்தை வெளியேற்றினாலன்றி, உலகத் தொழிலாளர்களுக்கு நல்வாழ்வு இல்லையென மிக வெளிப்படையாக அறிவித்திருந்தார். தேர்தல் காலத்தில் அவர், பிற நாடுகளிலுள்ள இங்கிலாந்தின் ஆதிக்கத்தை வெளியேற்றினாலன்றி உலகத் தொழிலாளர்களுக்கு முன்னேற்றம் இல்லையென்றும் கூறிவந்தார். இவ்வாறெல்லாம் மிக வெளிப்படையாகப்பேசியதால்தான் அவர் வெற்றிபெற்றுள்ளார். சக்லத்வாலா வெற்றி பெற்றதும் இந்து (Hindu) நாளிதழின் லண்டன் நிருபர் அவரைப் பேட்டி கண்டார். அப்போது அவர் கூறியன நம் சிந்தனைக்கு உரியன.

"இந்தியாவைப் பற்றிய மட்டும் எனக்கு முன்னர் நாடாளுமன்ற உறுப்பினர்களாக இருந்த இந்தியர்களைப் போல் (தாதாபாய் நௌரோஜி 1892லும், எம். எம். பவனாகிரி 1896-லும் நாடாளுமன்ற உறுப்பினர்களாக இருந்தனர்) நான் இருக்க விரும்பவில்லை. இந்தியத் தொழிலாளிகளின் தேவைகள், அவசர அவசியமானவைதான்; அது அவர்களுக்காக மட்டுமல்ல,

ஐரோப்பியத் தொழிலாளர்களின் நலனுக்காகவும் அவசரமானது என்ற வகையில் நான் இந்தியப் பிரச்சினையைப் பற்றிக் கவனம் செலுத்துவேன். இந்தியாவின் விடுதலையானது பிரிட்டனிலுள்ள தொழிலாளி வர்க்கத்தின் விடுதலைக்கே அவசியமானது; ஆங்கிலேயரது அரசியல் ஆதிக்கம் எள்ளவும் இந்தியாவில் இருக்கக்கூடாது. எனவே இந்திய அரசு (வெள்ளை ஆதிக்கம்) அரசியல் சட்டத்தில் (மாண்டேகு-செம்ஸ்போர்டு சீர்திருத்தம்) எனக்கு நம்பிக்கையில்லை. எந்தவொரு நாடும் பிறநாட்டை 10 நிமிடங்கள் கூட அடக்கியாள உரிமை கிடையாது. இந்த நிலையில் 10 ஆண்டுக்காலம் சோதனைத் திட்டம் என்று அரசியல் சட்டம் வகுப்பது கேலிக்கூத்து ஆகும்'' இந்து -11-1922.

இப்பேட்டியைக் கண்டால் இங்கிலாந்தில் இருந்து கொண்டே அதுவும் நாடாளுமன்ற உறுப்பினராகத் தேர்ந்தெடுக்கப் பெற்ற நிலையில், அவர் இங்கிலாந்தின் ஆதிக்கத்தை எத்துணைக் கடுமையாகச் சாடியுள்ளார் என்பதையும், இந்தியாவின் விடுதலை இந்தியாவுக்கு மட்டுமன்றி, இங்கிலாந்தின் தொழிலாளர் முன்னேற்றத்திற்கும் இன்றியமையாததென்று உரைப்பதையும் அறியலாம். எந்தவொரு நாடும் பிறநாட்டின் மீது ஆதிக்கம் செலுத்த அனுமதிக்கலாகாது என்பதில் அவர் எவ்வளவு அக்கறை கொண்டுள்ளார் என்பதையும் உணரலாம். இதுதான் ஒரு பொதுவுடைமையாளரின் உலகப் பார்வை; இதுதான் சக்லத்வாலாவின் அரசியல் பார்வை.

1922-ஆம் ஆண்டில் நாடாளுமன்ற உறுப்பினராகத் தேர்ந்தெடுக்கப்பெற்ற சக்லத்வாலா 1923-ஆம் ஆண்டில் தம் பதவியை இழந்தார். அந்த ஆண்டில் அமைச்சரவையை அமைத்திருந்த கன்சர்வேடிவ் கட்சி, தம் ஆட்சியைக் கலைத்ததால் இந்நிலை ஏற்பட்டது. 1923-ஆம் ஆண்டில் நடந்த தேர்தலில் (அதே தொகுதியில்) 186 ஓட்டுக் குறைவில் லிபரல் கட்சி வேட்பாளரிடம் அவர் தோற்றார். ஓராண்டில் அமைச்சரவை கலைக்கப்பட்டதால் 1924-ஆம் ஆண்டில் மீண்டும் பொதுத் தேர்தல் நடத்தப்பட்டது. இம் முறை பொதுவுடைமை இயக்கச் சார்பில் அதே தொகுதியில் நின்று லிபரல் கட்சி வேட்பாளரைவிட 400 ஓட்டுகள் மிகுதியாகப் பெற்று வெற்றி பெற்றார். கடந்த இரண்டு தேர்தல்களில், முதல் தேர்தலில் தொழிலாளர் கட்சி வேட்பாளராக நின்று வெற்றி பெற்றார்.

அடுத்த தேர்தலில் பொதுவுடைமைக் கட்சி உறுப்பினராக இருந்து தொழிலாளர் கட்சிச் சார்பில் நின்று தோல்வியுற்றார்; மூன்றாம் தேர்தலில் பொதுவுடைமைக் கட்சியில் நின்று வெற்றிபெற்றார். இக்காலத்தில், இங்கிலாந்தில் பல அரசியல் கொந்தளிப்புகளும் நெருக்கடிகளும் ஏற்பட்டன. சோவியத் ஒன்றியத்தின் மீது பல அவதூறுகளைக் கூறி, பொதுவுடைமை இயக்கத்திற்குக் களங்கத்தைப் பழமைவாதிகள் ஏற்படுத்திக் கொண்டிருந்தனர். இந்நிலையில் பல்வேறு நெருக்கடிகளையும் சோதனைகளையும் வென்றுதான் அவர் வெற்றி பெற்றார். இதற்குப் பெருங்காரணம், தொழிலாளர்கள் அவர்மீது கொண்ட நம்பிக்கையும் நல்லெண்ணமும்தான். இந்த நம்பிக்கையும் நல்லெண்ணமும் அவர்மீது இறுதிவரை இருந்தன. தொழிலாளர்கள் மட்டுமே அல்லாமல், கருத்து வேறுபாடு கொண்ட பிற கட்சியினரும் அவர் மீது மதிப்புக்கொண்டு பழகினர். 1924-ஆம் ஆண்டில் அவர் தேர்ந்தெடுக்கப் பெற்ற போது தொழிலாளர் கட்சியின் செய்தி இதழான டெய்லி ஹெரால்டு (Daily Herald) கீழுள்ளவாறு அவரைப் பற்றிக் குறிப்பிட்டிருந்தது.

"சக்லத்வாலா இந்தியாவிலிருந்து வந்த மனிதர் இன்றுவரை நாடாளுமன்ற உறுப்பினராகத் தேர்ந்தெடுக்கப்பெற்ற இந்தியர்களில் இவர் மூன்றாவது இந்தியர். எனினும் தொழிற் கட்சி வரிசையில் உட்காரும் முதல் இந்தியர். இன்றைய லண்டன் நாடாளுமன்றத்தில் அங்கம் வகிக்கும் ஒரே இந்தியர்.

அழகான உடலமைப்பு; வசீகரமான பார்வை; பளபளப்பான கண்விழிகள்; அகண்ட நெற்றி; அச்சிட்டு வார்ப்படம் செய்தது போன்ற லட்சணங்கள்; ஆகியவற்றை உடையவர். சாதாரண ஆங்கிலேயரை விடச் சற்றுக் குறைவான உயரம்; ஆனால், அவர் நடை உடை பாவனையெல்லாம் நல்லதொரு உறுதி படைத்தவர் என்பதைக் காட்டுகிறது. தொழிலாளர் இயக்கத்தில் அவர் ஆற்றி வந்துள்ள பணியைப் பற்றி அறியாத சிலருக்கு அவர் ஏதோவொரு விதமான பிறவி என்ற எண்ணம் இருந்தது. ஆனால் இப்போது அவர் விவாதத்தில் வல்லவர் என்ற பெயருடையவராகி விட்டார். கேள்வி நேரத்தில் அவர் மிகச் சூடிகையான திறம் படைத்தவர்; ஊக்கமிகுந்த பொதுஜன ஊழியர் என்பதும் விளங்குகிறது.

"ஆங்கில மொழியில் பேசுவதில் அவரைப் போன்று சொல்லாட்சி கொண்டவர் யாருமில்லை எனலாம். தயக்கம் ஏதும் கிடையாது; சொற்களைத் தேடி நிற்கும் பேச்சாளரல்ல; சரளமாகச் சொற்களை அவர் மொழிவார். இந்தச் சர்க்கார் (கன்சர்வேடிவ் கட்சி) வேலையில்லாத் திண்டாட்டத்தைச் தொழிற்கட்சி கொண்டுவந்து இரவு முழுவதும் விவாதம் நடத்திய சமயத்தில் அவர் பேசியபோது தம் கருத்துகளை எடுத்துரைப்பதிலோ அவற்றை எடுத்துக்காட்ட உதாரணங்களைத் தருவதிலோ அரைக்கணம்கூட அவர் சொல்லைத் தேடித் தயங்கியதில்லை."

"அவரது வாழ்க்கை தன்னலமற்றது. பம்பாய் நகரத்துப் பணக்காரப் பார்சி குடும்பத்தில் பிறந்த அவர் பிரிட்டிஸ் தொழிலாளி வர்க்கத்தின் இயக்கத்தில் முழுமூச்சுடன் ஈடுபட்டிருப்பவர். உலகனைத்திலுமுள்ள உலகத் தொழிலாளர் இயக்கத்தின் ஒரு பகுதியாக இந்தியப் பாட்டாளிகளையும் கொண்ட ஓர் உலக அணியின் பகுதியாகப் பிரிட்டிஷ் தொழிலாளி இயக்கத்தை வழிநடத்த இடையறாது பாடுபடுவர் அவர்."

பிரிட்டிஷ் தொழிலாளி வர்க்கம் குடும்பமொன்றில் அவர் தம் வாழ்க்கைத் துணைவியை மணந்தார். ஐந்து குழந்தைகளுடன் இங்கிலாந்திலேயே வாழ்ந்துவரும் இந்தியர் அவர்."

இந்தக் குறிப்பை நோக்கினால், அவரது நாவன்மையையும், அரிய உழைப்பையும், அயராத தொண்டையும், எளிமையையும் நன்கு உணரலாம். சுருங்கக் கூறவேண்டுமாயின், அவர் நாடு போற்றும் நாவலர்; தொண்டால் பொழுதளந்த தொண்டர் நாயகம் எனலாம். அவரது போராட்ட உணர்வுக்கு ஒன்றை எடுத்துக்காட்டாகக் கூறலாம். இங்கிலாந்தில் 1922-ஆம் ஆண்டிலிருந்தே ஆள்குறைப்பும் சம்பளக் குறைப்பும் தொடர்ந்து நடந்துகொண்டே இருந்தன. இந்நெருக்கடி ஆண்டுக்கு ஆண்டுக்கு முற்றி 1926-ஆம் ஆண்டில் பெரும் நெருக்கடியை உண்டாக்கியது. இந்நெருக்கடியை முடிவுக்குக் கொண்டுவரப் பல்வேறு வேலை நிறுத்தங்கள் தொடங்கப்பெற்றன. முதலில் சுரங்கத் தொழிலாளர்கள் வேலை நிறுத்தத்தைத் தொடங்கினர். துறைமுகத் தொழிலாளரும், எஃகுத் தொழிலாளரும் வேலை நிறுத்தத்தைத் தொடங்கினர். பின்னர் யாரும் விடுபெறவில்லை

என்ற நிலையில் எல்லாத் தொழிலாளர்களும் ஈடுபட்டனர். இந்த வேலை நிறுத்தத்தைத் தலைமையேற்று ஆளுவோர் அஞ்சி நடுங்கும் வகையில் நடத்தியவர் சகலத்வாலா. இந்த வேலை நிறுத்தம் நடந்துகொண்டிருந்த காலத்திலேயே 1-5-1926-இல் அன்று லண்டனிலுள்ள ஹைடு பரெக் திடலில் மே நன்னாளைக் கொண்டாடும் முறையில் தொழிலாளர்களிடையே அரிய பொழிவை நிகழ்த்தியுள்ளார். இதனால் அவர் கைது செய்யப் பெற்று இரு திங்கள் சிறையில் அடைக்கப்பட்டார். இச் செய்தியைச் **சுதேசமித்திரன்** 7 - 5- 1926-இல் செய்தியாக வெளியிட்டிருக்கிறது. அவர் எந்நாளும் தொழிலாளர் துயர் நீக்கும் தொண்டராகவும் புரட்சிக்காரராகவுமே இருந்தார். இதற்கு மற்றொரு நிகழ்வும் சான்றாக உள்ளது.

1925-ஆம் ஆண்டில், உலக நாடாளுமன்ற மாநாடு அமெரிக்காவில் நடந்தது. இம் மாநாட்டிற்கு இங்கிலாந்தின் பிரதிநிதிகளில் ஒருவராகச் சக்லத்வாலாவும் அமெரிக்காவுக்குச் செல்ல இருந்தார். முதலாளித்துவத்தின் ஏகபோக அரசான அமெரிக்க அரசு, அவரை அந்நாட்டில் இறங்கிப் பயணம் செய்யத் தடைவிதித்தது. இதனால், அவர் அம்மாநாட்டில் கலந்துகொள்ள முடியாத நிலை எற்பட்டது. அதாவது அவருக்குக் கடவுச் சீட்டுக் (விசா) கொடுக்கவே அமெரிக்க அரசு மறுத்தது. இதுபற்றி அமெரிக்க அமைச்சர் **கெல்லாஸ்**, கருத்துத் தெரிவிக்கும்போது "புரட்சிக்காரர்களை எங்கள் நாட்டில் வந்திறங்க நாங்கள் எப்போதும் அனுமதிப்பதில்லை." என்றார். இதிலிருந்து சக்லத்வாலாவின் போர்க்குணம், புரட்சியுணர்வு எங்கெல்லாம் பரவியிருந்தது என்பதை நன்கு உணரலாம். விவேகமும் வேகமும் மிகுந்த மாமனிதராக அவர் இருந்ததால்தான் சிங்காரவேலர் அவருடன் நட்புக்கொண்டவராக இருந்தார்.

சிங்காரவேலரைக் காட்டிலும் சக்லத்வாலா 14 வயது இளையவராயினும், சிங்காரவேலர் அவரையொரு தலைவராகவே மதித்துப் போற்றினார். இருவருக்கும் நெடுங்காலம் கடிதத் தொடர்பு இருந்து வந்துள்ளது. 1925-ஆம் ஆண்டில் கான்பூரில் பொதுவுடைமை இயக்கம் தொடங்கப் பெற்றபோது அம்மாநாட்டில் சக்லத்வாலாவை அழைத்துக் கொடியேற்ற வைக்கவே அனைவரும் முடிவெடுத்து இருந்தனர். ஆனால், சக்லத்வாலா மாநாட்டில் கலந்துகொண்டால், இந்தியாவில்

மாறான விளைவுகள் ஏற்படுமென எண்ணி, பிரிட்டிஷ் அரசு அவரை இந்தியாவுக்கு அனுப்ப மறுத்தது. அவர் அம்மாநாட்டிற்கு வர முடியாததால், சிங்காரவேலர் அவருக்கு மாற்றாகத் தலைமையேற்றுக் கொடியேற்றி வைத்தார். பிரிட்டிஷ் அரசு தன்னை இந்தியாவுக்குச் செல்ல அனுமதிக்காததால் சக்லத்வாலா அரசின் முடிவைக் கண்டித்து, நீண்ட கடிதம், எழுதி இந்தியாவுக்குச் செல்ல அனுமதியளிக்கக் கேட்டிருந்தார். அக்கடிதத்தின் ஒரு பகுதியைக் கீழே காணலாம்.

"ஒரு பிரிட்டிஷ் குடிமகன் சுதந்திரமான குடியேற்ற நாட்டுக்குப் போவதாயிருந்தால், அந்தச் சுதந்திரமான குடியேற்ற நாட்டு அரசிடம், அவரது அரசியல் பற்றிக் கலந்தறிவது என்பது நான் புரிந்துகொள்ளக் கூடியதாகும். ஆனால், இந்தியா விஷயத்தில் இன்றைய நிலை என்ன? அந்த நாட்டில் நடக்கும் நிர்வாகத்தைப் பற்றியும், அங்குக் கையாளப்படும் அரசியல் கொள்கைகளைப் பற்றியும் மேற்பார்வையிடுவற்கு பிரிட்டிஷ் மக்களால் தேர்ந்தெடுக்கப்பட்ட பிரிட்டிஷ் நாடாளுமன்றத்துக்கு பொறுப்புண்டு என்று கூறப்படுகின்றது. இந்த நிலையில் இந்தியாவிலுள்ள நிர்வாகத்திடம் ஒரு பிரிட்டிஷ் நாடாளுமன்ற உறுப்பினர் அந்நாட்டுக்கு வருவது பற்றி அனுமதி பெற வேண்டுமென்பது கேலிக்கூத்து; விந்தையிலும் விந்தையாக இருக்கிறது.

இந்தியாவுக்கு நான் சென்று வரும் அரசியல் பணியானது என்னுடைய நாடாளுமன்ற உறுப்பினர் கடமை என்பதைச் சார்ந்ததாகும். நான் கம்யூனிஸ்ட் கட்சி அரசியலுடையவன் என்பதைக் கூறுவது சரியன்று; லிபரல் அல்லது கன்சர்வேடிவ் அல்லது தொழில் கட்சி உறுப்பினராகவுள்ள இன்னொரு நாடாளுமன்ற உறுப்பினருடைய கடமையினின்று இது எந்த வகையிலும் மாறுபட்டதாகாது.

எனவே, ஒரு நாடாளுமன்ற உறுப்பினன் என்ற வகையில் எனக்குள்ள நியாயமான உரிமைகளிலும், பணிகளிலும் குறுக்கிடும் வகையில், உங்கள் கட்சி வெறுக்கின்ற அல்லது கண்டு மருளுகின்ற ஒரு கட்சிக்காரன் என்பதால், அதில் குறுக்கிடும் வகையில் தங்கள் அரசாங்கம், எதனையும் செய்யாமல், என்னுடைய சுற்றுப்பயணம் நடந்தேற விடுவீர்கள் என்று நம்புகிறேன்"

-சக்லத்வாலா

இந்தக் கடிதத்திற்குப் பின்னர் நீண்ட ஆய்வுக்குப்பின் அவர்க்கு அனுமதி வழங்கப்பட்டது. ஆனால், அதிலும் ஒரு தடையை வைத்தது. அதாவது, அவர் பலமுறை இந்தியாவின் விடுதலையைப் பற்றிப் பேசியது போன்றே எகிப்து, அயர்லாந்து ஆகியவற்றின் விடுதலையையும் பேசி வந்தார். அதனால் இந்தியாவுக்குச் செல்லும்போதும், திரும்பும்போதும் அவர் எகிப்தில் தங்குவதற்குத் தடை விதித்திருந்தது. எனினும், எப்படியேனும் இந்தியாவுக்குச் செல்லவேண்டும் என்பதில் உறுதியாக இருந்தார். சிங்காரவேலரும், ஏனைய பொதுவுடைமை இயக்கத் தலைவர்களும், அவர் எப்படியேனும் இந்தியாவிற்கு வருகைபுரிந்து இந்திய நிலையை அறிய வேண்டுமென்று பலமுறை அவரை வற்புறுத்தி வந்திருந்தனர். 1925-ஆம் ஆண்டில் கான்பூர் பொதுவுடைமை இயக்க மாநாட்டிற்கு வர முடியாததால், அவர் இந்த முறை எப்படியேனும் இந்தியாவுக்கு வருவதில் குறியாக இருந்தார். அந்தக் கொள்கையில் வெற்றியும் பெற்றார். இந்தியாவுக்குப் புறப்படுவதற்கு முன்பு, பிரிட்டிஷ் தொழிலாளர்களை நோக்கி, இந்தியத் தொழிலாளர்களுக்கு உங்கள் அனுதாபத்தையும் ஆதரவையும் தொடர்ந்து நல்குங்கள் என்று வேண்டுகோள் விடுத்தார். இவ்வாறு வேண்டுகோள் விடுத்ததோடு மட்டுமன்றி, லண்டன் நாளிதழான டெய்லி ஹெரால்டு இதழுக்கு முன்னெச்சரிக்கையாக ஒரு பேட்டியையும் அளித்தார்.

"நான் ஏதோ காலம் கழிக்கும் விடுமுறைக்காக இந்தியா செல்லவில்லை; இந்திய நாட்டிலிருந்து தொழிலாளி வர்க்க சகோதரர்களாகிய இரு நாட்டுத் தொழிலாளி வர்க்கமும் ஒன்றாகப் பணியாற்றுவதற்காக மீண்டுமொரு முயற்சியினை செய்வதற்காகப் போகின்றேன்.

பிரிட்டிசிலுள்ள பல்வேறு அமைப்புகள், பல்வேறு தலைவர்கள் ஊழியர்கள் ஆகியோருடைய நல்லெண்ணமும் ஆதரவும் தேவைப்படுகின்றன. ஆகவே நான் உங்களனைவருக்கும் ஒரு வேண்டுகோளை விடுவிக்கிறேன். என்னுடைய முயற்சியை ஆதரித்து ஊக்கமளிக்க நல்லாசி கூறி, ஒடுக்கப்பட்டு, தாழ்த்தப்பட்டுக் கொடிய வகையில் சுரண்டப்பட்டிருக்கும் இந்தியத் தொழிலாளிகளுக்குத் தெம்பூட்டும் நல்லுறவைக் காட்டும் முறையில் ஒவ்வொரு தொழிற்சங்கக் கிளையும்,

சோசலிஸ்ட் கிளையும் கீழ்க்கண்ட எனது முகவரிக்குச் செய்திகளை அனுப்ப வேண்டுகிறேன். (சத்லத்வாலா, அகில இந்தியத் தொழிற்சங்க காங்கிரசு, சாண்ட்ஹர்ஸ்டு ரோடு, பம்பாய்.")

டெய்லி ஹெரால்டு 10-12-1926.

இந்த வேண்டுகோளிலிருந்து, தொழிலாளி வர்க்கத்திடம் எவ்வளவு ஆழ்ந்த ஈடுபாடு கொண்டுள்ளார் என்பதையும், இந்திய வருகையின் காரணத்தையும் அவரது வெளிப்படையான வீரமிக்க செயல்பாட்டையும் நன்கு உணரலாம். இப்பண்புகளின் பெட்டகமே அப்பெருமகன் ஆவார். தொழிலாளர் வர்க்கத்திற்கு உழைப்பதற்காகவே, செல்வச் செழிப்பிலிருந்து விடு பெற்றவர் அவர். அவர்களுக்காகவே, டாடா நிறுவனத்தின் மிகப் பெரிய பணியையும் உதறித் தள்ளியவர். தொழிலாளர் நல அர்ப்பணிப்புக்காகவே தொழிலாளி வர்க்கப் பெண்ணை மணந்தவர். இத்தனை சிறப்பு வாய்ந்த அம் மாமனிதர், மேற்கொண்டவாறு பேட்டியளிப்பதில் வியப்பில்லை. அன்றோ!

இந்தியாவுக்கு வருவதற்கு முன்னரே, லண்டன் நாடாளுமன்ற உறுப்பினராக இருந்துகொண்டே இந்திய நலனுக்கு அரிய செயல்களை அவர் ஆற்றியுள்ளார். அவற்றுள் மிக முக்கியமான தொழிற்சங்கச் சட்டத்தை இந்தியாவில் நிறை வேற்றுவதற்குத் துணைபுரிந்ததாகும். இந்தத் தொழிற்சங்கச் சட்டம், தொழிற்சங்க உரிமைகளை, தொழிலாளர் உரிமைகளைக் காக்க ஏற்பட்டதாகும். இந்தியாவில் வெள்ளையர் ஆட்சியின் போது, இந்தச் சட்டம் இல்லாததால், அல்லது அதனை ஏற்படுத்த அந்த அரசு அனுமதிக்காததால், தொழிற் சங்கங்களுக்குப் பல கேடுகள் நிகழ்ந்தன. இந்நிலையை ஆங்கில அரசு பயன்படுத்திக் கொண்டு, தொழிற்சங்கங்கள் ஏற்படா வண்ணமும், இருந்த தொழிற்சங்கங்களை மிரட்டியும் நசுக்கியும் வந்தது. குறிப்பாக 1920-ஆம் ஆண்டில் பி அண்ட் சி மில் தொழிலாளர்கள் ஊதிய உயர்வு முதலாகப் பல கோரிக்கைகளை முன்னிட்டு வேலை நிறுத்தம் செய்தபோது, அந்நிருவாகம் வேலை நிறுத்தம் செய்வதற்கு உரிமையில்லையெனக் கூறித் தொழிற்சங்கத் தலைவர்கள் மீதும், தொழிலாளர்கள் மீதும் கடும் நடவடிக்கை எடுத்ததோடு மட்டுமின்றி, அவர்கள் மீது வழக்கும் தொடர்ந்து, தொழிற்சங்கத்தையே முடக்கம் செய்ய முயன்றது. இந்த வேலை

நிறுத்தத்திற்கு முன்பே சிங்காரவேலர் தொழிற்சங்கச் சட்டம் குறித்துப் பலகாலும் பேசியும் எழுதியும் வந்தார். எனினும், ஆங்கில அரசோ ஆங்கிலேயர் கம்பெனி நிருவாகமோ அதற்குச் சிறிதும் செவி சாய்க்கவில்லை.

தொழிற்சங்கச் சட்டத்தை உடனே நிறைவேற்ற வேண்டுமெனப் போராடிய முதற் பெருமை இந்தியாவில் என்.எம். ஜோசிக்கு உண்டு. அவர் 1921-ஆம் ஆண்டிலிருந்தே அதற்காகப் பெரிதும் பாடுபட்டுள்ளார். வெள்ளை அரசாங்கக் காலத்தில் (1921) தொழிற்சங்கச் சட்டத்திற்காக ஒரு தீர்மானத்தை மத்திய சட்டசபையில் கொண்டுவந்து நிறைவேற்றி, அதனை ஒரு சட்டமாக ஆக்கவேண்டுமென்று அவர் வலியுறுத்தி வந்தார். வெள்ளை அரசும் சட்டம் கொண்டுவரப்படுமென்று உறுதி கூறியும், அதனைக் கொண்டுவரவில்லை. ஏமாற்றிக்கொண்டே இருந்தது. அதற்கு முற்றுப்புள்ளி வைக்க உதவியவர் தோழர் சக்லத்வாலாவே ஆவர். தொழிற்சங்கச் சட்டத்தை நிறைவேற்றி ஒரு குழுவை லண்டனில் இருந்த இந்திய அமைச்சரிடம் (Secretary of State for India) உரியவாறு பேச வைத்துள்ளார். 1926-ஆம் ஆண்டில் சென்னையில் சிங்காரவேலர் மற்றும் சில தலைவர்களுடன் அச்சட்டத்தைப் பற்றி விவாதம் நடத்தியுள்ளார். அந்த விவாதத்தில் மற்றவர்களுக்கு அச்சட்ட விதிகளைக்குறித்துத் தெளிவு ஏற்படுத்தியுள்ளார். மேலும், இந்து, சுதேசமித்திரன் ஆகிய நாளிதழ்களின் ஆசிரியர்களிடம் தொழிற்சங்கச் சட்டத்தின் முக்கியத்துவத்தையும் அதன் விதிகளைப் பற்றியும் விளக்கியுள்ளார்.

இந்த விவாதத்தைப் பற்றி இவ்விரு இதழ்களும் செய்தி வெளியிட்டுள்ளன. குறிப்பாக இந்து நாளிதழ் இந்த விவாதத்தைப் பற்றி 3-9-1925 அன்று தலையங்கம் எழுதியுள்ளது. இது போன்ற செயற்பாடுகளாலும், சக்லத்வாலாவின் காலத்துக்கேற்ற உதவியாலும் அச்சட்டம் 1926-இல் நிறைவேற்றப் பட்டது. அது குறித்து, மத்திய சட்டசபையில் உறுப்பினராக இருந்த சமன்லால் கீழுள்ளவாறு குறிப்பிட்டிருப்பது நம் சிந்தனைக்கு உரியது.

'என் நண்பரும், தோழருமாகிய திரு. என். எம். ஜோசியை அவர் செய்த எல்லா முயற்சிகளுக்காகவும், பாராட்ட விரும்புகிறேன்... இறுதியில் வெற்றி பெற்றுள்ளார். (தொழிற்

சங்கச் சட்டம் நிறைவேற்றப்பட்டதற்காக) இச்சட்டத்தில் ஒரு துளி கம்யூனிஸ்ட் ரத்தமும் உள்ளது என்று நான் சொல்வதை, இதனைக் கொண்டுவருவதில் சக்லத்வாலாவின் முயற்சியும் கொஞ்சமும் இருக்கிறது என்று நான் சொல்வதை அவர் (ஜோசி) எதிர்க்க மாட்டார். அந்த மனிதருக்குப் பாராட்டு வழங்கவும், இச்செய்தியை மக்களுக்கும்,செய்தித்தாள்களுக்கும் அறிவிப்பதற்கும் இம்மன்றத்தின் அனுமதியை வேண்டுகிறேன்.''

இக்கூற்றை நோக்கினால், மத்திய சட்டசபையின் சார்பாகவே சக்லத்வாலாவுக்கு பாராட்டு வேண்டுமென்று சமன்வால் விரும்பியுள்ளார். சக்லத்வாலாவின் காலத்துக்கேற்ற உதவி அத்துணைப் பெரிது. இந்தச் சமன்லால்தான் **ஹஸ்ரத் மொகானியிடம்** இணைந்து கான்பூரில் 1925-ஆம் ஆண்டில் பொதுவுடைமை இயக்க மாநாட்டை நடத்தியவர். அம் மாநாட்டிற்குத் தோழர் சக்லத்வாலாவைத் தலைமையேற்க அழைத்தவரும் இவர்தான். சக்லத்வாலா இந்தியாவுக்கு வருவதற்கு முன்பு மற்றொரு ஏற்பாட்டையும் செய்துள்ளார். அதாவது, இங்கிலாந்து தொழிலாளர்களையும், இந்தியத் தொழிலாளர்களையும் ஒருங்கிணைக்க வேண்டுமென்றால் இருநாட்டு கம்யூனிஸ்ட் கட்சிகளுக்கும் உறவை ஏற்படுத்த வேண்டும் என்றார். அவ்வாறு ஏற்படுத்த பிரிட்டன் கம்யூனிஸ்ட் கட்சி முயன்றதற்குச் சக்லத்வாலாவும், பாமிதத்தும் முக்கியக் காரணமாவர்.

இந்த முயற்சியின் காரணமாக, அக்கட்சியின் உறுப்பினரான **பெர்சி கிளாடிங்கை** இந்தியாவிற்கு அனுப்பியது. அவர் 1925-ஆம் ஆண்டில் பிப்ரவரி மாதம் இந்தியா வந்தார். ஆனால், அக்காலத்தில் பொதுவுடைமைக் குழுக்கள் வெவ்வேறு மாநிலங்களில் குழுக்களாக இருந்தனவே யன்றி அரசியல் முறையில் ஒரு வலிமையான கட்சியாக இல்லை. அதற்கு வெள்ளை அரசின் வல்லாதிக்கமும் காரணமாகும். இவற்றால் அவரால் அமைப்பு முறையான கம்யூனிஸ்டுகளைச் சந்திக்க முடியாமல் போயிற்று. எனினும், அந்நாளில் பம்பாயில் நடைபெற்ற ஏ. ஐ. டி.யு.சி.யின் 5-ஆவது மாநாட்டில் அவர் கலந்து கொண்டார். இந்தியக் கம்யூனிஸ்டுகளைச் சரியாகச் சந்திக்க முடியாததால் அவர் நாடு திரும்பினார். 1927-ஆம் ஆண்டில் சக்லத்வாலா இந்தியா வருவதற்குப் பெர்சிங் கிளாடிங் வருகை வெற்றியடையாததும் ஒரு காரணமாகும். சக்லத்வாலாவால்

தமிழகத்துக்கும் ஒரு நன்மை ஏற்பட்டது. இது பெரும்பாலோருக்குத் தெரியாது. இங்கு ஒரு நிகழ்வை ஒப்பிட்டு நோக்குவது நலம்.

முன்னாள் முதல்வர் செல்வி ஜெயலலிதா (2000 - 2005) அவர்களின் ஆட்சிக் காலத்தில் இராணி மேரி கல்லூரியை இடமாற்றம் செய்ய முடிவெடுக்கப்பட்டது. பின்னர் பொதுமக்கள் எதிர்ப்பால் அது நிறுத்தப்பட்டது. இதனைப் போன்று வெள்ளையர் ஆட்சிக் காலத்தில் (1923-ஆம் ஆண்டில்) இராணி மேரி கல்லூரிக்குப் பக்கத்திலுள்ள நடுக்குப்பம் பகுதியிலிருந்து மீனவர்களை வெளியேற்ற ஒரு முடிவெடுக்கப் பட்டது. இந்த முடிவு செயலாக்கப்பட்டிருந்தால் ஆயிரக்கணக்கான மீனவர்களின் தொழிலும் வாழ்வும் கேள்விக் குறியாகி இருக்கும். மீனவர்கள் அத்திட்டத்தை ஏற்காமல் எதிர்த்தனர். சிங்காரவேலரும் அது குறித்துப் பேசினார். ஆனால் ஆட்சியாளர்கள் ஏற்கவில்லை. சிங்காரவேலர் அம் மக்களைக் காப்பாற்ற வேண்டி தோழர் சக்லத்வாலாவுக்குக் கடிதம் எழுதினார். சக்லத்வாலா அக் கடிதத்தின் உண்மையறிந்து லண்டன் நாடாளுமன்றத்தில் பேசி, நடுக்குப்பத்திலிருந்து மீனவர்களை வெளியேற்றுவதைத் தடுத்து நிறுத்தினார். இவற்றையெல்லாம் சரியாகச் செய்து முடித்த பின்னரே அவர் இந்தியாவுக்கு வருகைபுரிந்தார்.

1927-ஆம் ஆண்டு ஜனவரி 14-ஆம் நாள் (நமது பொங்கல் நாள்) அன்று கப்பலில் வந்து பம்பாயில் இறங்கினார். சிங்காரவேலர் அவருக்குத் தந்தி அனுப்பினார். அதில் “தொழிலாளர் விடுதலை குறித்து நாடெங்கும் பேசுங்கள்; லாகூரில் நடக்கவிருக்கும் கம்யூனிஸ்ட் கட்சி மாநாட்டில் தலைமையேற்றுப் பேசுங்கள்” என்றும் குறிப்பிட்டிருந்தார். சக்லத்வாலா பம்பாய் வந்து சேர்ந்ததும், திருமதி கவிக்குயில் **சரோஜினி நாயுடு** வரவேற்புக் குழுத் தலைவராக இருந்து, கிலாபத் இயக்கத் தலைவர் **சவுகத்அலி**, பம்பாய் “கிரானிகஸ்” இதழின் ஆசிரியர் **ஹார்னிமன்** ஆகியோரோடு இணைந்து அவரை வரவேற்றார். பின்பு பம்பாய் மாநிலக் காங்கிரஸ் அந்நாளைய அ.இ. கா. தலைவரான **எஸ். சீனிவாச ஐயங்கார்** தலைமையில் அவருக்கு விருந்து அளித்துச் சிறப்பித்தது. அடுத்து பம்பாய் மாநில மக்கள் சார்பாகத் திருமதி சரோஜினி நாயுடு தலைமையில், ஒரு பொதுக்கூட்டம் நடத்தப்பட்டது.

அக்கூட்டத்தில் சக்லத்வாலாவைப் பற்றி சரோஜினி நாயுடு கூறியிருப்பது கவனிக்கத் தக்கது.

"அரசியல் வாழ்வும் இலட்சியமும் ஏதோ அழகான சொற்களை அடுக்கிச் சொல்வன்மையைக் காட்டும் பணியென்று கருதுபவரல்லர் சக்லத்வாலா. அதுவொரு வாழ்க்கைக் குறிக்கோள் என்று கருதுபவர் அவர். சுதந்திரத்தை உயிரினும் உயர்ந்ததாக மதிக்கும் புத்துயிர் பெற்ற இந்தியாவின் புத்துணர்ச்சியின் சின்னம் அவர்;" என்று அவரைப் போற்றினார். பாராட்டுக் கூட்டத்துக்கு நன்றி கூறி... கீழ்வருமாறு தம் பேச்சை நிறைவு செய்தார்.

"நான் ஆங்கில மக்களின் எதிரி அல்லன்; பிரிட்டிஷ் முதலாளித்துவத்தின், ஏகாதிபத்தியத்தின் எதிரி நான். ஆயிரக்கணக்கான ஆங்கிலத் தொழிலாளர்களின் வீடுகளில் லட்சக்கணக்கானவர் வேலையில்லாதிருப்பதை உருவாக்கி, கோடிக்கணக்கான இந்தியரை அடிமைப்படுத்தி ஏழ்மை நிலையில் நிறுத்தி வரும் பிரிட்டிஷ் முதலாளித்துவத்தின் எதிரி நான். மனித சமுதாயம் முழுமைக்கும் சுதந்திரம், சமஉரிமை என்பதற்காகத் தீவிரமாக உழைப்பவன் நான்" என்றார்.

இக்கூற்றிலிருந்து அவரது சீரிய கொள்கையையும், நேரிய செயல்திறத்தையும் நன்கு உணரலாம். ஆங்கில ஏகாதிபத்தியம் அவர் மீது கழுகுப் பார்வை செலுத்திக்கொண்டிருந்த காலத்தில், அவர் எதற்கும் அஞ்சாமல் வெளிப்படையாக ஆங்கில ஏகாதிபத்தியத்தைக் கடுமையாகச் சாடியுள்ளார். இதிலிருந்து அவரது புரட்சியுணர்வை அறியலாம். பின்பு தொழிலாளர் கூட்டத்திலும், பம்பாய் காங்கிரசு அலுவலகத்திலும் பேசிய பிறகு குஜராத் மாநிலத்துக்குச் சென்றார். அங்கு அவரைச் சர்தார் வல்லபாய் படேல் சிறப்பாக வரவேற்றார். அம் மாநிலக் காங்கிரசு கட்சி நடத்திய கூட்டத்தில் பேசினார். காந்தியடிகளின் சபர்மதி ஆசிரமத்திற்கும் சென்றார். காங்கிரசு இயக்கச் சார்பாக ஆகமதாபாத்தில் நடந்த மாபெரும் கூட்டத்தில், அவரது பேச்சு மிகச் சரியாக அமைந்திருந்தது. அதாவது சிங்காரவேலரின் வேண்டுகோளைச் சரியாக நிறைவேற்றியுள்ளார் என்பதற்கு அப்பேச்சு நல்ல சான்றாகும். சிங்காரவேலர் வேண்டுகோள் விடுக்காமல் இருந்திருந்தாலும், அவர் அவ்வாறே பேசியிருப்பார்.

அது அவரது இயல்பு சக்லத்வாலா என்ன பேசினார்? இதோ கீழே நோக்குங்கள்; உண்மை புலப்படும்.

"தொழிலாளிகள் விவசாயிகள், பாமரமக்கள் ஆகியோர் எல்லோரையும் காங்கிரசு உறுப்பினராகச் சேர்த்து அவர்களுடைய உரிமைகளை அவர்கள் உணருமாறு செய்யவேண்டும். கிராம மக்களிடையே நீங்கள் பணியாற்றாவிட்டால் உங்களுக்கு விடுதலை கிடையாது. விவசாயிகளை விழிப்புறச் செய்யுங்கள்; தொழிலாளர்களைத் திரட்டுங்கள்; உங்களுக்குப் புதியதொரு சக்தி பிறக்கும்: ஊக்கம் பெருகும்; அதனால் விடுதலை பெறும் ஒரு வழியைக் காண்பீர்கள்; நீண்ட காலமாக ஏங்கி நிற்கும் விடுதலையை உடனே பெறுவீர்கள்."

அகமதாபாத் சென்ற அவர் மீண்டும் பம்பாய்க்குத் திரும்பினார். பம்பாய் திரும்பியதும், அங்கு நடந்த கூட்டங்களை ஏகாதிபத்திய எதிர்ப்புக் கூட்டங்களாகவும் பயன்படுத்திக் கொண்டார்; குறிப்பாக இந்தியப் படைகளைச் சீனாவுக்கு அனுப்பி, அந்நாட்டின் உள்விவகாரங்களில் பிரிட்டிஷ் அரசு தலையிட்டதை அவர் வன்மையாகக் கண்டித்தார். பிரிட்டிஷ் அரசு தம் சுயநலத்திற்காக வேண்டாத முறைகளிலெல்லாம் இந்தியப் படைகளைப் பயன்படுத்தியதை அவர் கடுமையாகக் கண்டனம் செய்தார். இந்தக் கண்டனப் பேச்சால் நாடெங்கும் இந்தப் போக்கைக் கண்டித்து மாபெரும் கூட்டங்கள் நடைபெற்றன; இந்தச் செயல்பாட்டிற்குச் சக்லத்வாலா பெருங் காரணமாவார். இங்கு மற்றொரு நிகழ்வையும் ஒப்பிட்டுப் பார்த்தல் வேண்டும். அதாவது, சக்லத்வாலாவின் இந்திய வருகைக்கு முன்னரே சிங்காரவேலர் இந்தியப் படைகளைச் சீனாவுக்கு அனுப்பி அந்நாட்டு விவகாரங்களில் பிரிட்டிஷ் அரசு தலையிட்டதை, சென்னையில் *31-1-1926* அன்று கண்டனக் கூட்டம் நடத்தி எச்சரித்துள்ளார். அக்கண்டனத்திற்குப் பேராதரவு கிடைக்கவில்லை; ஆனால் சக்லத்வாலாவின் பேச்சுக்குப் பின்னர் நிலைமை மாறியது. சூடு பிடித்தது.

பம்பாய்க்கு அடுத்து அவர் டெல்லி, கராச்சி, கல்கத்தா ஆகிய நகரங்களுக்குச் சென்றார். சிங்காரவேலர் இந் நேரத்தில்தான் அவரைச் சென்னைக்கு அழைத்துச் சென்னை நகராண்மைக் கழகச் சார்பில் அவரைப் பாராட்டுவதற்காக *28-1-1927* அன்று ஒரு

தீர்மானத்தைக் கொண்டுவந்தார். அந்தத் தீர்மானம் நிறைவேற்றப்
பட்டது. அப்போது நகராண்மைக் கழக உறுப்பினராக இருந்த
பன்மொழிப் புலவர் தெ. பொ. மீனாட்சி சுந்தரனாரும் அந்தத்
தீர்மானத்துக்குத் துணை நின்றார். சக்லத்வாலா சென்னைக்கு
வரும்போது அவரோடு தொடர்புகொள்ளத் தோழர்
சிங்காரவேலரைத் தொடர்பு கொள்ளுமாறு சிங்காரவேலரின்
வீட்டு முகவரியுடன் இந்து நாளிதழில் 4-2-1927 அன்று செய்தி
வந்தது. சென்னையில் அவர் வருவதற்கு முன்பு கல்கத்தாவில்
என்ன நடந்தது என்பதை நோக்குவது முக்கியம். அங்குச் சில
சுவையான நிகழ்ச்சிகளும், முக்கிய நிகழ்வுகளும் நடந்தன.
அவற்றைச் சற்றுச் சுருக்கமாக நோக்குவோம்.

கல்கத்தா நகர சபைச் சார்பாகத் தோழர் சக்லத்வாலாவுக்குப்
பாராட்டு வழங்கத் தீர்மானம் கொண்டுவரப்பட்டது. ஆனால்,
அவரொரு கம்யூனிஸ்ட் என்பதால் அதில் உறுப்பினர்களாக
இருந்த வெள்ளையர்களும், இந்தியர் சிலரும் எதிர்த்தனர்.
அப்போது அவருக்குப் பாராட்டு வழங்கும் தீர்மானத்தை
ஆதரித்துப் பேசிய *சரத் சந்திரபோஸ்* (சுபாஸ் சந்திரபோசின்
அண்ணன்) சக்லத்வாலாவைப் பற்றிக் குறிப்பிடும்போது
சக்லத்வாலா, லண்டன் பாராளுமன்றத்தில் பல்வேறு துறைகளில்
பணியாற்றி வெற்றி பெற்றவரென்றும், இந்தியாவிலுள்ள
காடுகளில் சுற்றி அலைந்து இரும்புக் கனியைக் கண்டுபிடித்து
இந்தியத் தொழில் வளர்ச்சிக்கு உதவியவரென்றும், பம்பாயில்
ப்ளேக் நோய் பரவியபோது அதனை ஒழிக்கச் சேரிகளுக்குச்
சென்று தொண்டாற்றிய மக்கள் தொண்டரென்றும், அரசியல்
கருத்துகளில் அவரிடமிருந்து தான் மாறுபட்டவன் என்றாலும்,
அவர் புகழ்பெற்ற இந்தியர் என்பதில் சிறிதும் ஐயமில்லை
யென்றும், ஆகவே, அவருக்குப் பாராட்டுத் தருவது சரியானதே
என்று முன்மொழிந்தார். இவற்றிலுள்ள நியாயங்களை உணர்ந்து
தீர்மானம் நிறைவேற்றப்பட்டது. பாராட்டு விழா நடந்தபோது
மண்டபமே அதிர்ந்தது. பாராட்டு விழா நடந்தபோது
மண்டபமே நிறைந்து வெளியிலும் எண்ணற்றவர் கூடியிருந்தனர்.
எல்லாக் கட்சி உறுப்பினர்களும் கூடியிருந்தனர். சக்லத்வாலா
நன்றி கூறும்போது "ஏகாதிபத்தியத்தின் சூழ்ச்சியை முறியடித்து
எனக்குப் பாராட்டு வழங்கியமைக்கு நன்றி கூறுகிறேன்" என்று
கூறி அரிய உரை நிகழ்த்தினார். அந்த உரையிலும், மக்களின்

விடுதலைக்காகவும், ஏழை - எளிய மக்களின் வாழ்வுக்காகவும், நாம் இறுதிவரை போராட வேண்டும் என்றார். அவரின் அரிய பேச்சினைக் கேட்ட நகரசபை மேயர் ஜே. எம். சென்குப்தா கீழ்வருமாறு குறிப்பிட்டார்.

"நகராட்சி மன்றத்தின் சார்பில் சக்லத்வாலா அவர்களுக்கு இன்று வரவேற்பளிக்கும் முடிவு பற்றி ஒரு சிலரிடம் தயக்கம் இருந்தது. அந்தச் சிலரில் நானும் ஒருவனாக இருந்தேன். ஆனால், இன்று சக்லத்வாலா பேசியதைக் கேட்ட பிறகு ஒரு கம்யூனிஸ்ட் என்பவனை சந்தேகத்துடனும் எதிர்ப்புடனும் நோக்க வேண்டியதில்லை என்று நான் உண்மையாகவே கருதுகிறேன் என்று கூறக் கடமைப்பட்டுள்ளேன்."

சக்லத்வாலாவின் பேச்சு அத்துணை நியாயமாகவும் உண்மையுடையதாகவும் இருந்ததால்தான், சென் இவ்வளவு வெளிப்படையாகக் கூறியுள்ளார் எனலாம். வங்காள நாட்டில் "வங்காள மாகாணத் தொழிற்சங்க சம்மேளனம்" சார்பில் அவருக்கு மகத்தான வரவேற்பு அளிக்கப்பட்டது. அக்கூட்டத்தில் வங்காளத் தொழிற்சங்கத் தலைவரான **மிருணாள் காந்திபோஸ்** என்பர் சக்லத்வாலாவைச் சிறப்பாகப் பாராட்டி விட்டு "கம்யூனிசம் ஒரு சீர்குலைவு தத்துவம் என்கிறார்கள்; ஆனால் அது அவ்வாறாக எங்களுக்குத் தெரியவில்லை" என்றார் சக்லத்வாலா வரவேற்புக்கு நன்றி கூறும்போது கம்யூனிசத்தைப் பற்றிப் பலருக்கு இருக்கும் மயக்கத்தையும் தயக்கத்தையும் போக்கும் முறையில் தெளிவான ஓர் உரையாற்றினார். அவ்வுரை நீண்டது என்றாலும் ஒரு பகுதியைக் காண்பது ஏற்றது.

"நான் இன்று உங்கள் முன் ஒரு கம்யூனிஸ்டாக நிற்கிறேன். நான் ஏன் இருக்கின்றேன் என்றால், வருங்கால உலகிற்கே கம்யூனிசம்தான் நாகரிகமாக இருக்கும். கம்யூனிஸ்ட் பிரசாரம் சீர்குலைக்கும் தன்மை உடையது என்று சிலர் கூறுகின்றனர். ஆம் அது உண்மைதான்; தற்போதுள்ள அமைப்பை மாற்றி அமைப்பதே கம்யூனிஸ்டுகள் நோக்கமாகையால் நேர்மையான வகையில் கூறப்போனால் பிரசாரம் என்பது இன்றுள்ள இந்த அமைப்புக்குச் சீர்குலைவு விளைவிப்பதுதான். தற்போதைய முதலாளித்துவ அமைப்பின் கீழான வாழ்வில் பொய்

பித்தலாட்டங்களும், பிறருக்குத் தீங்கிழைத்துத் தன்னலம் வளர்க்கும் குற்றப்போக்கும் அடிமைத்தனமும், காலங்கடந்த பழக்க வழக்கங்களை நீட்டிப்பதும் எங்கும் காணப்படுபவை. சலுகைகளைப் பெற்று ஆதிக்கம் செலுத்தி வரும் சிலரைப் பார்த்து கம்யூனிசம் என்ன கூறுகிறது? ஒரு மனிதன் தன் ஏழையின் குழந்தை, தன் உயிரைக் காக்க அன்றாடம் நான்கணா கூலியைத் தேடித் திரியவேண்டிய நிலையில் உங்கள் பொருளாதார அமைப்பு இருக்கும்போது, தேசிய சுதந்திரம் என்பதும், மனசாட்சிக்குச் சுதந்திரம் என்பதும் கட்டுக்கதை; வீண்புரட்டு; பின் நாம் எப்படி விடுதலை பெறுவது? வர்க்கச் சலுகைகள் அனைத்தும் ஒழிக்கப்பட வேண்டும்."

இந்தப் பேச்சினை நோக்கினால் சக்லத்வாலாவின் நாவன்மையையும், அவரது கொள்கை உறுதியையும் எளிதில் உணரலாம். சக்லத்வாலா வங்காள மாகாணத்தில் இருந்தபோது பி. என். ரயில்வேயில் வேலை நிறுத்தம் நடைபெற்றது. அந்த வேலை நிறுத்தம் கரக்பூர் என்ற இடத்திலிருந்த ரயில்வே ஓர்க்சாப்பிலும் ஏற்பட்டது. அக்காலத்திலிருந்து பெரும் பான்மையான ரயில்வேக்கள் தனி முதலாளிகளாகிய வெள்ளையர்களிடம் இருந்தன. அவர்கள் ரயில்வேயில் பணிபுரிந்த வெள்ளையர்களுக்கு மிகுதியான சம்பளத்தையும், இந்தியர்களுக்குக் குறைவான சம்பளத்தையும் வழங்கினர். ஆட்குறைப்பும், சம்பளக் குறைப்பும் இந்தியர்களுக்கு மட்டுமே இருக்கும் நிலையை ஏற்படுத்தினர். இதனால் கரக்பூர் வேலை நிறுத்தம் தீவிரம் அடைந்தது. அப்போது முன்னாள் குடியரசுத் தலைவர் வி. வி. கிரி தொழிற்சங்கத் தலைவராக இருந்தார். நிருவாகத்தினர் தொழிலாளர்களுக்கு எதிராகக் கொடிய அடக்குமுறையைக் கையாண்டனர். பல இடங்களில் போலீசாரின் தடியடி தாக்குதல் நடந்தது. துப்பாக்கிச் சூடும் நடந்தேறியது. இவற்றுக்கிடையில் தொழிலாளர்கள் உறுதியாகக் கட்டுப்பாட்டுடன் இருந்தனர்.

சக்லத்வாலா இந்த நிலையை அறிந்து கரக்பூர் சென்று தொழிலாளர்களின் ஒற்றுமையைப் பாராட்டி, வேலை நிறுத்தத்தை உறுதியாகக் கடைப்பிடிக்க வழிகாட்டி உதவினார். அவர்களுக்கு ஆறுதலும் கூறினார். தொழிலாளர்களுக்கு வழிகாட்டவும், வேலை நிறுத்தத்தை நீட்டிக்கவும் ஒரு பொதுக் கூட்டம் நடத்த முடிவு எடுத்தனர். அக்கூட்டத்தில் சக்லத்வாலா

பேசுவதற்கு ஏற்பாடு செய்யப்பட்டது. ஆனால் பொதுக் கூட்டத்துக்கு அனுமதி வழங்கப்படவில்லை. இன்னொரு நிகழ்வும் ஏற்பட்டது. அது மிக முக்கியமானது. அதாவது, கரக்பூர் வேலை நிறுத்தத்தை உடைக்க டாடாவின் ஜாம்செட்பூர் கம்பெனி ஆதரவு அளித்து இருந்தது. இதனைச் சக்லத்வாலாவின் பார்வைக்குக் கொண்டுவரப்பட்டது. சக்லத்வாலா, டாடா கம்பெனியை உறவினர் கம்பெனி என்று பாராமல் அந்நிறுவனத்தைக் கடுமையாக எச்சரித்தார். ஒரு முதலாளி இன்னொரு முதலாளிக்கு உதவி செய்யும்போது, அரைப் பட்டினியில் வாடும் தொழிலாளர் வர்க்கத்திற்கு மற்றொரு தொழிலாளர் அமைப்பு உதவுவதில் என்ன தவறு உள்ளது என்றார். இத்துடன் அவர் நின்றார் அல்லர். தொழிலாளர்களின் வேலை நிறுத்தத்தின் அனைத்துத் தன்மைகளையும் உணர்ந்து அன்றைய வங்காள கவர்னருக்கு நீண்ட கடிதம் எழுதினார்.

அக்கடிதத்தில், தொழிலாளர்கள் கூடிப் பேசுவதற்கும், அவர்கள் தங்கள் தலைவர்களை அழைத்துப் பேசுவதற்கும் தடை விதிப்பது தவறு என்றும், இராணுவத்தைச் சாலைகளில் நடமாடவைத்துத் தொழிலாளர்களை அச்சுறுத்துவது ஏற்க முடியாதென்றும் அவற்றிற்கு உடனே தீர்வு காணவும் கவர்னரைக் கேட்டிருந்தார். ஆனால் கவர்னர் எந்த நடவடிக்கையும் எடுக்கவில்லை. கரக்பூர் வேலை நிறுத்தத்தை ஆதரித்தும் பொதுமக்களிடத்தில் ஆதரவு திரட்டக் கல்கத்தாவில் மாபெரும் பொதுக்கூட்டம் நடைபெற்றது. அக்கூட்டம் ஜே. எம். சென் குப்தா தலைமையில் நடந்தது. அக்கூட்டத்துக்குக் கட்சி வேறுபாடின்றித் தலைவர்கள் பலரும், பொதுநல அமைப்பாளர் களும், பல்வேறு தொழிற்சங்கத் தலைவர்களும் பங்கேற்றனர். அக்கூட்டத்தில் சக்லத்வாலா சிறப்பு அழைப்பாளராகப் பங்கேற்றுப் பேருரை ஆற்றினார். அவர் தம் உரையில், அந்நிய முதலாளிகளையும், அவர்களுக்கு ஆதரவு காட்டுகின்ற ஏகாதிபத்தியத்தையும் கடுமையாகச் சாடினார். மேலும் வேலைநிறுத்தம் செய்துள்ள தொழிலாளர்களுக்கு உதவி செய்யும் வகையில் நிதியளிக்குமாறு வேண்டுகோளும் விடுத்தார். அவர் கல்கத்தாவில் இருந்தபோது இங்கிலாந்தின் பிம்லிகோ என்ற ஊரிலிருந்து போக்குவரத்துத் தொழிலாளர்கள் சக்லத்வாலாவுக்குக் கடிதம் எழுதியிருந்தனர். அக்கடிதத்தில்,

"இந்தியத் தொழிலாளி வர்க்கம் பிரிட்டிஷ் ஏகாதிபத்தியத்தை எதிர்த்துப் போராடுவதில் அவர்களை அடக்க முயலும் கடுமையான போராட்டத்தை நடத்துகின்றனர் என்பதை நாங்கள் அறிவோம், அடக்கப்படும் தோழர்களுக்கு எங்கள் முழு அனுதாபமும் உண்டு; அவர்களை அடக்கி ஆளுவோரை எதிர்ப்பதில் எங்களுடைய முழு ஆதரவும் உண்டு என்பதைத் தாங்கள் அவர்களுக்கும் கூறுங்கள்." என்று குறிப்பிடப்பட்டிருந்தது. அக்கடிதத்தை அப்படியே வேலை நிறுத்தத்தில் ஈடுபட்டிருந்த தொழிலாளர்களுக்கு அவர் அறிவித்தார்.

சக்லத்வாலா கல்கத்தா பயணத்தை முடித்துக்கொண்டு அங்கிருந்து 25-2-1928-இல் புறப்பட்டுச் சென்னையை 28-ஆம் தேதி அடைந்தார். சக்லத்வாலாவைச் சென்னை நகராண்மைக் கழகச் சார்பாக வரவேற்பதை முன்னிட்டு 28-1-1927-இல் நகரசபையின் தீர்மானத்தைக் கொண்டுவரும்போது சிங்காரவேலர் அவரைப் பற்றிக் கீழ் வருமாறு குறிப்பிட்டிருந்தார்.

"இந்தத் தீர்மானத்தை முன் வைப்பதற்கு நான் நீண்டதொரு உரையினை ஆற்றத் தேவையில்லை... அவரை வரவேற்பதில் கல்கத்தா மாநகராட்சி அந்தப் பெருமையில் பங்குபெறுகிறது. நாகபுரி, அகமதபாத் நகர சபைகளும் வரவேற்பளித்துள்ளன. சென்னை மாநகராட்சி தமது சகோதர நகராட்சிகள் அளித்தது போல், இந்தப் பெருமகனுக்கு வரவேற்பளித்து, அவரையும் கௌரவித்து நம்மையும் கௌரவித்துக்கொள்ள வேண்டுமென்று நான் விரும்புகின்றேன்."

இந்தத் தீர்மானத்தை ஜஸ்டிஸ் கட்சி உறுப்பினர்களுள் மட்டுமே எதிர்த்துள்ளனர் என்பது குறிப்பிடத்தக்கது. வரவேற்பு மடலைத் தயாரிக்கும் குழுவில் சத்தியமூர்த்தி பாஷ்யம்ஐயங்கார், சாமி. வெங்கடாசலம் செட்டி ஆகியோருடன் நீதிக்கட்சியைச் சார்ந்த ஓ. தணிகாசல செட்டியாரும், சி, நடேச முதலியாரும் இடம்பெற்றிருந்தனர். சென்னைக்கு வருவதற்கு முன்பே, டிராம்வே தொழிலாளர் சங்கத் தலைவருக்குச் சக்லத்வாலா ஒரு கடிதம் எழுதி, அதில் கீழுள்ளவாறு குறிப்பிட்டிருந்தார்.

'நம் தாய் நாட்டுக்கு வந்து பழைய நண்பர்களைச் சந்திப்பதற்கான வாய்ப்பினைப் பெற நான் செய்துவந்த

முயற்சியில் இப்போது வெற்றி பெற்றுவிட்டேன். எனக்குள்ள காலமும் குறைவு; வசதிகளும் குறைவு; நான் அறிந்துகொள்ள வேண்டியவை பல; நம்முடைய ஏழை நாட்டுக்கு என்னால் இயன்ற வகையில் பயன்தரும் சேவையையும் உறுதியான பற்றுணர்வுடனான தொண்டையும் செய்யவேண்டும், என்றுதான் ஆவல் கொண்டவனாக இருக்கின்றேன்." என்று குறிப்பிட்டுள்ளார். இக்கடிதத்திலுள்ள வார்த்தைகளைக் கண்டாலே, அவரது உண்மையான உன்னதமான உள்ளத்தை நன்கு உணரலாம். இந்திய மக்கள் மீது அவர் எத்துணை ஈடுபாடும், அக்கறையும் கொண்டுள்ளார் என்பதை இதனால் தெளிவாக உணரலாம். மற்றும், சென்னைக்கு வந்தவுடன் அவர் தம் கட்சிகாரர்களையும், தொழிற்சங்கத் தலைவர்களை மட்டுமே காணாமல், பலதரப்பட்ட அமைப்புகளைச் சார்ந்தவர்களையும் சந்திக்க விரும்பி அறிவித்திருந்தார். அவர் பார்க்க விரும்பிய அமைப்பினர் வருமாறு:

1. சென்னை மாவட்டக் காங்கிரசு செயற்குழுவினர்.
2. சுயராஜ்ய கட்சியின் செயற்குழுவினர்.
3. சென்னைச் சட்டசபையின் அனைத்துக் கட்சி உறுப்பினர்கள்.
4. நீதிக் கட்சியினர்.
5. கிறித்துவக் குழுவினர்.
6. முஸ்லிம் லீக் கட்சியினர்.
7. தொழிற்சங்க அமைப்புகள்.
8. உழவர் அமைப்புகள்

இந்த அமைப்புகளை மட்டுமேயல்லாமல், வேறு சில அமைப்புகளையும் அவர் சந்தித்தார். இவற்றிலிருந்து அவரது பரந்த மனப்பான்மையை நன்கு உணரலாம். அவர் சென்னையில் இருந்தது வெறும் நான்கு (பிப், 25, 26, 27, 28) நாட்கள் மட்டுமே. இந்த நான்கு நாட்களிலும் காலை முதல் நடுஇரவு வரை பலரைச் சந்திப்பதையும், கூட்டங்களில் பேசுவதையுமே கடமையாகக் கொண்டிருந்தார். சக்லத்வாலா, பங்கிங்காம் கர்னாடிக் மில், சூளை மில் ஆகியவற்றைச் சார்ந்த பஞ்சாலைத் தொழிலாளர்கள்

அடங்கிய கூட்டத்திலும், சென்னை எம். எஸ். எம், ரயில்வே தொழிலாளர் நடத்திய கூட்டத்திலும் (சிந்தாதிரிப்பேட்டை பொன்னியம்மன் கோயில் தெரு. இக்கூட்டத்திற்கத் தெ. பொ. மீ. ஏற்பாடு செய்துள்ளார்). இந்தியக் கலாச்சார சபையின் மயிலைக் கிளையான தேசிய யுவர் லீக் என்ற அமைப்பின் சார்பில் பொதுவுடைமையின் கோட்பாடுகள் (Pricinciple of communism) எனுந் தலைப்பிலும், திலகர் கட்டத்தில் (கடற்கரை) சத்தியமூர்த்தி தலைமையில் ஒரு பொதுக்கூட்டத்திலும், வேறு தொழிலாளர் கூட்டங்களிலும் பேசியுள்ளார். அப்பேச்சுகள் அக்காலத்தில் இந்து, சுதேசிமித்திரன் திராவிடன் ஆகிய இதழ்களில் சுருக்கமாக வெளிவந்துள்ளன. அவை யாவும் சிந்தனைமிக்க பேச்சுகளாகும். அப்பேச்சுகளுள் சிலவற்றை நோக்கினால் அவரது மாண்பை மேலும் உணரலாம்.

"தொழிற் சங்கங்களில் சேராமல் தொழிலாளர்கள் பலமானவர்களாக முடியாது. நீங்கள் பின்பற்றும் மதங்களில் மீதுள்ள ஆர்வத்தைக் காட்டிலும் அதிக ஆர்வத்துடன் தொழிலாளர்கள் தத்தம் சங்கங்களில் சேரவேண்டும். நீங்கள் சங்கத்தில் சேரவில்லையானால், தொழிலாளர்களின் சம்பளம் அப்படியேதான் இருக்கும். உங்களுடைய மனைவி குழந்தை களுடைய துன்ப - துயரங்களுக்கு நீங்களே பகையாக வேண்டாம். அவர்களுடைய நண்பராகுங்கள்; என்றே நான் கூறுவேன்; முதலாளித்துவ அமைப்பை அகற்றவும், ஒரு நாடு மற்றொரு நாட்டை ஆளுகின்ற அமைப்பை அகற்றவும் போராடுவது கம்யூனிஸ்டின் கடமை; எல்லா மனிதர்களுக்கும் சம உரிமை வேண்டும்; ஒரே விதமான வாழ்க்கையை அனுபவிக்க எல்லோருக்கும் உரிமை வேண்டும் என்பதே எங்களது குறிக்கோள். சண்டையை ஊக்குவிக்க நாங்கள் விரும்புவதில்லை; மாறாகச் சகோதரத்துவத்தையும் ஒற்றுமையையுமே நாங்கள் எப்போதும் ஊக்குவிக்கிறோம்."

இந்து 26-2-1927

சக்லத்வாலா மெட்ராஸ் லேபர் யூனியனில் (Madras Labour Union) பேசிய பேச்சின்போது ஒரு சுவையான நிகழ்வு நடந்தது இந்தத் தொழிற்சங்கத்தின் துணைத் தலைவராக திரு. வி. க. இருந்தார். சக்லத்வாலாவின் பேச்சை முற்பாதியில் சிங்காரவேலர்

மொழிபெயர்த்தார். பிற்பாதியைத் திரு.வி.க. மொழிபெயர்த்தார். திரு.வி.க. மொழிபெயர்த்தபோதுதான் அந்நிகழ்வு நடந்தது. ஒருமுறை இந்திய முதலாளிகளைப் பற்றிக் காந்தியடிகள் குறிப்பிட்டபோது "இந்திய முதலாளிகள் அயல்நாட்டு முதலாளிகளைப் போல் கொடுமையானவர்கள் இல்லையென்றும், அந்நாடுகளில் உள்ளன போன்று முதலாளிக்கும் தொழிலாளிக்கும் அவ்வளவு வேற்றுமையில்லை" என்றும் கூறினார். இந்த நினைப்பில் பலரும் இருந்தனர். அவர்களின் இந்தக் கருத்துகளை மறுக்கும்பொருட்டுச் சக்லத்வாலா தம் பேச்சில் பதில் கூறினார். அதற்குத் திரு.வி.க. மகாத்மா காந்தியடிகளை அவ்வாறு கூறாதீர்கள்; மற்றவர்களை வேண்டுமானாலும் அவ்வாறு கூறுங்கள் என்றார். அதற்குச் சக்லத்வாலா மகாத்மாவையும் உள்ளடக்கியே கூறுகிறேன் என்றார். சக்லத்வாலாவின் பேச்சைச் சற்று நோக்குவோம்.

"ஐரோப்பிய தேசங்களில் உள்ளதுபோல் இந்தியாவில் இந்த யுத்தம் (முதலாளிக்கும் தொழிலாளிக்குமுள்ள பொருளாதார ஏற்ற தாழ்வு) அவ்வளவு கொடுமையாயிராதென்று காந்தி உட்பட இந்திய அரசியல்வாதிகள் பெரும்பாலோர் கூறுகின்றனர்.

தூரத்தில் ஒருவர்: மகாத்மா காந்தி என்று சொல்லுங்கள்.

சக்லத்வாலா: இவர்கள் நிலைமையைச் சரியாக உணர்ந்து கொள்ளவில்லையென்றும் இவர்கள் பணக்காரர் கட்சியில் மயங்கியிருக்கிறார்களென்றும் நாங்கள் சொல்கிறோம்.

திரு.வி.க.: மகாத்மா காந்தி நீங்கலாகச் சொல்லுங்கள்.

சக்லத்வாலா : காந்தியும் உட்படத்தான்.

வேறுசிலர் : ஒரு நாளுமில்லை. நீங்கள் சொல்வது முற்றும் தவறு.

திரு.வி.க. மகாத்மா காந்தி பரமார்த்திகப் பொதுவுடைமைக்காரர்; நீங்கள் இன்னும் உணரவில்லை.

சக்லத்வாலா : இங்குள்ள நிலைமையை ஆராய்ந்து பார்த்ததில் இந்தியாவிலுள்ள ஏழைகட்கு இழைக்கப்படும் கொடுமையானது ஐரோப்பாவிலுள்ளதை விட நூறு மடங்கு கேவலமாயிருக்கிறதென்னும் முடிவுக்கு நாங்கள் வந்திருக்கிறோம்.

இரண்டு உதாரணங்கள் சொல்கிறேன். இந்தியத் தொழிலாளர்களாகிய நீங்கள் நெருக்கமான குடிசைகளில் வசிக்கிறீர்கள்; உங்களுக்கு வைத்திய வசதியில்லை. வீட்டில் சாமான்கள் இல்லை; உங்கள் குழந்தைகளுக்கு ஒருவித சௌகரியமுமில்லை; இப்போது முதலாளிகளின் வாழ்வு முறைமையைப் பாருங்கள். அவர்கள் அரண்மனைகளில் வசிக்கிறார்கள்; ஐரோப்பிய நாடுகளில் பணக்காரர்கள் வாழ்வுக்கும் ஏழைகள் வாழ்வுக்கும் இவ்வளவு பெரிய வேற்றுமை கிடையாது. அந்நாடுகளில் தொழிலாளிக்குக் குறைந்த சம்பளம் தினம் ஒன்றுக்கு 5 ரூபாயாகும். சிலர் நாள் ஒன்றுக்கு 15 ரூபாயும் 20 ரூபாயும் கூடச் சம்பளம் பெறுகிறார். ஒவ்வொரு தொழிலாளிக்கும் தனிவீடு உண்டு; வைத்திய வசதி உண்டு. குழந்தைகளுக்கும் கல்வியுண்டு. தொழிலாளிகட்கு வேலை அகப்படாதபோது அரசாங்கம் உபகாரச் சம்பளம் கொடுக்கிறது. அவ்வுபகாரச் சம்பளம் நீங்கள் பெறும் கூலியைவிட அதிகமானது. எனவே ஏழைகளுக்கும் பணக்காரர்களுக்கும் நடக்கும் யுத்தம் ஐரோப்பாவை விட இந்தியாவில் கொடுமையானதான்றோ! இன்னோர் உதாரணம் சொல்கிறேன். ஐரோப்பாவில் முதலாளி வர்க்கத்தைச் சேர்ந்த குடும்பங்களில் 100-க்கு 60 வீதம் குழந்தைகள் இறந்துபோகின்றன. தொழிலாளர் குழந்தைகளோ 100-க்கு 100 வீதம் இறந்து போகின்றன. ஆனால் இந்தியாவிலுள்ள வேற்றுமை இதைவிட மிகக் கொடியது. இந்த முதலாளிகளின் குழந்தைகள் 100-க்கு 86 வீதம் மரணமடைகையில், தொழிலாளர் குழந்தைகள் பம்பாயில் 100-க்கு 80 வீதம் சாகின்றன.

இந்தச் சொல்ல முடியாத கொடுமையை நிறுத்த முடியாவிட்டால், உண்மையான அரசியல்வாதிகள் ஆலைகளை யெல்லாம் மூடிவிடும்படி சொல்லவேண்டும். இந்திய அரசியல் கட்சியினர், தொழிலாளர் பக்கம் நின்று தொழிலாளரை ஆதரவையும் பெற்றால் வலிமையுள்ள கட்சியினராவர். ஏகாதிபத்திய இராணுவ பலத்தை எதிர்ப்பதற்கு வெறும் அரசியல் கட்சியாக மட்டும் ஆகாதென்றும், அமைப்புப் பெற்ற தொழிலாளர் இயக்க பலம் அவசியமென்றும் ருஷியா, துருக்கி, மெக்சிகோ, சீனம் ஆகிய நாடுகள் விளக்கியிருக்கின்றன.

சக்லத்வாலா தம் பேச்சை முடித்ததும் திரு.வி.க. இறுதியில் நன்றி கூறினார். நன்றி கூறி முடிப்பதற்கு முன் சக்லத்வாலாவின்

பேச்சில் தனக்குச் சிறிதும் கருத்து வேறுபாடு இல்லையென்றும், ஆனால், காந்தியடிகளைப் பற்றிக் கூறியதைத் தன்னால் ஏற்றுக்கொள்ள முடியாதென்றும், இயக்கத்தின் அடிப்படைக் கொள்கையை நடைமுறையில் கொண்டுவரவேண்டுமென்று கூறி நன்றியுரையை நிறைவு செய்தார். சக்லத்வாலாவின் கூற்றையும், திரு.வி.க.வின் கூற்றையும் ஒப்பு நோக்கினால் யார் கூற்று ஏற்றது என்பது நன்கு புலப்படும். காந்தியடிகள் இந்திய முதலாளிகள் ஈவு இரக்கமுள்ளவர்களென்றும், அவர்கள் அந்நிய முதலாளிகளைப் போலக் கொடுமையானவர் அல்லர் என்றும் கூறியுள்ளார். இந்த நினைப்புத் தவறானது. விஷமுடைய அனைத்துப் பாம்புகளும் கடிக்கக் கூடியனவே. கடிப்பதில் பாம்புகளுக்குப் பாம்பு சிறிது வேறுபடலாம். ஆனால், விஷம் விஷம்தான். இதனைப் போன்றே எல்லா நாட்டு முதலாளி வர்க்கத்திற்கும் ஒரே குணம்தான்; வழிமுறைகளில் சிறிது வேறுபடலாம். ஆனால் அதிக லாபமே எல்லோருக்கும் கொள்கையாகும். இந்த அதிக லாபத்திற்காக எந்த நாட்டு முதலாளியும் எதனையும் செய்யத் தயங்கான். இதற்கு ஒன்றை எடுத்துக்காட்டாக நோக்கினாலே உண்மை புலப்படும்.

இந்திய நாட்டில் நிலமற்றோராகக் கோடிக்கணக்கான மக்கள் இருப்பதால், நிலவுடைமையாளரிடமிருந்து இனாமாக நிலத்தைப் பெறலாமெனக் கருதி வினோபாஜி தலைமையில் பூமிதான இயக்கம் தொடங்கப்பெற்றது. ஆனால், அவ்வியக்கம் சிறிதும் வெற்றிபெறவில்லை; ஏனெனில் பெரும்பாலோர் நிலத்தை வழங்க ஆயத்தமாக இல்லை! இதிலிருந்து என்ன தெரிகிறது? எந்த முதலாளியும், உடைமையாளியும் தம் வர்க்க நலனை விட்டுக்கொடுக்க மாட்டான் என்றே தெரிகிறது. இதுதான் நடைமுறை உண்மை; சிறிய ஊதிய உயர்வைத் தொழிலாளர் கேட்டதால் எத்தனை ஆலைகள் இந்தத் திருநாட்டில் மூடப்பட்டுள்ளன; பணி உயர்வு கேட்டதால் எத்தனை தொழிலாளர்கள் பழி வாங்கப்பட்டுள்ளனர். சிறு நஷ்டம் ஏற்பட்டால், பொதுத்துறை நிறுவனங்களே மூடப்படும்போது, தனியார் துறைகளைப் பற்றிக் கூற வேண்டியதில்லை. குடியரசு நாட்டில் மக்களுக்காகச் சிறு நஷ்டத்தைப் பொதுத் துறைகளே தாங்க முன்வராதபோது, தனிப்பட்ட முதலாளிகள் தம் லாபத்தை, நலத்தை இழக்க முன்வருவாரோ! முன்வர மாட்டார். இதுதான் நடைமுறை

உண்மை; இந்த நடைமுறை உண்மையை நன்கு உணர்ந்ததால்தான் பட்டுக்கோட்டை கல்யாணசுந்தரமும்.

"வசதியிருக்கிறவன் தரமாட்டான் - அவனை
வயிறு காஞ்சவன் விட மாட்டான்"

என்றார். எனவே இந்திய முதலாளிகள், அந்நிய முதலாளி களைப் போல அவ்வளவு கொடுமையானவர் அல்லரென்று காந்தியடிகள் கூறுவதை ஏற்றுக்கொள்ள முடியாது. அது தாய்நாட்டின் மீதுகொண்ட ஒரு பக்திக் கண்ணோட்டமேயன்றி உண்மையன்று. ஆதலின் சக்லத்வாலா கூறுவதே ஏற்றது; மேலும், திரு.வி.க. காந்தியடிகளின் கதர்கொள்கை, பொதுவுடைமையின் அடிப்படைக் கொள்கையை நடைமுறையில் கொண்டும் வருமென்று கூறுவதும் நடைமுறைக்கு ஏற்றதன்று; அது அவரது அதீத கற்பனையே அன்றி உண்மை அன்று. அவை குறித்து இக்கட்டுரையாசிரியர் பிற நூல்களில் விரித்து எழுதியுள்ளார். அன்பர்கள் அந் நூல்களில் காண வேண்டுகிறேன்.

சக்லத்வாலா எல்லாக் கூட்டங்களிலும் மிகச் சிறப்பாகப் பேசியுள்ளார். அவை யாவும் எளிமையானவை; ஆனால், கருத்தில் அரியவை; பேருண்மைகளையெல்லாம், தொழிலாளர் களுக்கு ஏற்ற வகையில் எளிமையாக விளக்கியுள்ளார். அவரது நாவன்மை அத்தகையது; அவரது நாவன்மையைப் பற்றித் திரு. வி. க.வே ஓரிடத்தில் கூறியிருக்கிறார். அது நம் சிந்தனைக்கு உரியது. அதனை அவரது வாழ்க்கைக் குறிப்புகளில் காண வேண்டுகிறேன். இங்கு நாம் மற்றொரு நிகழ்வையும் எண்ணிப் பார்க்கவேண்டும். அதாவது, சென்னை மக்கள் சார்பாகத் திலகர் கட்டத்தில் சத்தியமூர்த்தி தலைமையில் சக்லத்வாலாவுக்கு ஒரு பாராட்டுக் கூட்டம் நடந்தது. அக்கூட்டத்தில் சத்தியமூர்த்தி அவர்கள், லண்டன் பாராளுமன்றத்தில் வின்டர்டன் பிரபு இந்தியர்களைப் பற்றி ஏளனமாகக் கூறியபோது அடுத்த நொடியில் சக்லத்வாலா சரியான மறுப்பு கூறியது, நெற்றியடி அடித்தது போன்று இருந்ததை எடுத்துக்காட்டி உள்ளார். அதனை ஒவ்வொரு இந்தியரும் நினைத்துப் பார்க்கவேண்டும். அவர் என்ன கூறினார் என்பதைச் சத்தியமூர்த்தியின் பேச்சிலேயே காண்போம்.

"லண்டன் பாராளுமன்றத்தில் ஒரு விவாதத்தின்போது வின்டர்டன் பிரபு (அப்போது இந்திய விவகாரத்துறை

அமைச்சர்) இந்தியா எக்காலத்திலும் இந்திய அரசர்களால் ஆளப்படவில்லை. ஆகவே இந்தியாவிற்கு எக்காலத்திலும் சுதந்திரம் இருக்கப் போவதில்லை என்றார். உடனே சக்லத்வாலா பதிலளித்தார். இந்தியா எப்போதுமே இந்திய அரசர்களால்தான் ஆளப்பட்டுவந்தது. ஆனால், இங்கிலாந்து ஐந்தாம் ஜார்ஜ் மன்னன் காலம் உட்பட எக்காலத்திலும் ஆங்கிலேய அரசர்களால் ஆளப்படவில்லை. ஆங்கிலேய மக்கள் பிஸ்கோத்துகளையும் காலணிகளையுமே உற்பத்தி செய்பவர்களாக இருந்தனர் எனச் சக்லத்வாலா பதிலடி கொடுத்தார்.

சக்லத்வாலாவின் அரிய சொற்பொழிவைக் கேட்கக் கூடியிருக்கும் மக்களிடையில் என் உரையை நீட்டிக்கொள்ளாமல், சக்லத்வாலா இந்தியாவிற்கு இச்சந்தர்ப்பத்தில் வருகை தந்ததற்கு நாம் மிக நன்றியுடையவர்களாக இருக்கின்றோம் என்பதைத் தெரிவித்துக்கொள்கிறேன். மற்றொரு இடத்தில் நான் திரு. சக்லத்வாலாவின் வருகையினால் மூன்று, நான்கு அல்லது ஐந்தாண்டுகளில் இந்தியா முழுவதிலும், இந்தியத் தேசியக் காங்கிரசின் நடவடிக்கைகளுக்கும், தொழிற்சாலைகளில் பணிபுரியும் தொழிலாளர்களின் நடவடிக்கைகளுக்குமிடையில் நெருங்கிய உறவு ஏற்படும் என நான் உறுதியாக நம்புகிறேன்" என்றார்.

வின்டர்டன் பிரபுவுக்குச் சக்லத்வாலா அளித்த விடையிலிருந்தே அவரது அறிவாற்றலையும், நாவன்மையையும், சாதுர்யத்தையும் நன்கு உணரலாம். இந்திய வரலாற்றையும் இங்கிலாந்து வரலாற்றையும் நன்கு படித்திருந்தால்தான் அவ்வாறு சரியாகப் பதிலிறுக்க முடியும். அதுவும் படித்தவை நினைவில் இருக்கவேண்டும். நினைவில் இருந்தாலும் உடனுக்குடன் பதிலடி கொடுக்கும் சாதுர்யமும் (Presence of Mind) வேண்டும். இவையெல்லாம் சக்லத்வாலாவிற்கு இருந்ததால்தான் சரியான பதிலை உரிய நேரத்தில் அவரால் அளிக்கமுடிந்தது. சத்தியமூர்த்தி குறிப்பிட்டதுபோல், தொழிலாளர்களுக்கிடையில் அவர் பேச்சால் அவர்களுக்கு நல்ல வழிகாட்டுதலும் தெளிவும் ஏற்பட்டன. இவற்றைப் பலர் கூறியுள்ளனர். எனினும் சென்னை அரசாங்கக் குறிப்பு, சக்லத்வாலாவைப் பற்றிக் கூறியிருப்பது சிந்திக்கத் தக்கது.

சக்லத்வாலாவின் வருகைக்குப் பின்னர், சென்னை நகராண்மைக் கழகத் தேர்தல் நடந்தது. அத் தேர்தலில் பக்தவத்சல நாயுடு காங்கிரசு சார்பாகவும், தொழிலாளர் சார்பாகச் செல்வபதிசெட்டியாரும் போட்டியிட்டனர். செல்வபதி செட்டியார் நிற்பது முதன் முதலில் முடிவெடுக்கப் பட்டது. காங்கிரஸ் வேட்பாளர் நிற்பது சற்றுப் பின்னர்தான் முடிவெடுக்கப்பட்டது. காங்கிரசு வேட்பாளரை வாபஸ் பெற வைக்க திரு. வி. க. பெரிதும் முயன்றார். ஆனால், பக்தவத்சல நாயுடு கேட்கவில்லை. காங்கிரசும் கேட்கவில்லை; முடிவில் செல்வபதி செட்டியார் வென்றார். இதற்கு முக்கியக் காரணம் சக்லத்வாலா சென்னையில் பேசியபோது தொழிலாளர்களின் ஒற்றுமை பற்றியே பேசி வந்தார். அதன் விளைவே அத் தேர்தலின் வெற்றி; அதனை அரசின் குறிப்பே உறுதி செய்கிறது. அரசின் குறிப்பு கீழ்வருமாறு உள்ளது.

"இந்த ஆண்டில் குறிப்பிடத்தக்க நிகழ்ச்சி ஒன்று நடந்தது. அது என்னவெனில் தொழிலாளர்களுக்கிடையில் ஓர் அரசியல் கட்சி ஏற்பட்டதாகும். இதற்குக் காரணம் பிப்ரவரி மாதத்தில் இந்நகருக்கு சக்லத்வாலா வருகை தந்ததாகும். அவர் சென்னையில் ஒரு பாட்டாளி வார்க்கத்தை (Proletariat) உண்டாக்கினார். அவர்களைத் தொழிற்சங்கத்தில் சேருமாறு போதனை செய்தார். தொழிலாளர் விவசாயி கட்சி ஒன்றும், இளந்தோழர்கள் சங்கமொன்றும் அமைக்குமாறு ஆலோசனை கூறினார். அவருடைய போதனை புதிதாக மலர்ந்த தொழிலாளர் அரசியல் கட்சியின் போக்கை உருவாக்கியது. அக்கட்சியால் நிறுத்தப்பட்ட இருவர் ஆகஸ்ட் மாதத்தில் நடந்த நகராட்சித் தேர்தலில் வெற்றியடைந்தனர். மேலும் எண்ணெய்க் கம்பெனி களில் நடந்த பொது வேலை நிறுத்தத்தில் ஓர் அரசியல் போக்கும் காணப்பட்டது. இதற்குக் காரணம் வெளிப்படையானது. கம்யூனிஸ்ட் நோக்கங்களைக் கொண்டவர்களுக்குத் தொழிலாளர் களிடையில் இருந்த செல்வாக்கெனத் தோன்றுகிறது."

(Administration Report of Madras - Government)

சென்னை அரசின் அறிக்கையிலிருந்து சக்லத்வாலாவின் வருகை எத்துணைப் பயன் தந்துள்ளது என்பதை உணரலாம். சக்லத்வாலா அரசியல்வாதிகளிடையிலும், தொழிலாளர்

களிடையிலும், கல்வியாளர்களிடையிலும் பேசியவர். அத்துடன் நின்றார் அல்லர். சென்னைக்கு வருகை புரிந்ததும் எவ்வாறு சென்னையிலுள்ள எல்லாக் கட்சிகளையும், எல்லா அமைப்புகளையும் சந்தித்தாரோ அவ்வாறே சென்னையிலுள்ள சேரிகளுக்கும், குப்பங்களுக்கும் சென்று அம்மக்களிடம் உரையாடியுள்ளார். அவர்களின் வாழ்நிலை, இருப்பிடம் எப்படி அமைந்துள்ளன என்பவற்றைக் காண்பதற்காகவே அவர் அவ்வாறு செய்தார். அவர் வெறும் பேச்சாளர் அல்லர்; அவர் ஈடிணையற்ற மக்கள் தொண்டர். தன் நாடு மட்டும் உயர வேண்டும் என்ற சிறுமதியாளர் அல்லர்; மாறாக உலகமே உயரவேண்டும் என்ற பெருமதியாளர். கால முழுதும் அடித்தள மக்களின் முன்னேற்றத்தையே குறிக்கோளாகக் கொண்டவர்; அடித்தள மக்களின் வளர்ச்சியால் சமுதாயத்தில் சுரண்டல் ஒழிந்து சமத்துவம் நிலவ வேண்டுமென்பதே அவரது உயிர்க் கொள்கை; அதற்காகவே நாளும் உழைத்தார். சென்னைக்கு அவர் வந்தபோது அவருடன் எல்லாக் கூட்டங்களுக்கும், எல்லா இடங்களுக்கும் அவருடனேயே சென்றவர் சிங்காரவேலர். அவர் சக்லத்வாலாவைப் பற்றிக் குறிப்பிட்டிருப்பது நம் உள்ளத்தை நெகிழ்விப்பதாகும்.

"சமதர்மத்திற்காகத் தன் வாழ்க்கை முழுமையும் அர்ப்பணம் செய்து வந்தவர் இவர். நமது தேசத்திற்கு அவர் வந்த காலையிலும், அதிகார வர்க்கத்தினர்களோடு கலந்துகொள்ளாமல், சாமான்ய மக்களுடன் தங்கியிருந்தார். இவர் பிரசங்கம் கூட்டங்களுக்கு மாணவர்களும், மற்றப் பொதுமக்களும் வருகை புரிந்தார்களே யொழிய மற்ற அதிகார வர்க்கத்தினரை ஆதரிக்கவில்லை. திரள்கொண்ட மாணவர்களுக்குச் சமதர்மம் இன்னதென்றும் சமதர்மத்தால் உலகம் சுகப்படுவதற்கு ஒரே மார்க்கம்தான் உளதென்றும், அந்த மார்க்கமே சோவியத்து ரஷியாவில் கையாளப்பட்டு வருகிறதென்றும் எடுத்துரைத்து வந்தார். எங்கே உழைப்பவர்கள் கஷ்டப்படுகிறார்களோ அவர்கள் இந்தியராயினும் ஆங்கிலேயராயினும் அவர்களுக்கு உதவிபுரிய அவர் எங்கும் முன்வந்தார்."

சிங்காரவேலர், சென்னை நகராண்மைக் கழகத்தில் சக்லத்வாலாவை வரவேற்கும் தீர்மானத்தைக் கொண்டுவந்து அவரைப் பற்றிக் குறிப்பிடும்போது "பெரும் மகன்" என்று குறிப்பிட்டதும், "அவரை கௌரவிப்பது மூலம் நாம் நம்மை

கௌரவித்துக் கொள்கிறோம்” என்று கூறியது எத்துணை உண்மை வாய்ந்தது என்பதை இனிது உணரலாம். ஆம் அந்த அரிய மனிதர்தான் சக்லத்வாலா. தமிழ்நாட்டில் அவர் பேசியபோது என்ன விளைவு ஏற்பட்டதோ அதே போன்று அவர் தில்லிக்குச் சென்ற போதும் நடந்தது. சென்னைப் பயணம் முடித்ததும் அவர் மீண்டும் பம்பாய்க்குச் சென்றதும் அங்கு மீண்டும் அவருக்குப் பல அமைப்புகள் பாராட்டு விழாக்களை நடத்தின: இந்த விழாக்களுக்குப் பின்னர் பம்பாயின் தொழிலாளர் பகுதிகளுக்கும், குடிசைப் பகுதிகளுக்கும் சென்று அவர்களிடம் உரையாடி, அவர்களின் வாழ்நிலையை அறிய முற்பட்டார். பின்னர் மார்ச் (1928) 12, 13 தேதிகளில் நடத்த அகில இந்தியத் தொழிலாளர் காங்கிரசு மாநாட்டில் கலந்துகொள்ளத் தில்லி சென்றார். தில்லியில் அவரை மோதிலால் நேரு, டாக்டர் அன்சாரி, கித்வாய், ஷெர்வாணி போன்ற தலைவர்கள் வரவேற்பு அளித்துச் சிறப்பித்தனர். தில்லியில் சில பொதுக் கூட்டங்களில் பேசினார்.

தில்லி இந்து கல்லூரியில், பெருந்திரளாகக் கூடியிருந்த மாணவர்கள் கூட்டத்தில் அவர், ஏகாதிபத்திய எதிர்ப்பிலும், வருங்காலச் சமுதாயத்தை உருவாக்குவதிலும் மாணவர்களின் பங்கு பற்றி உரையாற்றினார். அம்மாநாட்டிற்கு லாலாஜிபஜிராய், மிருணாள காந்திபோஸ், பண்டித மாளவியா, என். எம். ஜோசி, எஸ். வி. காட்டே, எஸ். சீனிவாச ஐயங்கார், சிவராவ் ஆகியோர் கலந்துகொண்டனர். இம்மாநாட்டில் சக்லத்வாலா பேசிய பேச்சு இன்னொரு அரிய நிகழ்வை ஏற்படுத்தியது. சக்லத்வாலா இந்தியாவில் இருந்தபோது பெல்ஜியத்தின் தலைநகராகிய பிரஸ்ஸல்ஸ் நகரில் ஒடுக்கப்பட்ட நாடுகளின் சார்பாக உலக மாநாடு ஒன்று நடந்தது. அம் மாநாடு அக்காலத்தில் வளர்ந்து வரும் நாசிசத்தையும் பாசிசத்தையும் எதிர்க்கும் கொள்கை யுடையதாக இருந்தது. இந்தியாவிலிருந்த சக்லத்வாலா பிரசஸ்ஸல்ஸில் நடக்கும் ஏகாதிபத்திய எதிர்ப்பு மாநாட்டில், ஆங்கிலேய ஏகாதிபத்தியத்திற்கு அடிமைப்பட்டுக் கிடக்கும் இந்தியா தவறாமல் பங்குகொண்டு ஏகாதிபத்தியத்தை எதிர்க்கும் நாடுகளுக்கு ஆதரவு வழங்கவேண்டும் என்றார். இது குறித்து தில்லி மாநாட்டில் கீழ்வருமாறு உரையாற்றினார்.

“அனைத்திலும் தோன்றிவரும் ஏகதிபத்திய எதிர்ப்பு இயக்கத்துடன், இந்தியத் தலைவர்கள் தொடர்புகளை

ஏற்படுத்திக்கொள்ள வேண்டும். ஏகாதிபத்தியத்தைச் சாடிக் கண்டிப்பது என்பது ஏதோ ஒரு சிலர் ஆத்திரங்கொண்டு, அந்த ஆத்திரத்தைக் கொட்டிவிடுவது என்பதன்று; இன்று அனைத்து நாடுகளிலும் அது ஓர் அமைப்பாக உருப்பெற்ற ஒரு பெரிய உலக இயக்கமாகிவிட்டது. பிரஸ்ஸல்ஸ் நகரிலே சில நாட்களில் உலக ஏகாதிபத்திய எதிர்ப்பு மாநாடு நடக்க இருக்கிறது; இந்தியாவிலுள்ள தேசிய இயக்கம் அதற்கு ஆதரவு தருவது இந்திய விடுதலை இயக்கத்துக்கும் ஏனைய அடிமைப்பட்ட நாடுகளின் விடுதலை இயக்கத்துக்கும் வலிமை தருவதாகும்."

சக்லத்வாலாவின் இந்தப் பேச்சு காங்கிரசு இயக்கத்தைத் தட்டி விழிக்க வைத்தது. சக்லத்வாலா கூறுவதில் நியாயம் உள்ளதெனக் காங்கிரசு இயக்கம் கருதியது. அந்நாளைய காங்கிரசு இயக்கத் தலைவராக இருந்த எஸ். சீனிவாச ஐயங்கார் பிரஸ்ஸல்ஸ் மாநாட்டிற்கு இந்தியாவின் சார்பாக வாழ்த்துச் செய்தி அனுப்பினார். மற்றும், பண்டித ஜவகர்லால் நேரு அவர்கள் அம்மாநாட்டில் நேரடியாகக் கலந்துகொண்டு பிற நாடுகளை அடக்கியாளும் ஏகாதிபத்தியப் போக்கினைக் கடுமையாகக் கண்டித்தார். கண்டித்ததுடன், மாநாட்டின் நடவடிக்கையைக் குறித்தும் நோக்கத்தைக் குறித்தும் ஓர் அறிக்கையை அங்கிருந்து காங்கிரசு இயக்கத்திற்கு அனுப்பி வைத்தார். இவ்வாறு ஜவகர்லால் நேரு ஏகாதிபத்திய மாநாட்டில் கலந்துகொள்வதற்கும், சீனிவாச ஐயங்கார் அம்மாநாட்டிற்கு வாழ்த்துச் செய்தி அனுப்புவதற்கும் சக்லத்வாலா முக்கியக் காரணமாக இருந்துள்ளார். இவ்வாறு சக்லத்வாலா பயனுள்ள பல நிகழ்வுகளுக்கு முன்னோடியாக இருந்துள்ளார்.

சக்லத்வாலா இந்தியாவில் தங்கியிருந்தபோது எழுந்த எழுச்சியைக் கண்ட ஆங்கிலேய அரசு, அவர் இங்கிலாந்து திரும்பியதும், அவரது கடவுச்சீட்டை (Passport) ரத்து செய்துவிட்ட அப்போது உள்நாட்டுப் பொறுப்பை வகித்த அதிகாரியான **ஜார்ஜ் கிளெரார்** என்பவர் "சக்லத்வாலா இந்தியாவில் நடந்துகொண்ட நடத்தைக்காகத்தான் அவரது கடவுச் சீட்டு ரத்து செய்யப்பட்டுள்ளது" என்று வெளிப்படையாகக் கூறினார். குறிப்பாக, சக்லத்வாலா இந்தியாவில் ஆற்றிய ஏகாதிபத்திய எதிர்ப்புப் பிரச்சாரம் அவர்களுக்குப் பிடிக்காததே முக்கியக் காரணம் ஆகும்.

சக்லத்வாலா இந்தியத் தாய்நாட்டிற்கு வருகை புரிய அனுமதி மறுத்த ஆங்கிலேய அரசை, 1929-இல் லாகூரில் நேரு தலைமையில் நடந்த காங்கிரசு மாநாடு கடுமையாகக் கண்டித்தது. இங்கு இன்னொரு முக்கியச் செய்தியையும் நாம் எண்ணிப் பார்க்கவேண்டும். சக்லத்வாலா சென்னையில் இருந்தபோது சிங்காரவேலர் அவரிடம் இங்கிலாந்திற்குத் திரும்பியதும், மீண்டும் இந்தியாவுக்குத் திரும்பித் தாய்நாட்டிலேயே தங்கி ஏகாதிபத்தியப் போர் நடத்த வேண்டுமென்றும், விடுதலைப் போரில் தங்களுக்குத் துணையாக இருக்க வேண்டுமென்றும், கேட்டுக்கொண்டுள்ளார். இந்தியாவில் வேறு பொதுவுடைமை இயக்கத் தலைவர்களும் அவ்வாறு சொல்லியிருக்கக் கூடும். மேலும், வெளிநாட்டில் எம். என். ராய் தலைமையில் தங்கியிருந்த இந்தியக் கம்யூனிஸ்ட் குழுவும் அவரை அவ்வாறுவேண்டியிருக்கும். உலகிலுள்ள பொதுவுடைமைத் தலைவர்களின் ஆதரவை ஆங்கில அரசுக்கு எதிராகப் பெறவேண்டும் என்ற திட்டம் அந்தக் குழுவுக்கு இருந்ததால், அவர்களும் அவ்வாறு கேட்டிருப்பார்கள். சிங்காரவேலரின் வேண்டுகோளை ஏற்று அவர் மீண்டும் இந்தியாவுக்குப் பணியாற்றுவேன் என்று உறுதியும் கூறியுள்ளார். இதனைச் சிங்காரவேலர் ஒரு கட்டுரையில் பதிவு செய்துள்ளார். ஆனால் அவரது கடவுச் சீட்டை ரத்து செய்ததாலும், வேறு சில முக்கியப் பணிகளில் ஈடுபட்டிருந்தாலும், அடுத்த ஒன்பது ஆண்டுகளில் அவர் மாரடைப்பால் 16-1-1936-இல் இயற்கை எய்தியதாலும் அவரால் மீண்டும் இந்தியாவுக்கு வரமுடியாமல் போயிற்று.

இந்தியாவிற்கு அவரால் வர இயலாமல் போனாலும், இங்கிலாந்தில் முன்னிலும் வேகமாகவே கட்சிப் பணியாற்றி யுள்ளார். அந்நாட்டில், தொழிலாளர்களையும், பொதுமக்களையும் அவர் சந்தித்துப் பேசுவதுடன் ஆக்ஸ்போர்டு போன்ற பல்கலைக்கழகங்களில் பயின்ற மாணவர்களையும் சந்தித்து அவர்களுக்குச் சுதந்திர தாகத்தையும், தெளிவையும் ஏற்படுத்தி உள்ளார். 1935-ஆம் ஆண்டில் மட்டும் ஆக்ஸ்போர்டு பல்கலைக் கழகத்தில் அவரது பேச்சைக் கேட்டுப் பொதுவுடைமை இயக்கத்திற்குத் திரும்பியோர் பலர். அவர்களுள் குறிப்பிடத் தக்கவர் கே. எம். அஷ்ராப் ஒருவர். இத்தனை பணிகளுக்கும், சுமைகளுக்கும் இடையில் சக்லத்வாலா பிரிட்டன் கம்யூனிஸ்ட் கட்சியின் இதழான லேபர் மன்த்லி (Labour Monthly)யில்,

ஏகாதிபத்தியம் குறித்தும், தொழிலாளர் விடுதலை குறித்தும், அரிய கட்டுரைகளையும் வரைந்துள்ளார். இந்த இதழுக்கு ஆந்த்ரோ ரோத்ஸ்டெயின் என்ற ஆங்கிலேயருடன் இணைந்து ரஜினி பாமிதத்தும் ஆசிரியராக இருந்துள்ளார். ரஜினி பாமிதத் இந்த இதழுக்கு 53 ஆண்டுகளாக ஆசிரியராக இருந்துள்ளார் என்பது குறிப்பிடத்தக்கது.

சக்லத்வாலா நேரம் கிடைக்கும் போதெல்லாம் அவ்விதழில் தொடர்ந்து எழுதி வரலானார். இந்த இதழ், அரசியல், பொருளாதாரம், சமூகவியல் அறிவியல் போன்ற துறைகளிலுள்ள புதுமைச் சிந்தனைகளைத் தாங்கிவரும் அறிவுப் புதையலாக இருந்துள்ளது. இந்த இதழில் உலகின் சீரிய சிந்தனையாளர் களெல்லாம் கட்டுரைகளை வரைந்துள்ளனர். அவர்களுள், பெர்னாட்ஷா, ரோமன் ரோலண்டு. எச். ஜி. வெல்ஸ், ஜே. பி. ஹால்டேன் (அணு விஞ்ஞானி) பிம்மான், ஹோவாட் பாஸ்ட், எமிலிபேர்ன்ஸ், ட்ராங்குபுகாரின், பால் ரோப்சன், கிளமென்ஸ்தத் (பாமிதத்தின் அண்ணன்) ரால்ப்பாக்ஸ் மோரிஸ்போல், ஜே.டி. பெர்னால், ஹாரிபாலிட், ஜான் ஸ்டார்ச்சி, ஹாப்ஸ்பாம், ராடேக், ஒலாப் பால்மே, அண்ணா லூயிஸ்ட்ராஸ் போன்றோர்கள் குறிப்பிடத்தக்கவர்கள். பாமிதத் இவ்விதழில் எழுதிய கட்டுரைகளே பின்னாளில் இன்றைய இந்தியா (1940) உலக அரசியல் (1934) பிரிட்டனின் நெருக்கடி (1948) போன்ற பல நூல்களாகப் பின்னர் வெளிவந்துள்ளன.

ரஜினி பாமிதத்தின் கட்டுரைகள் பிற்காலத்தில் நூல்களாக வெளிவந்து, பின்பு இந்தியாவில் ஆங்கிலத்திலும், தமிழிலும் வெளிவந்தவை போல சக்லத்வாலாவின் பேச்சுகளும், எழுத்துகளும் தமிழில் மொழிபெயர்க்கப்பட்டு வெளிவர வேண்டும். இது காலத்தின் தேவை; பொதுவுடைமைக் கொள்கைக்காகவும், சோவியத்து ஆட்சிக்காகவும் உழைப்பும் ஆதரவும் நல்கிய சக்லத்வாலா 1934-ஆம் ஆண்டில் சோவியத்து ஒன்றியத்துக்குச் சென்று அந்நாட்டு நிலையை நேரில் அறிந்தார். அதுதான் உண்மையான மக்கள் அரசு என்றார். அவ்வரசுக்கு உலகக் குடிமகன் ஒவ்வொருவரும் துணையாக இருக்க வேண்டுமெனக் கூறினார். சோவியத்துச் சுற்றுப் பயணத்தின்போது, அவர் செஞ்சேனையின் நாடகக் கொட்டகையில் உரையாற்றிக் கொண்டிருந்தபோது திடீரென நினைவு இழந்தார். அப்போது

அவருடன் சோவியத்து ஒன்றியத்துக்குச் சென்றிருந்த பிரிட்டிஸ் கம்யூனிஸ்ட் கட்சியைச் சார்ந்த தோழர் ஆர். பிஷப்பும் சென்றிருந்தார். சக்லத்வாலா நினைவு இழந்ததை முன்னிட்டுப் பிஷப் கருத்துத் தெரிவிக்கும்போது அன்றுதான் அவருக்கு முதல் இருதய அடைப்பு (Heart attack) வந்ததெனவும், பின்னர் இரண்டாண்டுகளில் அது அவரைக் கொன்றுவிட்டதாகவும் கூறினார். சோவியத்து நாட்டில் அவருக்குத் தீவிர சிகிச்சை அளிக்கப்பட்டது. உடல்நலம் தேறினார். இங்கிலாந்திற்குத் திரும்பியதும் தம் கட்சிப் பணியை மீண்டும் அவருக்கே உரித்தான முறையில் சுறுசுறுப்புடன் ஆற்றினார். எனினும் காலன் பொறுக்க மாட்டாமல் தன்னலமற்ற அப்பெருமகனைக் கொண்டு சென்றுவிட்டான். அம்மாமனிதர் தமது 61-ஆம் வயதில் இந்நிலவுலகத்தை விட்டுப் பிரிந்துவிட்டார். எனினும் நீள் உலகில் அவர் புகழ் என்றும் நீடிக்கும். பாரதியார் ஒரு சந்தர்ப்பத்தில் பாடிய பாடல், நம் தலைவர் சக்லத்வாலாவிற்குப் பெரிதும் பொருந்தும்,

"கோழைப்பட்ட ஜனங்களுக் குண்மைகள்
 கூறினாய்; சட்டம் மீறினாய்
ஏழைப்பட்டிங்கு இறத்தல் இழிவென்றே
 ஏசினாய்; வீரம் பேசினாய்

அடிமைப்பேடிகள் தன்மை மனிதர்கள்
 ஆக்கினாய்; புன்மை போக்கினாய்
மிடிமைபோதும் நமக்கென்றிருந்தாரை
 மீட்டினாய்; ஆசை ஊட்டினாய்

தொண்டொன் றேதொழி லாக்கொண் டிருந்தோரைத்
 தூண்டினாய், புகழ் வேண்டினாய்
கண்ட கண்ட தொழில் கற்க மார்க்கங்கள்
 காட்டினாய்; சோர்வை ஓட்டினாய்"

-மகாகவி பாரதியார்

இப்பாடலின் ஒவ்வொரு அடியும் சக்லத்வாலாவின் ஒவ்வொரு மாண்பையும் சுட்டுவதாகும். பாரதியாருக்கு வழிகாட்டியாக விளங்கிய சிங்காரவேலருக்கும் சக்லத்வாலாவுக்கும் பல ஒற்றுமைகள் உண்டு; சிங்காரவேலர் பல நிகழ்வுகளுக்கு முன்னோடியாக இருந்துள்ளார் என்பது ஏற்கெனவே பல

கட்டுரைகளில் விளக்கப்பட்டுள்ளன. அவற்றை அங்குக் காண வேண்டுகிறேன். சிங்காரவேலருக்கும் சக்லத்வாலாவுக்கும் உள்ள ஒற்றுமைகளில் சிலவற்றை ஒப்பிட்டு நோக்குவது சிந்தனைக்கு விருந்தாக அமையும்; அவற்றைச் சிறிது நோக்குவோம். சிங்காரவேலரும் சக்லத்வாலாவும் தத்தம் வாழ்நாள் இறுதிவரை உழைக்கும் மக்களின் (Working Class) முன்னேற்றத்திற்கு உழைப்பதையே உயிர் மூச்சாகக்கொண்டிருந்தனர். இருவரும் தொழிலாளரின் தோழர்களாகவும், ஏழைப் பங்காளர்களாகவும் வாழ்வதையே பெருமையாகக் கொண்டிருந்தனர்.

இவ்விரு பெருமக்களும் பெரும் செல்வந்தர்களின் குடும்பங்களில் பிறந்து, ஏழை - எளிய மக்களின் நல்வாழ்விற்காகச் சுரண்டலை ஒழித்துச் சமத்துவ சமுதாயத்தை உருவாக்குவதற்காகப் பொதுவுடைமைக் கொள்கையை ஏற்றவர்கள்.

1898-இல் பம்பாயில் ப்ளேக் காய்ச்சல் பரவியபோது ஆயிரமாயிரம் பேர் மாண்டனர். அக்காலத்தில் சேரிகளுக்குச் சென்று அந்நோயை ஒழிக்கப் பாடுபட்டவர் சக்லத்வாலா.

சக்லத்வாலாவைப் போன்றே சிங்காரவேலரும், 1902-லும் 1918-லும் முறையே ப்ளேக் காய்ச்சலும், இன்புளுன்ஸா காய்ச்சலும் பரவி எண்ணற்ற உயிர்களைப் பலிகொண்டபோது தம் இல்லத்திலேயே மருத்துவர்களை அழைத்துப் பலநாட்களுக்கு எளிய மக்களுக்கு இலவச மருத்துவ சேவை செய்துள்ளார்.

தொழிலாளர் போராட்டங்களில் கால முழுதும் போராடிய இவர்கள், அந்த நெருக்கடி காலத்திலும் நேரம் கிடைக்கும்போது (நேரத்தை உருவாக்கிக்கொண்டு) எழுதிக்கொண்டே இருந்தார்கள். சக்லத்வாலா இங்கிலாந்தில் லேபர் மன்த்லி, மற்றும் டெய்லி வொர்க்கர் ஆகிய இதழ்களில் எழுதினார். சிங்காரவேலரும், குடிஅரசு, புரட்சி, பகுத்தறிவு புது உலகம் ஆகிய இதழ்களில் எழுதிக்கொண்டே இருந்தார். இவற்றுள் புது உலகம் என்ற இதழ் அவரால் சொந்தமாக நடத்தப்பட்டதாகும்.

இப்பெருமக்கள் பேச்சிலும் எழுத்திலும் வல்லவர்களாக இருந்ததுபோலவே, மாற்றாருக்கு உடனுக்குடன் பதில் கொடுப்பதிலும் வல்லவர்களாக இருந்துள்ளார்கள். லண்டன் பாராளுமன்றத்தில் வின்டர்டன் பிரபு, இந்தியர்களைக் கேலி செய்யும் வண்ணம், பேசிக்கொண்டிருக்கும்போது அவரை மறுக்கும் முறையில் சக்லத்வாலா "இந்தியா இந்திய

அரசர்களால்தாம் ஆளப்பட்டு வந்தது; ஆனால் இங்கிலாந்து, ஐந்தாம் ஜார்ஜ் மன்னர் காலம் வரை எப்போதும் ஆங்கிலேய அரசர்களால் ஆளப்படவில்லை" என்று பதிலடி கொடுத்தார். இதனை போன்றே பர்மாஷல் எண்ணெய்த் தொழிலாளர் வேலை நிறுத்தத்தின்போது ஓர் ஆங்கிலேய அதிகாரி, சிங்காரவேலரைப் பார்த்து அவரைக் கண்டிக்கும் முறையில் "இது எண்ணெய்க் கம்பெனி; உடனே தீப்பிடித்துக் கொள்ளும். ஜாக்கிரதை" என்றாராம். அதற்குச் சிங்காரவேலர் சிறிதும் காலம் தாழ்த்தாமல் "எண்ணெயைக் காட்டிலும் தொழிலாளர் உணர்ச்சி எளிதில் தீப்பிடிக்கும் வலிமை கொண்டது; ஜாக்கிரதை" என்று கூறியது ஒப்பிட்டுப் பார்க்க வேண்டியது.

இருவரும் மக்களின் பொதுச் சுகாதாரத்தில் மிகுந்த அக்கறை கொண்டவர்கள்; சக்லத்வாலா இந்தியாவிலும் சரி, இங்கிலாந்திலும் சரி, அங்குள்ள நகர சபைகள் மக்களுக்குச் சரியான மருத்துவத் தொண்டுபுரிய பலகாலம் வற்புறுத்தி வந்தார். சிங்காரவேலர் நகராண்மைக் கழக உறுப்பினராக இருந்தபோது, சென்னையில் காலரா, அம்மை நோய் பரவாமல் இருப்பதற்காக உடனடி மருத்துவக் குழுவை (Stand-by-Medical Squard) ஏற்பாடு செய்து அவற்றைத் தடுத்தவர் என்பது குறிப்பிடத்தக்கது.

நாட்டிலுள்ள பல தனியார் துறைகள் அரசுடைமையாகவோ, நகர சபைகளின் கட்டுப்பாட்டிலோ அடிப்படையாக மாற்றப்பட வேண்டுமென்று சக்லத்வாலா பல முறை வலியுறுத்தி வந்துள்ளார். இந்தியாவுக்கு அவர் வருகை புரிந்தபோது வியன்னா நகர சபை, தொழிலாளர்களுக்குக் குறைந்த செலவில் அழகிய வீடுகளைக் கட்டித் தருவதைப் போல, இந்திய நகர சபைகளும், தொழிலாளர்களுக்கு நல்ல வீடுகளைக் கட்டித் தரவேண்டும் என்றார். சிங்காரவேலர் நகராண்மைக் கழக உறுப்பினராக இருந்தபோது குதிரைப் பந்தயத்தை ஒழித்ததுடன், டிராம் போக்குவரத்து, மின்சாரத்துறை ஆகியவற்றை நகரசபை ஏற்று நடத்த வேண்டுமென்று பலமுறை வலியுறுத்தி வந்துள்ளார்.

சக்லத்வாலா இங்கிலாந்தின் பாராளுமன்ற உறுப்பினராக இருந்துகொண்டே, சோவியத்துக் கழகம், அமைத்துச் சோவியத்து அரசுக்கு ஆதரவு தேடினார். சிங்காரவேலரும் சென்னையில் சோவியத்து அரசுக்கு ஆதரவாக எழுதியும் பேசியும் வந்ததால்,

சிலர் அவரை மறைமுகமாக "மாஸ்கோ ராஸ்கேல்" என்று பழிதூற்றி வந்தனர். அதற்கு, அவர் மிக வெளிப்படையாக "நான்தான் அந்த மாஸ்கோ ராஸ்கேல்" என்று திருவல்லிக்கேணிக் கடற்கரையில் அறிவித்தார்.

1-5-1923-இல் இந்தியாவிலேயே முதல் முதலில் மே தினத்தை மிகச் சிறப்பாகக் கொண்டாடிய பெருமை சிங்காரவேலருக்கு உண்டு; 1927-இல் லண்டனில் பெரிய வேலை நிறுத்தத்தின்போது, ஹைடுபார்க்கில் கொடியேற்றி மே தினம் கொண்டாடியதற்காகச் சக்லத்வாலா கைது செய்யப்பெற்றுச் சிறையில் அடைக்கப் பட்டார்; சிங்காரவேலர் சென்னையில் நேப்பியர் பூங்காவில் கொண்டாடினார்.

சக்லத்வாலாவின் பேச்சைக் கேட்டவர்களும், அவரோடு உரையாடியவர்களும் நாளடைவில் பொதுவுடைமைவாதிகளாக மாறியுள்ளனர். லண்டனில் படித்துக்கொண்டிருந்த இந்திய மாணவர்களில் பலர் சக்லத்வாலாவின் பேச்சால் பொதுவுடைமை வாதிகளாக மாறியுள்ளனர். அவர்களுள் குறிப்பிடத்தக்கவர் கே.எம். அஸ்ராப். சுதந்திரப் போராட்டத்தில் சிறை சென்ற ஓர் அறிஞர், சிறையிலிருந்த சிங்காரவேலரைச் சந்தித்ததால், வெளியே வரும்போது பொதுவுடைமைவாதியாக வெளிவந்தார். அவர்தான் ஜெமதகனி; இவர்தான் பின்னாளில் மூலதனத்தை (Das Capital) முதன் முதலில் தமிழில் மொழிபெயர்த்து அதனைச் சிங்காரவேலருக்குக் காணிக்கையாக்கிப் பெருமைப் படுத்தியவர்.

இங்கிலாந்திலிருந்த தொழிற்கட்சி (Labour party) தொழிலாளர்களுக்கு உண்மையாக உழைக்காததால் சக்லத்வாலா அதிலிருந்து வெளியேறி கம்யூனிஸ்ட் கட்சியில் இணைந்தார்; காங்கிரசு இயக்கமும் இந்தியாவில் தொழிலாளர்களுக்கு உண்மையான ஈடுபாட்டைக் காட்டாததால், சிங்காரவேலர் காங்கிரசிலிருந்து வெளியேறி, பொதுவுடைமை இயக்கத்தைத் தோற்றுவித்தார் என்பது குறிப்பிடத்தக்கது.

இந்தியச் சுதந்திரம், தொழிலாளர் - உழவர் ஆகியவர்களைச் சுரண்டலிலிருந்து விடுதலை செய்யும் சுதந்திரமாக இருக்க வேண்டுமென்றும், அதற்காகத் தொழிலாளர் - உழவர் குறித்து ஒரு சரியான வேலைத் திட்டத்தைக் காங்கிரசு இயக்கம் உருவாக்க வேண்டுமென்றும் சிங்காரவேலர் 1922-லேயே கயாவில் நடந்த

அகில இந்திய காங்கிரசு மாநாட்டில் வலியுறுத்தினார். சக்லத்வாலா இங்கிலாந்தில் இருந்தபோதும், இந்தியாவுக்கு வருகைபுரிந்தபோதும் அதனையே வலியுறுத்தினார். குறிப்பாக, அவர் சென்னையில் பேசியபோது தொழிலாளிகட்கும் ஏழை விவசாயிகளுக்கும் சுதந்திரம் கிடைத்தாலன்றி, உண்மையான சுதந்திரம் இந்தியாவுக்குக் கிடையாது என்றார்.

இப் பெருமக்கள், எப்போதும் பிறருக்கு வழிகாட்டியாகவும் இயங்கு சக்தியாகவுமே விளங்கியவர்கள்; ஒடுக்கப்பட்ட மக்களுக்காகவே தத்தம் வாழ்க்கையை அர்ப்பணித்த ஈடிணையற்ற மனிதாபிமானிகள்; வீரமிக்க போராளிகள்; சுருங்கக் கூறின் மனித குலத்துக்கு இவர்கள் திசைகாட்டிகள். மாமனிதர் சக்லத்வாலா காலமானபோது சிங்காரவேலர் அவரைப் பற்றி எழுதியிருப்பது நமது நெஞ்சத்தை உருக்குவதாகும். அதனை ஒவ்வொருவரும் அறிதல் வேண்டும்.

"1936-ஆம் வருசம் ஜனவரி மாதம் 17-ஆம் தேதிக்கு முன்பு உலகம் நேரில் கண்டுவந்த தோழர் சக்லத்வாலாவின் வாழ்க்கை அன்றைய தினம் வியாபகார்த்தமாக உலகில் நிலவும்படி நேரிட்டது. சாமான்ய உலகம் இந்த மாறுதலை இறந்ததாகக் கூறும்; ஆனால், உண்மையில் அவர் இறந்தாரென்று சொல்வது தவறு; நேரில் கண்டுவந்த அவருடைய நடத்தை நமது ஞாபகத்தில் மாத்திரம் தங்கும்படியாக நேரிட்டதே ஒழிய, முடிவு அடையவில்லை. இதுதான் நமது சமதர்ம நோக்கு.

இவர் ஒரு மாபெரும் சமதர்மி இவருடைய சமதர்மம் கலப்பற்ற சமதர்மம் என்றே கூறலாம். இவர் தனது சமதர்மத்தைச் சமயத்திற்கு ஏற்றவாறு பொருள்படுத்தியவரல்லர். தனது வாழ்க்கையிலும் சமதர்மத்தைக் கையாண்டு வந்தவர். இவர் சமதர்ம வாழ்க்கையை அனுசரித்து வந்ததன் பயனாக, உலக சம்பத்தை அடைய முடியாமற் போயிற்று; இவர் இந்த வாழ்க்கையைத் துறந்திருப்பாராயின் மற்றச் செல்வந்தர்களைப் போல் இவரும் ஒரு செல்வந்தராக இருக்கக்கூடும். உலக சம்பத்தையும், செல்வாக்கையும் கோராமல், சமதர்ம வாழ்க்கையே ஒப்பற்ற வாழ்க்கை என்று உறுதி கொண்டவராதலால் உலகச் செல்வாக்கைத் திரணமாகப் பாவித்து வந்தார்.

இவர் இந்தியாவிற்கு விஜயம் செய்த காலை, சென்னையில் நடைபெற்ற மாபெரும் கூட்டமொன்றில், இவரை இந்தியாவிலேயே இருந்து உழைக்கும்படியாக நாம் கோரியதற்கு, இவர் ஆங்கில நாட்டிற்குப் போய் வருவதாகச் சொல்லிப் போன இவரை, அதிகாரிகள் இந்தியாவிற்குப் போகவொட்டாமல் தடை செய்த விஷயம் நமது தோழர்களுக்கு ஞாபகம் இருக்கும். ஆனால், நம் அதிகார வர்க்கத்தினர் தங்களுடைய ஆட்சியில் எங்கும் உலாவ சுதந்திரம் ஒவ்வொருவருக்கும் உண்டென்று பறைசாற்றும் விஷயம் தோழர் சக்லத்வாலாவை இந்தியாவிற்கு விஜயம் செய்யவொட்டாமல் தடுத்த தடையால், எவ்வளவு உண்மை இந்தச் சுதந்திரத்தில் இருக்கிறதென்று தெரிந்து கொள்ளலாம்.

"இவருடைய வாழ்க்கை உலகம் சமதர்மத்தை அடையும்படி விநியோகிக்கப்பட்டு வந்தபடியால், சமதர்மம் இன்னதென்று தெரிந்துகொண்டு நடப்பதுதான் தோழர் சக்லத்வாலாவின் ஞாபகத்திற்கு நாம் செய்யும் திருப்பணியாகும்."

இக்கட்டுரையில், சிங்காரவேலர் சக்லத்வாலாவைப் பற்றிக் குறிப்பிடும்போது "மாபெரும் சமதர்மி" என்றும், அவரது சமதர்மம் "கலப்படமற்ற சமதர்மம் என்றும், வாழ்க்கையிலும் சமதர்மத்தைக் கையாண்டு வந்தார்" என்றும் போற்றியிருப்பதால் சக்லத்வாலா எத்துணை மாமனிதர் என்பதை நன்கு உணரலாம். சக்லத்வாலா மறைந்தபோது, கம்யூனிஸ்ட் அகிலத்தின் சார்பில் **ஜார்ஜ் டிமிட்ரோவ்** மாஸ்கோவிலிருந்து தம் ஆழ்ந்த இரங்கல் செய்தியை இங்கிலாந்துக்கு அனுப்பினார். ஜவகர்லால் நேரு கீழ்வருமாறு செய்தி அனுப்பினார்.

"ஷப்பூர்ஜி சக்லத்வாலாவின் நினைவாக நான் எனது அஞ்சலியைச் செலுத்த விரும்புகிறேன்; வாழ்நாள் முழுதும் மிகமிகத் துணிவான தீரமான போராட்ட வீரராக அவர் இருந்தார்; உண்மையான சுதந்திரத்துக்கென அவர் கடைசி மூச்சுவரை துணிகரமாகப் போராடியவர்."

சக்லத்வாலாவின் இறுதிச் சடங்கில், அவரது உடலுக்குத் தீமூட்டிய பிரிட்டிஷ் கம்யூனிஸ்ட் கட்சியின் செயலாளர் **ஹாரி பாலிட்** என்பவர் சக்லத்வாலாவைப் பற்றிக் குறிப்பிட்டிருப்பது எல்லோரும் அறியத்தக்கது.

"சக்லத்வாலா ஆற்றிய ஊக்கமிகு தொண்டினைப் போன்று தொண்டாற்றி வாழ்வது என்பது எங்கள் அனைவருக்கும் கடினமானது. எனினும் அவருக்கு மரியாதை செலுத்தும் இந்தச் சமயத்தில் ஒரு சபதமேற்போம். செங்கொடியை ஏந்தி அதனை எவ்வளவு கண்ணியமாகவும் கம்பீரமாகவும் பறக்கவிட்டு நின்றாரோ அதேபோல அக்கொடியினை நாமும் தாழவிடாமல் பறக்கவிடுவோம்" என்றார் அவர். "அவரைப்போல் தொடர்ந்து தொண்டாற்றுவது எங்கள் அனைவருக்கும் கடினமானது" என்றும் கூறியிருப்பதால் சக்லத்வாலாவின் ஈடிணையற்ற உழைப்பை நன்கு உணரலாம். இவ்வாறு கூறியிருப்பதன் வாயிலாகச் சக்லத்வாலாவின் மாண்பை எண்ணி, ஒவ்வொரு பொதுவுடைமைத் தோழரும், ஒவ்வொரு இந்தியனும் பெருமைப் படலாம். சக்லத்வாலா, தன்னலமற்ற தம் தொண்டால் இந்தியரின் பெருமையை இந்திய நாட்டின் பெருமையை, பொதுவுடைமை வீரனின் பெருமையை உலக அளவில் உயர்த்தியிருக்கிறார். இதுதான் ஒரு மாமனிதனின் செயற்கரிய செயல்.

இந்நேரத்தில் நம் மக்களுக்கு ஒன்றை நினைவுப்படுத்துவது மிக முக்கியமானது. நாடாளுமன்ற அரங்கில் தலைவர்களின் படங்கள் அணி செய்கின்றன. சிங்காரவேலரின் திருவுருவப் படத்தை நாடாளுமன்றத்தில் அமைக்க உறுதி செய்யப்பட்டும் நடுவண் அரசு இதுவரை அந்த ஏற்பாட்டைச் செய்யவில்லை; இது பெரிதும் வருந்தத்தக்கது. சிங்காரவேலரின் படத்தை அமைக்க இருக்கிற நடுவண் அரசு, இங்கிலாந்தில் இருந்து கொண்டே இந்தியச் சுதந்திரத்திற்காகக் குரல் கொடுத்த மாமனிதர் சக்லத்வாலாவின் திருவுருவப் படத்தையும் இடம்பெறச் செய்யவேண்டும். இந்தியரின் பெருமையை உலகறியச் செய்த அப்பெருமகனாருக்கு நாம் ஆற்றவேண்டிய கடன்களுள் இதுவுமொன்று; இதனை நடுவண் அரசு செய்யுமா? இல்லையெனில் அதனைச் செய்விக்க வேண்டிய கடமை ஒவ்வொரு இந்தியனுக்கும் உள்ளது. சக்லத்வாலா மறைந்தாலும், அவரது சிந்தனை நம்மை இயக்கிக்கொண்டே இருக்கும்; விடுதலை உணர்வை ஏற்படுத்திக்கொண்டே இருக்கும். நம் நெஞ்சில் நிறைந்த அவர் என்றும் வழிகாட்டிக்கொண்டே இருப்பார்;

> "விடுதலை பெறுவீர் விரைவாக நீர்
> வெற்றி கொள்வீர்" என்றுரைத் தெங்கும்
> கெடுதலின்றித் தாய்த்திரு நாட்டின்
> கிளர்ச்சி தன்னை வளர்ச்சி செய்கின்றான்"

என்ற பாரதியின் பாடலுக்கேற்ப நம் வளர்ச்சிக்கு அவர் எப்போதும் வழிகாட்டிக்கொண்டே இருப்பார். இது உறுதி.

இப் பெருமகனாரைக் குறித்துத் தமிழிலும் ஏனைய இந்திய மொழிகளிலும் நூல்கள் பல வெளிவரல் வேண்டும்; பல்கலைக் கழக ஆய்வு மாணவர்கள் அவரது வாழ்வையும் பணியையும் ஆராய்ந்து நூல்களை வெளியிடல் வேண்டும்; இந்திய மாநிலங்களில் உள்ள பல்கலைக் கழகங்களிலும், கல்லூரிகளிலும் அவரது பயனுள்ள வாழ்க்கை, பாடங்களாக அமைதல் வேண்டும்; சமூக அக்கறை உடையோரும், முற்போக்குணர்வு உடையோரும் இதற்கு ஆவன செய்ய வேண்டும்; வருங்கால மாணவர்களும், இளைஞர்களும் சமூக அக்கறையோடு விளங்க வேண்டுமென்றால், சக்லத்வாலாவின் வாழ்க்கை அதற்குப் பெரிதும் பயன்படும். கல்வியாளர்களும், பேராசிரியர்களும் இதில் போதிய கவனம் செலுத்த வேண்டும். இது காலத்தின் தேவை; இன்றைய முக்கியக் கடமை.

3
கர்ப்பத்தடையும் வறுமையும்

கர்ப்பத்தடை நம்காலத்தில் (1970-முதல்) பெரிதும் ஏற்கப்பட்டு விட்ட கொள்கையாகவே ஆகிவிட்டது. தொடக்கக் காலத்தில், கர்ப்பத்தடை என்பது கடவுளுக்கும் சமயத்திற்கும் ஏன் இயற்கைக்கும் மாறானதென்று சமயவாதிகள் கடுமையாக எதிர்த்தனர். இதில் இந்துக்களுக்கும் பங்கு உண்டு; கிறித்தவருக்கும் பங்கு உண்டு; இசுலாமியருக்கும் பங்கு உண்டு. இவற்றிலும் அந்தந்தச் சமயத்திலும் உள்ள ஒரு பகுதியினரே எதிர்த்து வந்தனர். நம் காலத்திலேயே மிகுந்த சர்ச்சைக்கு உள்ளாகிய கர்ப்பத்தடை 1930-ஆம் ஆண்டுகளிலும் மிகுந்த சர்ச்சைக்கு உள்ளாகி உள்ளது. குறிப்பாக 1933-ஆம் ஆண்டில் வெளிவந்த குடி அரசு இதழ்களை நோக்கினால், அக்காலத்தில் கர்ப்பத்தடையைக் குறித்துப் பெரும் விவாதங்களும், கருத்துப் போர்களும் நிகழ்ந்துள்ளவற்றைக் காணமுடிகிறது. இக்காலத்தில்கூடக் காணமுடியாத ஆரோக்கியமான நாகரிகமான விவாதங்கள் அக் காலத்தில் நடைபெற்றுள்ளன. இதற்குக் குடியரசு இதழ் அரிய சான்றாக உள்ளது. பலவற்றிற்கும் செய்திச் சுரங்கமாக விளங்கும் குடி அரசு, கர்ப்பத்தடை விவாதத்திற்கும் சுரங்கமாகவும் காலக் கண்ணாடியாகவும் விளங்குகிறது.

இவ்விதழுக்கு இன்னொரு சிறப்பும் உள்ளது. அதாவது பெண்கள் வெளிப்படையாகப் பேச அஞ்சும் அக்காலத்தில் பெண் மக்கள் அதுகுறித்து அறிவுசான்ற விவாதங்களை நிகழ்த்தியுள்ளார்கள். பகுத்தறிவு இயக்கத்தின் எழுச்சியால் பெண்கள் அறிவில் எவ்வளவு சிறந்துள்ளார்கள் என்பதையும் அவர்களுக்கு எத்துணை அஞ்சாமை இருந்துள்ளது என்பதையும் நன்கு உணர முடிகிறது. பகுத்தறிவு இயக்கத்தால் அக்காலத்தில் ஏற்பட்ட வளர்ச்சியைத்தான் அது காட்டுகிறது. கர்ப்பத்தடை சட்டத்தை அக்காலத்திய நீதிக் கட்சி (1933-இல்) நிறைவேற்ற இருப்பதாக அறிவித்தது. அப்போது அச்சட்டத்தைக் கிறித்துவச் சமயத்தின் ஒரு பிரிவினராகிய ரோமன் கத்தோலிக்கப் பிரிவினர்

கடுமையாக எதிர்த்து வந்தனர். அப்போது அந்த எதிர்ப்பை அறிவார்ந்த நிலையில் எதிர்த்து நின்றவர்கள் பகுத்தறிவு இயக்கத்தினரே ஆவர். அந்த எதிர்ப்பு நிலையைக் குடியரசு இதழில் வெளிவந்த கட்டுரை வாயிலாக அதனைத் தெளிவாக உணரலாம். அக்கட்டுரைகள் உணர்த்தும் கருத்துகள்தாம் என்னவென்பதை இனி நோக்குவோம். திருமதி இந்திராணி பாலசுப்பிரமணியம் என்பவர்தான் குடியரசில் முதன் முதலில் கர்ப்பத்தடைச் சட்டத்தை ஆதரித்துத் தம் கருத்தைப் பதிவு செய்துள்ளார்.

'சரியான ஆகாரமில்லாது இரவும் பகலும் கண் விழித்து பிள்ளைகளைப் பெறுவது யார்? ஆணா? பெண்ணா? கர்ப்பத்தடை பயிற்சிச் சாலைகள் வேண்டாமென்று சொல்லும் பாதிரியார்களும் மற்றவர்களுமாகிய ஆண்மக்கள், ஒரு தடவையாவது பிள்ளை பெறும் துன்பத்தை அனுபவித்திருந்தால் இம்மாதிரியான அட்டூழியமான எதிர்ப்புகளைக் கொண்டுவர மாட்டார்கள். ஆகையால் கர்ப்பத்தடை கூடாது என ஆடவர் கூறுவது சற்றும் பொருத்தமானதல்ல. கர்ப்பத்தடை பயிற்சிச் சாலை ஏற்படுத்தினால் பெண்கள் எல்லாரும் அதன்படி நடப்பார்கள். ஆகையினால் அது வேண்டாமென்பது விநோதக் கூற்றாக உள்ளது. கர்ப்பத்தடை பயிற்சிச் சாலைகள் ஏற்படுத்துவது எதற்கென்றால் பிள்ளைகள் வேண்டாம் என்பவருக்கும், இருக்கும் பிள்ளைகள் போதும் இனிமேல் அதிகம் வேண்டாம் என்று நினைப்பவர்களுக்கும், சரியான முறையில் கர்ப்பத்தடைச் சாதனங்களை கற்பிற்பதற்கு என்று உணர்தல் வேண்டும்.

கர்ப்பத்தடை மசோதா நிறைவேறினால் பெண்கள் நிலைமை சீர்கெட்டுவிடுமென்று கூறுவது பொய்யும் பெண்களை அவமானப்படுத்தும் வார்த்தைகளேயாகும். தற்சமயம் நமது தேசத்தில் அம்மாதிரி கருவிகளை யாரும் உபயோகப்படுத்து வதில்லை என்று யாரும் கூற முடியுமா? நான் சொல்வது என்னவென்றால் ரகசியமாக இப்பொழுது உபயோகப்படுத்தி வருவது ஒருவேளை தீங்கு நேரிடும். ஆகையினால் கர்ப்பத் தடைப் பயிற்சிச் சாலைகள் இருந்தால், எம்மாதிரி சரியான முறையில் கர்ப்பத்தடை செய்வது என்பதை நன்றாகத் தொந்துகொள்ளச் சாதகமாக இருக்கும்.

இம்மாதிரியான சீர்திருத்த மசோதாக்கள் நிறைவேறுங் காலத்தில் சிலர் மதத்தின் பேராலும், கடவுள் பேராலும் கூப்பாடு போடுவது ராஜாராம் மோகன்ராய் காலத்திலிருந்து நமது நாட்டில் நடந்துகொண்டிருக்கிறது. சாரதா சட்டம் நிறைவேறினால் மதம் அழிந்துவிடும், கடவுள் அழித்துவிடுவார் என்று கூறினார்கள். சட்டம் அமுலுக்கு வந்த பிறகு எந்த மதமும் அழியவில்லை. எந்தக் கடவுளும் ஓடவில்லை. ஆகையால் இவர்களின் கூப்பாட்டுக்கு நாகரிகம் அடைந்ததாகச் சொல்லப்படும் சர்க்கார் செவி சாய்க்காது. மசோதாவை நிறைவேற்ற வேண்டி உதவி அளிக்க வேண்டியது அவர்கள் கடமையாகும். சீர்திருத்தவாதிகளாகிய சட்டசபை அங்கத்தினர்கள் பெண்கள் வருத்தத்தை அறிந்து மசோதாவை நிறைவேற்றும்படி கேட்டுக்கொள்கிறேன்.

மதப்பற்றுள்ளவர்களுக்கு ஒரு வார்த்தை. மதத்திற்கும், கர்ப்பத்தடை மசோதாவுக்கும் யாதொரு சம்பந்தமும் கிடையாது. மனிதனுடைய வாழ்க்கையைப் புனிதப்படுத்தவோ வறுமையை ஒழிக்கவோ சக்தி கிடையாது என்பது யாவரும் அறிந்த விஷயமே. கர்ப்பத்தடை மசோதா வறுமைப்பட்ட தாய்மார்கள் அதிக மக்களைப் பெறுவது தடுப்பதற்குப் பெரிய உதவியாக இருக்கும். அடிமைக் குழியினின்று பெண்களை மீட்பதற்கு உதவிபுரியும். ஆகையினால் எப்பொழுது மதமானது மனித வாழ்க்கையில் வறுமையை நீக்கவோ அல்லது ஷேமத்தை விருத்தி செய்யவோ முடியாதிருக்கும்போது இந்த உதவாத மதங்களை வைத்துக் கொண்டு மதத்தின் பேரால் கர்ப்பத்தடைப் பயிற்சிச்சாலைகள் இருப்பது தகாது என்று சொல்லுவது அறிவுடைமையாகாது.

குடிஅரசு - 22-10-1933

இக்கருத்தை நோக்கினால் அம்மையாரின் அறிவெழுச்சியை நன்றாகவே உணரலாம். ஆண்களும், பாதரிமார்களும் பிரசவ வலியை உணர்த்திருந்தால் இத் தடைச் சட்டத்தை எதிர்க்க மாட்டார்கள் என்று கூறுவது அவர்களின் கோபத்தை மட்டுமன்றி, காலந்தோறும் பெண்கள் அனுபவித்துவரும் பெருந்துன்பத்தை (பிரசவ வலி) வெளிக்காட்டுவதாகவே உள்ளது. மற்றும் இரகசியமாகப் பாதுகாப்பற்ற முறையில் கருவைக் கலைக்கும் நிலை இருக்கும்போது வெளிப்படையாகச்

சரியான முறையில் கரு உண்டாகாமல் இருப்பதற்கோ வேண்டியபோது கலைப்பதற்கோ பயிற்சிச் சாலைகள் ஏன் இருக்கக்கூடாதென்கிறார்? கர்ப்பத்தடைச் சட்டம் வந்தால் சமுதாயம் சீர்குலையும் என்று கூறுவது, பொதுவாகப் பெண்களை அடையாளப்படுத்திக் கூறுவதாகும் என்கிறார். அதாவது அச்சட்டம் வந்தால் பெண்கள் இரகசியமாகத் தவறான வழியில் ஈடுபட்டு அடிக்கடி கருவைக் கலைத்துக் கொள்வர் என்று தவறாகக் கருதுகின்றனர் என்கிறார். இப்படி எண்ணுவது பெண் குலத்தை அவமதிப்பதாகும் என்கிறார். இது உண்மைதானே. அவ்வாறு கருதுவது தவறுதானே! அந்தத் தடைச் சட்டத்தை ஏற்காதிருந்திருந்தால், இப்போது நடைமுறையில் இருக்கும் நவீன முறைகளை எல்லாம் கண்டு பிடித்திருக்க முடியாதன்றோ! மக்கள் சமுதாயத்தில் புனிதத்தை ஏற்படுத்தாத, வறுமையை ஒழிக்காத மதம், கர்ப்பத்தடையை எதிர்ப்பதால் என்ன சாதித்துவிடப் போகிறதென வினவுகிறார். இது நியாயமான வாதமேயாகும். இதுகாறும் விளக்கியவை ஏற்கக்கூடியவையே; ஆனால் அவர் மற்றொன்றையும் கூறுகிறார்.

"தற்காலம் இந்தியா இருக்கும் நிலைக்கும், மக்கள் வாழும் வாழ்விற்கும் கர்ப்பத்தடை அத்தியாவசியம். பொருள் விளைவு குறைந்துகொண்டும் பிள்ளைப்பேறு அதிகரித்துக்கொண்டும் போகிறது."

குடி அரசு - 22-10-1933

இவ்வாறு கூறுவது தவறா? சரியா? என்பதைப் பின்னர் நோக்குவோம். அடுத்து, தமிழறிஞர், சீர்திருத்தச் செம்மல் *சாமி. சிதம்பரனார்* என்ன கூறுகிறார் என்பதை நோக்குவோம். அக் கட்டுரை சற்று நீளமான கட்டுரை; எனினும் ஒன்றிரண்டை நோக்குவது ஏற்றது.

"கர்ப்பத்தடையை அனுசரிப்பது ஒழுக்க விரோதம் என்று கூற முடியாது. கர்ப்பம் உண்டான பின் அதைச் சிதைப்பது ஒழுக்க விரோதமாகும். உண்டாகாமலே தடுப்பது எப்படித் தவறாகும்? ஒழுக்க விரோதமானதென்று எல்லோருக்கும் தெரிந்திருக்கும். கருவைச் சிதைக்கும் முறை தற்பொழுது உலகில் தாராளமாக நடைபெறுகின்றன. இதைச் செய்வதில் (மறைமுகமாக) நிற்பவர்கள் சந்நியாசிகளும், சந்நியாசினிகளும்,

விதவைகள் வீட்டு வைத்தியர்களும் என்பது யாருக்குத் தெரியாது? இவ்வாறு அக்கிரமம் பண்ணுவதைவிடக் கர்ப்பத்தடை முறையை அநுசரிப்பது உயர்வல்லவா?

மதப் போதகர்களும் கத்தோலிக்கர்களும் கர்ப்பத்தடை முறையை ஒருவாறு ஒப்புக்கொள்கின்றனர். ஆனால், செயற்கை முறையால் கருத்தடையை அனுசரிக்கலாம் என்கின்றனர். ஆணும் பெண்ணும் தங்கள் உணர்ச்சியை அடக்கிக்கொண்டு குடும்ப ஒத்துழையாமையை அனுசரிக்க வேண்டுமென்கின்றனர். இது சுலபத்தில் நடக்கக் கூடியதா? என்பதே கேள்வி. உலகைத் துறந்துவிட்டதாகவும் பரலோகத்திற்குப் போகப் போவதாகவும் பாவனை செய்யும் சந்நியாசிகளே மறைவாகக் காமத் திருவிளையாடல்கள் புரியும்போது இன்பத்தில் ஈடுபட்டிருக்கும் மக்கள் என்ன செய்வார்கள்? இயற்கையாக உண்டாகும் வளர்ச்சியைப் பருவகாலமுள்ள ஆண்களும் பெண்களும் அடக்கி அழிப்பது இயற்கைக்கு விரோதமல்லவா? ஆகவே பிரமச்சரிய விரதம் அநுஷ்டிக்க வேண்டுமென்று கூறுவதில் சிறிதும் அர்த்தமில்லை.

கருத்தடைக்குக் கத்தோலிக்கர் எதிர்ப்பு - குடிஅரசு-29-10-33

கருவை இடையில் அழிப்பதுதான் தவறானது. ஆனால் கரு உண்டாவதற்கு முன் தடைசெய்வது எப்படித் தவறாகும் என்கிறார்? அவர் கூறுவது சரியானதுதான். இடையில் கருவைச் அழிப்பதைச் சிலர் இரக்கமற்றதென்றும், பாவமானதென்றும் கூறுவர். கருவை இடையில் அழிப்பது ஆபத்தானது. தாயின் உயிருக்கே ஆபத்து நேரிடும். சில நேரங்களில் உயிருக்கு ஆபத்து ஏற்படாவிடினும், தாயின் தாய்மைக்கும் உடல் நலத்துக்கும் பெருங்கேடு விளைவிக்கும் என்பதால்தான் அவர் இடையில் அழிப்பது தவறு என்கிறார். மற்றும், சந்நியாசிகளும் சந்நியாசினிகளும் மறைவாகச் சுகத்தில் ஈடுபடும்போது அவர்களே, ஆணும் பெண்ணும் காமத்தை அடக்கிக் கரு உண்டாகாமல் பார்த்துக்கொள்ள வேண்டுமென்று கூறுவது எவ்வாறு சரியாகும் என்கிறார். இது மிகச் சரியான கருத்தாகும். இயற்கையான இயல்பூக்கத்தை (காம எழுச்சியை) ஏதோ ஓரிருமுறை சிலரால் கட்டுப்படுத்த முடியும். ஆனால் அடுத்தடுத்து அடக்க முடியுமென்றால், முடியவே முடியாது என்பதுதான் உண்மை. இது பற்றிச் சமயவாதிகள் கூறுவதை

ஏற்க முடியாது என்கிறார். இதுவும் ஏற்கக் கூடியதேயாகும். மேலும் பல அரிய வாதங்களை அவர் அக்கட்டுரையில் அடுக்கிக் கூறுகிறார். விரிவஞ்சி அதனை விளக்க முடியாத நிலையில் இருக்கிறோம். எனினும் கட்டுரையில் ஓரிடத்தில் அவர் கூறுவது ஆய்வுக்கு உரியதாக உள்ளது.

“தேசத்தின் பரப்பளவுக்கும், உணவுப் பொருளுக்கும் செல்வப் பெருக்கத்திற்கும் தக்கவாறு மனிதர்களின் ஜனத்தொகையை வைத்துக்கொள்ள முயல்வது எவ்வளவு சிறந்ததாகும்? பிறந்து வளர்ந்து சாவதைவிடப் பிறக்காமலே இருக்க முயல்வது மேன்மையல்லவா? இதற்காகக் கர்ப்பத்தடை முறையைக் கைக்கொள்ள வேண்டுமென்று கூறினால் அதை ஏன் வைதீகர்கள் எதிர்க்க வேண்டும்?

சென்ற ஜனக் கணக்கில் 30 கோடியாக இருந்த மக்கள் இந்த ஜனக் கணக்கில் 35 கோடியாக உயர்ந்துவிட்டனர். அடுத்த ஜனக் கணக்கில் 40 கோடியாக உயருமானால் என்ன செய்வது? இவ்வுயர்வுக்குத் தக்கவாறு நாட்டின் பரப்பளவு பெருகவில்லை. செல்வப் பொருள் பெருகவில்லை. வாழ்க்கை அமைப்பும் இன்பமும் உயர்வடையவில்லை.

சென்னை அரசாங்கத்தாரும், சட்டசபை உறுப்பினர்களும் வைதிகர்களின் எதிர்ப்பைப் பொருட்படுத்தாமல் கருத்தடைக்கு உதவி செய்ய வேண்டுகிறோம்.

குடிஅரசு - 29-10-33.

இக் கட்டுரையின் முற்பகுதியில் இந்திராணி பாலசுப்பிர மணியம் இறுதியில் கூறுவதைப் போன்றே சாமி சிதம்பரனாரும் இங்குக் கூறுகிறார். இப்பகுதிதான் நமது ஆய்வுக்குரிய பகுதியாகும். இதனை இறுதியில் நோக்குவோம். கர்ப்பத் தடையைக் குறித்து அக்காலத்தில் பெருங் கிளர்ச்சியும் விவாதமும் எழுந்ததால் குடிஅரசு அதனைக் குறித்து 5-11-33 அன்று தலையங்கமே தீட்டியுள்ளது. நீண்ட தலையங்கமாய் இருக்கும் அக்கட்டுரை சிந்தனைக்கு விருந்தாக உள்ளது. பல செய்திகள் அடங்கிய கருத்துக் கொத்தாகவும் உள்ளது. பல வகையில் சிந்தனைகள் வளர்ந்துள்ள இக் காலத்திலும் அக்கட்டுரை வியப்பை ஏற்படுத்துவதாக உள்ளது. நீண்ட கட்டுரையாக இருக்கும் அதில் சிலவற்றை நோக்குவது நம் கடமையாகும்.

அக்கட்டுரையில் கர்ப்பத்தடை பல நாடுகளில் நடைமுறை படுத்துவதையும், மேல்நாடுகளில் சில முற்போக்குச் சங்கங்கள் அது குறித்துத் தீவிரப் பிரச்சாரம் செய்து வருவதையும், அந்நாடுகளில் கர்ப்பத்தடையை நிறைவேற்ற அரசுத் துறைகளில் தனித்துறைகள் செயலாற்றி வருவதையும், 50-ஆண்டுகளுக்குப் பின்னர்தான் அந்தத் திட்டம் இந்தியாவில் அறிமுகமாகி வருவதையும், வெளிநாடுகளிலும் மதவாதிகளில் சிலர் அதனை எதிர்த்து இருப்பதையும், இங்கிலாந்தில் அன்னிபெசண்ட் அம்மையார் இருந்தபோது, அந்தத் திட்டத்தை நிறைவேற்ற நீதிமன்றம் சென்று வழக்காடி வெற்றிபெற்ற செய்தியையும், தமிழகத்தில் அதனை எதிர்க்கும் சமயவாதிகளை, குறிப்பாகக் கத்தோலிக்கச் சமயத்தினரைக் கடுமையாகச் சாடியும் பல விளக்கங்களை அளித்துக்கொண்டும் அக்கட்டுரை நீளுகிறது. தேவதாசி ஒழிப்புத் திட்டத்தை நிறைவேற்றும்போது சத்தியமூர்த்தியைப் போன்ற தலைவர்கள் எதிர்த்ததையும், பின்னர் அதற்குச் சரியான பதிலடி தந்து சட்டத்தை நிறைவேற்றியதையும் சாரதா சட்டத்தைக்கொண்டு வந்தபோது அப்போது ஏற்பட்ட எதிர்ப்புகளையும் அதன் பின்னர் ஏற்பட்ட வெற்றியையும் எடுத்துக்கூறி, கர்ப்பத்தடைச் சட்டமும் வெற்றிபெறும் என்று அக்கட்டுரை கட்டியம் கூறியுள்ளது.

“கர்ப்பத்தடையை இவர்கள் எதிர்ப்பதற்கு ஒரு இடத்திலாவது பகுத்தறிவுக்குப் பொருத்தமான நியாயத்தையோ மனித சமூக நன்மைக்கு ஆதாரமான நியாயத்தையோ எடுத்துச் சொல்லி மெய்ப்பிக்க இவர்களால் இதுவரையிலும் முடியாமலே போய்விட்டது. மற்றபடி இவர்களது எதிர்ப்புக்கு உள்ள ஆதாரங்கள் எல்லாம் மதத்தை அடிப்படையாகக்கொண்ட ஆதாரங்களே ஒழிய வேறில்லை.

மனிதனுக்கு அறிவும் பிரத்தியட்ச அனுபவமும், பஞ்சேந்திர உணர்ச்சியின் பலாபலனும் இருக்கும்போது அவைகளை யெல்லாம் லட்சியம் செய்யாததும் இவைகளுக்கு மாறுபட்டதுமான மதம் என்பது எதற்காக உலகில் இருக்க வேண்டுமென்பது நமது முதல் கேள்வியாகும். அதனாலேதான் இப்படிப்பட்ட மதங்கள் என்பவை எல்லாம் ஒழியவேண்டும் என்று முழு மூச்சுடன் நாம் போராடி வருகிறோம்.

கர்ப்பத்தடை - குடி அரசு 5-11-33

இக்கட்டுரை நன்கு நோக்கினால் இதனை எழுதியவர் யார் என்பது நன்றாகவே தெரியவரும். அவர் யார்? நம் தந்தை பெரியார்தான். நுட்பமான பல சிந்தனைகளைக் கூறிய அவரும் பின்னர், குறிப்பிட்டிருப்பது நம் சிந்தனைக்கு உரியது.

"இந்திய நாட்டின் பொருளாதாரம், சுகாதாரம், சமூக வாழ்க்கைச் சுதந்திரம், ஆதாரம், உடற்கூறு ஆதாரம் முதலியவைகளின் தாழ்ந்த நிலைக்குப் பரிகாரம் செய்ய வேறு எத்தனையோ வழிகளில் பல நிபுணர்களும், தலைவர்களும், வெகுகாலமாக முயற்சித்தும் பயன்படாமல் போன பிறகே வேறுவழியில்லாமல் இந்த உண்மையைப் பின்பற்ற வேண்டியவர்களானார்கள்."

குடிஅரசுத் தலையங்கம் - 5-11-33

இந்திராணி பாலசுப்பிரமணியமும், சாமி. சிதம்பரனாரும் இறுதியில் எந்த முடிவுக்கு வந்தார்களோ அதே முடிவிற்குத்தான் பெரியாரும் வந்துள்ளார். அதாவது, சமூக வாழ்க்கைச் சுதந்திரம், சுகாதாரம், உடல் காப்பு போன்றவற்றிற்கு ஆதாரமாக உள்ள பொருளாதாரத்தை வளர்க்கவே கர்ப்பத்தடைச் சட்டத்தை உலகோர் நிறைவேற்றுவதாக அவர் இங்குக் கூறுகிறார். இக் கருத்து நம் ஆய்வுக்கு உரியது.

அன்றைய அரசு, கர்ப்பத்தடைச் சட்டத்தைக் கொண்டு வருவது குறித்தும், கர்ப்பமுறுவதை எவ்வாறு தவிர்க்கலாம் என்பது குறித்துப் போதிக்கும் முறையை நடைமுறைபடுத்துவது குறித்தும் அறிக்கை விட்டிருந்தது. அதனை உடனே கடுமையாக எதிர்த்தவர்கள் கத்தோலிக்கரே ஆவர். இந்த எதிர்ப்பை முறியடிக்கப் பொதுமக்கள் சார்பாக 31-10-33 அன்று **சென்னை கோகலே மண்டபத்தில் ஒரு கூட்டம் நடைபெற்றது.** அக் கூட்டத்தில் நீதிபதிகள், அரசு அதிகாரிகள், தலைவர்கள் பலர் கலந்துகொண்டுள்ளனர். அக் கூட்டத்தில் **பி. வரதராசலு நாயுடு, நீதிபதி ரமேசும், தாதாபாய் அம்மாள், பி. சிவராவ், சுபத்திரை அம்மாள், சேஷ அய்யங்கார், டி. ஆர். வெங்கடராம சாஸ்திரி** ஆகியோர் உரையாற்றியுள்ளனர். அவர்களுள் சிலர் உரைகளைக் குடிஅரசு இதழ் 20-11-33 அன்று சிறு பகுதிகளாக வெளியிட்டுள்ளது. அவற்றில் சிலவற்றை நம் ஆய்வுக்கு எடுத்துக் கொள்ளலாம். கூட்டத்திற்குத் தலைமை வகித்த **சின்னசாமி** அய்யர் கீழுள்ளவாறு பேசியுள்ளார்.

"கர்ப்பத்தடை வேண்டாமென்பவர்களை நாம் வற்புறுத்தவில்லை. எவரும் மனசாட்சிக்கு விரோதமாக நடந்துகொள்ள வேண்டாம். தனிப்பட்டவர்கள் விருப்பத்தின்படி சர்க்கார் அளிக்கும் வசதிகளைப் பயன்படுத்திக்கொள்வதில் எவரும் குறுக்கிடக் கூடாது. கத்தோலிக்கர்கள் தங்கள் மனசாட்சிப்படி நடந்துகொள்ளட்டும். கர்ப்பத்தடை என்றால் குழந்தை பெறுவதையே தடுப்பது அல்ல; அளவுக்கு மேல் அதிகக் குழந்தைகளைப் பெறாதபடி தவிர்த்துக்கொள்வதே அடிப்படை நோக்கமாகும். பெண்களின் ஆரோக்கியத்தையே காரணமாகக் கொண்டு அம்முறையை அனுசரிக்கலாம்.

"இந்நாட்டின் ஜனத்தொகை அதிகரித்த வண்ணம் உள்ளது. அதனால் இன்னும் பல ஆண்டுகளில் சொல்ல முடியாத பொருளாதார கஷ்டம் ஏற்படும். வறுமை, வேலையில்லாத் திண்டாட்டம் புஷ்டி தரும் உணவு கொள்ளாமல் மக்கள் வாழுவதே. இவைகளுக்கெல்லாம் காரணம் அதிக ஜனத்தொகையே. இத்தகைய நிலையில் கர்ப்பத்தடை மிக்க அவசியம்."

சென்னையில் கர்ப்பத்தடைப் பிரச்சாரம் - குடி அரசு-20-11-33

டாக்டர் பி.வரதராசலு நாயுடும் கீழுள்ளவாறு பேசியுள்ளார்.

"பழைய காலத்துச் சாத்திரங்கள் கர்ப்பத்தடையை ஆதரிக்கின்றனவா அல்லவாவென்பது பற்றிக் கவலை வேண்டாம். இந்தக் காலத்தில் நடந்துகொள்ள வேண்டுவது பற்றியே கவனிக்கவேண்டும். நம்நாட்டில் கணக்கற்றவர்கள் தரித்திரத்தாலும் அதிக குழந்தைகளைப் பெற்றுக் கஷ்டப்பட்டுக் கொண்டிருப்பதைப் பார்க்கிறோம். தெருக்களில் எவ்வளவோ பேர் ஆடையின்றியும் அன்னமின்றியும் நோயால் கஷ்டப்பட்டுக் கொண்டிருக்கிறார்கள். கர்ப்பத்தடையால் இத்தகைய கஷ்டங்களை ஓரளவு மட்டுப்படுத்தலாம்."

தாதாபாய் அம்மாளும் கீழ்க்கண்டவாறு பேசியுள்ளார்.

கர்ப்பத்தடையைப் போதிப்பதால் குழந்தைகளைப் பெறுவது நின்றுவிடுமென்று கருதவே வேண்டாம். பெண்கள் பிள்ளைகளைப் பெறுவதற்கு ஓரளவு உரிமை உண்டு; தேக வலிமைக்கும் ஒரு வரம்பு உண்டு. சமூகத்தில் திடகாத்திரம் வாய்ந்த ஆண்களும் பெண்களும் இருக்க வேண்டுமானால்

இந்தியா முழுவதும் விவாகமானவர்களுக்குக் கர்ப்பத்தடையைப் போதிக்கவேண்டும்.

இந்தியாவைப் போன்று வறுமையான தேசம் வேறில்லை. பலவித நோய்கள் மலிந்து கிடக்கின்றன. இத்தகைய நிலைமையில் சர்க்கார் ஆஸ்பத்திரியில் கர்ப்பத்தடையைப் போதிக்க வேண்டுவது மிக்க அவசியமாகும்.

இந்தக் கூட்டத்திற்குப் பின் வல்லம் எஸ்.வி. இராஜாம்பாள் என்பவர் கர்ப்பத்தடை என்ற தலைப்பில் 27-11-33 அன்று ஒரு கட்டுரை எழுதியுள்ளார். அக் கட்டுரை வைதீகர்களையும் கத்தோலிக்கர்களையும் கடுமையாகச் சாடுகிறது.

"கர்ப்பத்தடைச் சட்டம் உடனே அமுலுக்கு வரவிரும்பும் ஆண்களை விடப் பெண்கள் அதிகமென நாம் கூறத் தேவையில்லை. ஏனெனில், பெண்கள் கர்ப்பமுற்ற காலத்தும், பிரசவ காலத்திலும் பிள்ளை பெற்ற பின்னும் படும்பாடுகள் செப்பும் தரமன்று. இக்கஷ்டங்கள் என்போன்ற சகோதரிகளுக்குப் பெரும்பாலும் தெரிந்திருக்கும்.

மக்களின் நன்மைக்கென உண்டாகும் கர்ப்பத்தடைக்கு விரோதமாக இருக்கும் கடவுளையும் மதத்தையும் இன்றே அழித்து அனலிலிட்டுக் கொளுத்த வேண்டுமென்பதை அறியுங்கள். இந்திய நாட்டின் மக்கள்தொகை நாளுக்குநாள் பெருகிக்கொண்டே போகிறது. அப்படி ஜனத்தொகை பெருகிக் கொண்டு போவதனால் மக்கள் குடிக்கக் கூழின்றி உடுக்க உடையின்றி கஷ்டப்படுவதைப் பகுத்தறிவுள்ள எவரும் மறுக்க முடியாது. இதற்கு உதாரணமாகத் தற்சமயம் நமது நாட்டில் ஏற்பட்டிருக்கும் பொருளாதார நெருக்கடியே போதிய சான்றாகும்.

குடிஅரசு - 12-11-33

இதுகாறும் குறிப்பிட்டிருக்கும் சிந்தனைகளை உற்று நோக்கினால் பற்பல உண்மைகள் புலப்படும். அக்காலத்தில் கர்ப்பத்தடைக்கு எதிர்ப்பு எழுந்தபோது பகுத்தறிவு இயக்கம் களத்தில் உறுதியாக நின்று போராடி உள்ளதையும், அதில் பெண்மணிகள் பொங்கியெழுந்து தொண்டாற்றி உள்ளதையும் இவர்களோடு நீதிபதிகளும் அதிகாரிகளும் தலைவர்களும்

ஒருங்கிணைந்து பணியாற்றி உள்ளதையும் அறிய முடிகிறது. இக் களப்போராட்டத்தில் தந்தை பெரியாரின் உழைப்பும், குடி அரசின் கருத்து விளக்கமும் வரலாற்றுச் சிறப்புடையன. பாவம், புண்ணியம், நரகம், மோட்சம் ஆகியவற்றில் மூழ்கியிருக்கும் மக்கள் கர்ப்பத்தடையைப் பாவமாகவே கருதி வந்துள்ளார்கள். இத்தகு சமுதாயத்தில் மூடத்தனத்தில் மூலவேரையே அறுத்து, கர்ப்பத்தடை பாவம் அன்று அதுவொரு சமூக நெறி என்பதை உணர்த்தியுள்ளனர். **இத்தனை சிறப்புகள் இருந்தாலும், கருத்து விளக்கத்தில் ஓர் அடிப்படைத் தவறு உள்ளது. அதனைச் சரியாக அடையாளம் காட்டுவதே இக் கட்டுரையாகும்.** என்ன அடிப்படைக்குறை? அது அடிப்படையான குறை மட்டுமன்று; காலம் காலமாகத் தவறாக அறிவுறுத்தி வந்த பிழையான கருத்துமாகும். அதனைத்தான் நாம் நோக்கவேண்டும். அதாவது நாட்டின் பொருளாதாரக் குறைவுக்கும், வறுமைக்கும் அடிப்படைக் காரணம் ஜனத்தொகை பெருக்கமே என்றவொரு சிந்தனை இங்குக் குறிப்பிடப்பெற்ற அனைவர் கருத்துகளிலும் காணப் படுகின்றன. இவற்றைத் தெளிவாக்கவேண்டும். மறு ஆய்வுக்கு உட்படுத்த வேண்டும். இதுவே இக் கட்டுரையின் நோக்கம்.

குடி அரசில் இக்கட்டுரைகள் வெளிவந்தபோது, இக் கட்டுரைகளில் காணப்படும் ஓர் அடிப்படைப் பிழையைச் சரியாக அடையாளம் கண்டு, இவற்றை மறுக்கும் வகையில் **சிங்காரவேலர்** ஒரு கட்டுரையை வரைந்துள்ளார். அக்கட்டுரையில், இதுகாறும் வெளியான கட்டுரைகளுக்கு மறுப்பு என்று வெளிப்படையாகக் குறிக்காமல் சிங்காரவேலர் கட்டுரை எழுதியுள்ளார். ஒரே இயக்கத்தைச் சேர்ந்தவர்களுக்கு "மறுப்புக் கட்டுரை" எனக் குறிப்பிடுவது சரியாக இருக்காது எனும் நாகரிகப்பண்பால் அவர் வெளிப்படையாகக் குறிப்பிடாது விட்டார்போலும். ஆராய்ச்சியில் வெளிப்படையாகக் குறிப்பிடுவது தவறொன்றும் இல்லை; அஃது ஆராய்ச்சி நெறியேயாகும். ஆனால், அக்காலத்தில் அத்துணை ஆராய்ச்சிப் பக்குவம் இல்லாததால் சிங்காரவேலர் வெளிப்படையாக குறிக்காது விட்டார் எனலாம். நாட்டின் பொருளாதாரக் குறைவுக்கும் கர்ப்பத்தடைக்கும் எவ்வித ஒட்டும் உறவும் இல்லை என்பதை விளக்கவே சிங்காரவேலர் அந்நாளில் "கர்ப்பத்தடைப் பித்தம்" என்ற ஓர் அரிய கட்டுரையை வரைந்துள்ளார். அக்கட்டுரையும் அதே

குடி அரசு இதழில் 19-11-33-அன்று வெளிவந்துள்ளது. அக்கட்டுரை ஏற்கெனவே பலரால் எழுதப்பெற்ற கட்டுரைகளுக்கும், தந்தை பெரியாரின் கட்டுரைக்கும் மறுப்பாக இருந்திருந்தும், தந்தை பெரியார் நனி நாகரிகத்துடன் அக் கட்டுரையைக் குடிஅரசில் வெளியிட்டுள்ளார். இது பெரியாரின் அறிவு நேர்மையைக் காட்டுகிறது. ஆம்: அவர்தான் தந்தை பெரியார். குடிஅரசு இதழை அவர் ஒரு விவாதக் களமாக வளர்த்துள்ளார். பகுத்தறிவுக்கு இதுதான் அடிப்படை; அந்த அடிப்படைக்கு அவர் எப்போதும் வழி அமைப்பவராகவே இருந்துள்ளார். இதற்கு மற்றொரு நிகழ்வையும் நோக்கலாம்.

தந்தை பெரியார் "பெண் ஏன் அடிமை ஆனாள்" என்ற கட்டுரையைக் குடியரசில் வரைந்திருந்தார். அக்கட்டுரையிலுள்ள சில கருத்துகளுக்கு முரண்பட்டு மற்றொருவர் ஒரு கட்டுரை வரைந்திருந்தார். அக் கட்டுரையையும், பெரியார் சிறிதும் தயக்கம் காட்டாமல் முழுமையாகக் குடிஅரசில் 19-11-33 அன்று மிக்க பெருந்தன்மையுடன் வெளியிட்டுள்ளார். உண்மையான விவாதத்திற்கு, கருத்துப்போருக்கு அவர் எவ்வாறு இடமளித்துள்ளார் என்பதற்கு இவையெல்லாம் எடுத்துக் காட்டுகளாகும். இனிச் சிங்காரவேலர் என்ன கூறியுள்ளார்? என்பதை நோக்குவோம். நாட்டின் பொருளாதாரக் குறைவுக்கும் கர்ப்பத்தடைக்கும் எவ்விதத் தொடர்பும் இல்லை என்பதை விளக்குவதற்கு முன்னர், குழந்தையைப் பெற்றெடுப்பது மிகத் துன்பமானது என்பதைக் கர்ப்பத்தடையினர் கூறுவதை அவர் ஒருவாறு மறுக்கிறார். அதுவும் நம் சிந்தனைக்குரியது.

"கர்ப்பத்தடையோர் (Birth Control) கூறும் காரணங்கள் அவரவர் மனோராஜியமே ஒழிய அனுபவமல்ல; தாய்மார்கள் பலவீனமடைகின்றார்கள் என்பதும் தவறு; கஷ்டப்படுகிறார்கள் என்பதும் தவறு. பன்றி முதலிய உயர்தரப் பிராணிகள் அநேக குட்டிகளை அநேக தடவை ஈன்றும் கஷ்டப்படுகின்ற தென்றாவது, பலவீனமடைகின்றதென்றாவது சொல்ல முடியாது. இந்த நடவடிக்கையால் தாய்மார்க்கு இல்லாத கஷ்டம் தோன்றுவது என்பது உலக அனுபவத்திற்கு விரோதம்.

கர்ப்பத்தடையோர் வாதத்தின்படி, தாய்மார்களுக்கு அதிகமாகப் பிள்ளைகளைப் பெறுவதால் கஷ்டங்கள் உண்டாகி வரும் பட்சத்தில் எந்தத் தாயும் இந்தப் பிள்ளைகளைப் பெறும்

பேற்றை எந்தக் காலத்திலேயோ விட்டுவிட்டிருப்பார்கள். மக்களைப் பெறும் பாக்கியம் மற்ற தேச நடவடிக்கைகளைப் போல் இயற்கையாகவே கோடானகோடி வருஷங்களாக இருந்து வருகின்றது. பசி, தாக வினைகளைப் போல் மக்களைப் பெற உண்டாகும் அளவும் ஒன்றேயாகும். ஆனால், சில தாய்மார்களுக்குப் பிரசவ கஷ்டம் உண்டாகலாம். இந்தக் கஷ்டம் நம்மிலும் தாழ்ந்த உயிர்களுக்கு இல்லையாதலால், நமது தாய்மார்களுக்குத் தகுதியான சிகிச்சை, உணவு கிடைக்கும் பட்சத்தில் பிரசவம் இயற்கையாகவே கஷ்டமின்றி இருக்கும். கர்ப்பத்தடையோர் கொண்டுள்ள பயங்களுக்கு இல்லாமையை (Poverty) உண்டாக்கும் சில மதத் திட்டமே காரணமேயொழிய இயற்கையில் யாதொரு ஆதாரமும் கிடையாது.

குடி அரசு -19-11-33

சிங்காரவேலர் பிள்ளைப் பேற்றை இங்கு உடல் நூல் அடிப்படையில் நோக்குகிறார். இதுவொரு சரியான கண்ணோட்டமாகும். குழந்தையைப் பெற்றெடுப்பது மிக்க துன்பத்துக்குரியதென்றாலும் அது தவிர்க்க முடியாத ஓர் இயற்கைமுறை என்கிறார். நமக்குக் கீழான பன்றி முதலான விலங்ககளும் குட்டிகளை ஈன்றெடுக்க நாம் அனுபவிக்கும் துன்பங்களைத்தான் அவைகளும் காலங்காலமாக அனுபவித்து வருகின்றன. துன்பங்கள் இருப்பினும் அது தவிர்க்க முடியாது என்கிறார். இது காலங்காலமாக இருந்து வருகின்ற ஒன்றுதான் என்கிறார். இதில் பெருந்துன்பம் உண்டென்றால் பெண்கள் ஏன் அடுத்தடுத்து பிள்ளைப் பேற்றுக்கு ஆளாகவேண்டுமென்று வினவுகிறார். மேலும் பெண்களுக்குத் தக்க உணவும், சரியான சிசிக்சையும் கிடைக்குமானால், இந்தத் துன்பம் ஏற்பட வழியில்லை என்கிறார். இதன்வழி உடல்நூல் அடிப்படையில் ஒரு மாற்றுச் சிந்தனையை அவர் முன் வைக்கிறார். இதுபோன்ற சிந்தனைகளை அவரால்தான் கூறமுடியும். எனினும் சிங்காரவேலர் கட்டுரையிலும் ஒரு குறை இருப்பதாகத் தோன்றுகிறது.

பிரசவ வலி என்பது மரண வாயிலுக்குச் சென்றுவருவது போன்றது. இதில் பெண்கள் அடையும் துயரம் அளவற்றது. இக்காலத்திலும் பெண்கள் சரியான மருத்துவச் சிகிச்சை பெற

முடியாத நிலையிலேயே உள்ளனர். பெரும் எண்ணிக்கை யிலுள்ள ஏழைப் பெண்களின் நிலை மிகச் சோகமானது. இந்நிலையில் கர்ப்பத்தடை என்பது அவர்களுக்கு ஒரு விமோசன நிலையாகவே உள்ளது. இதனைச் சிங்காரவேலர் ஏனோ குறிப்பிடத் தவறியிருக்கிறார். இதுவொரு குறைவாகவே உள்ளது. மற்றும் கர்ப்பத்தடை என்பது, சமயத்திற்கும் கடவுளுக்கும் எதிரானது என்றும், பெரும் பாவத்திற்கு உட்படாதென்றும் கூறிவரும் வைதீகக் கருத்தியலுக்குப் பகுத்தறிவு இயக்கம் அற்றை நாளில் கர்ப்பத்தடைப் பிரச்சாரம் மூலம் பலமான சம்மட்டி அடி கொடுத்திருக்கிறது. இது சாதாரணமானதன்று. சிங்காரவேலரும் இதனை அறியாதவர் அல்லர். ஏனோ இதனையும் அவர் குறிக்க மறந்திருக்கிறார். கர்ப்பத்தடையைப் பற்றி அக்காலத்தில் பேசிய அனைத்துத் தலைவர்களும் நாட்டின் பொருளாதார வளர்ச்சிக்குக் கர்ப்பத்தடையே காரணம் என்று வலியுறுத்திக் கூறியதால், அந்த அடிப்படையான தவறான கொள்கை நிலையை, கருத்தியலை மறுப்பதில் அவர் முழுக்கவனம் செலுத்தியதால் மேற்கூறிய குறை நிகழ்ந்துவிட்டது போலும்! எனினும் அதனைச் சுட்டிக்காட்ட வேண்டிய பொறுப்பு நமக்கு உள்ளது என்பதையும் நாம் உணர வேண்டும். இவ்வாறுதான் நாம் ஆராய்ந்து பார்க்க வேண்டும். இந்தக் கண்ணோட்டம் நம் மரபில் நிலைக்கவேண்டும் என்பதற்காகத்தான் வள்ளுவர் "மெய்ப்பொருள் காண்பதறிவு" - 423-என்றார்.

மேலும், கல்வியறிவு வளரும்போது மக்களிடத்தில் பிறப்பு விகிதம் குறையுமென்றும், அவர்களுக்குக் கர்ப்பத்தடையைப் பற்றிக் கூறவேண்டுவதில்லை என்றும் கூறுகிறார். இதனையும் அவர் உயிர்நூல் அடிப்படையில்தான் அலசுகிறார்.

"ஜீவராசிகளில் கீழ்த்தர ஜீவராசிகளுக்குப் பிரஜா விருத்தி அதிகப்பட்டும், உயர்தர ஜீவராசிகளுக்குப் பிரஜா விருத்தி குறைந்தும் இருப்பதைக் காணலாம். மீன் தவளைகளைவிடப் பட்சி வகையில் பிறப்பு குறைவு. பட்சிகளைவிட நாற்கால் மிருகங்களில் பிரஜா விருத்தி குறைவு. நாற்கால் மிருகங்களில் குரங்கு முதலிய உயர்தர ஜீவன்களில் பிறப்பு குறைவு. இந்தச் சம்பவத்தை மனிதர்களுள்ளும் காணலாம். மூன்று வேளை தின்ன பாக்கியம் பெற்ற குடும்பங்களில் பிறப்பு குறைந்தும், பசி, பட்டினி நிறைந்த வீட்டில் பிறப்பு அதிகரித்திருப்பதாகத் தெரிகிறது.

இத்தியாதி சம்பவங்களால் ஏற்படும் முடிவு யாதெனில், உண்ண உணவும் உடுக்க ஆடையும், இருக்க வீடும் அதிகரிக்க அதிகரிக்கப் பிறப்பும் உலகில் குறைந்து வரும். ஆதலின் உலக மக்கள் நாகரிகம் அடைய அடைய பிறப்பும் குறைந்தே வரும். பிறப்புக் குறைய வேண்டுமானால் மக்கள் வாழ்வை உயர்த்த வேண்டுமே ஒழிய, பசிப்பிணியால் வாடுகிறவர்களைக் கர்ப்பத்தடை செய்யச் சொல்லக் கூடாதென்பதாம்.”

குடிஅரசு-19-11-33

கல்வியிலும் நாகரிகத்திலும் மக்கள் போதிய அளவு வளர்ந்துவிட்டால், பிறப்பு விகிதம் குறையும் என்றும், ஆதலால், அவர்களுக்குக் கர்ப்பத்தடை பற்றிக் கூறவேண்டுவதில்லை என்றும் கூறுகிறார். இது ஓரளவு உண்மையாகும்; முழு உண்மை ஆகாது. கல்வியும் நாகரிகமும் அடைந்த மக்கள் சமூகம், பிறப்பு விகிதத்தை ஓரளவு குறைக்கும்; அது உண்மைதான்; ஆனால் அதில் போதிய அளவில் வெற்றிபெற முடியாது. மனிதன் எத்துணை அறிவு வாய்ந்தவனாக இருந்தாலும் அவன் எப்போதும் உணர்வு வழி வாழ்பவன் ஆவான். அதிலும் காமத்தைப் பற்றிச் சொல்ல வேண்டுவதில்லை; காம உணர்வு எவனையும் பலியாக்கிவிடும். பல நேரங்களில் துறவிகளும் சாமியார்களும், பாதிரிமார்களும் மௌலானாக்களும் மறைவாகக் காமத்தில் ஈடுபடுவதே அதற்குச் சான்றாகும். இவர்கள் கல்வியறிவு அற்றவர்களா? நாகரிகம் இல்லாதவர்களா? நன்கு கற்றவர்களும், பெரியவர்களும் பல மனைவிகளைப் பெற்றிருப்பது எதனால்? கல்வியறிவின்மையாலா? நாகரிகமின்மையாலா?. அன்று; அன்று. அதற்குக் காரணம் பேராசையும், செல்வாக்கும், ஒழுக்கமின்மையும், உடற்கூற்றுத் தன்மையுமேயாகும். பிறப்பு விகிதத்தை வெறும் கல்வியால் மட்டும் கட்டுப்படுத்த முடியாது. அதற்குத் தடைச் சட்டமும் தேவைதான்; அப்போதுதான் பிறப்பு விகிதம் கட்டுப்படுத்தப்படும்.

ஒரு சமுதாயத்தை நன்முறையில் பாதுகாக்க நீதியும் வேண்டும்; சட்டமும் வேண்டும். இரண்டில் எது குறைந்தாலும் ஆபத்துதான். அதனைத் தவிர்க்க முடியாது. திருட்டை ஒழிக்கத் திருடாதே என்று உபதேசம் செய்தால் மட்டும் போதாது; திருடினால் தண்டனையும் உண்டு எனும் சட்டமும் இருத்தல் வேண்டும். எனவே பிறப்பு விகிதத்தைக் குறைக்கக் கல்வியும்

வேண்டும் கர்ப்பத்தடைச் சட்டமும் வேண்டும். கல்வியிலும், நாகரிகத்திலும் சிறந்த பிரான்ஸ், இங்கிலாந்து போன்ற நாடுகள் கர்ப்பத்தடைச் சட்டத்தை நிறைவேற்றியிருப்பது இங்குச் சிந்திக்கத் தக்கது. பகுத்தறிவு இயக்கம் அக்காலத்தில் இவற்றைத்தான் செய்தது. கற்றவர்களிடத்தில் கர்ப்பத்தடைச் சட்டம் பற்றிப் பிரச்சாரம் செய்ய வேண்டுவதில்லை என்று சிங்காரவேலர் கூறுவது அத்துணைச் சரியாக இல்லை. கர்ப்பத்தடையைப் பற்றிக் கூறும்போது பலர் கல்விக்கு முக்கியத்துவம் அளிக்க மறந்தனர். ஆனால் சிங்காரவேலர் அதன் முக்கியத்துவத்தை நமக்கு உணர்த்தியுள்ளார்.

கர்ப்பத்தை உருவாக்குபவர் கடவுள்தான் என்றும், கர்ப்பத்தைக் கலைப்பதும் கடவுளுக்கு விரோதமானதென்றும் கூறும் சமயவாதிகள், கோடிக்கணக்கான மக்களைக் கொல்லும் போரும் கடவுளால் உருவாக்கப்பட்டதே ஆகும் என்றும் கூறுவதை மிகக் கடுமையாகச் சாடுகிறார். குரங்கு, தம் குட்டிமேல் ஈ, எறும்பு, பூச்சி விழாதவாறு தழைகளைக் கொண்டு வீசி அவற்றைக் காக்கும்போது மனிதன் குழந்தைக் காப்பகம், குழந்தை நலநிலையம், பூங்கா, பள்ளி போன்றவற்றை அமைத்து அவர்களை நன்கு வளர்த்து, பின்னர் அவர்களைப் போரில் அழிய வைக்கலாமா? என வினா எழுப்பி நம்மை எச்சரிக்கிறார். இதன் பொருட்டு, ஜான்ஆடம்ஸ், வெப்ஸ் போன்ற மேலைச் சிந்தனை யாளர்கள் எழுதிய நூல்களை அவர் குறிப்பிட்டிருப்பதைக் கொண்டு, அவரது பரந்த நூற் பயிற்சியையும், பல்துறைப் பேரறிவையும் உணரலாம். அவரது எல்லாக் கட்டுரைகளிலும் இப்பண்பு மேலோங்கி நிற்பதை நம்மால் அறியமுடிகிறது. இது சிங்காரவேலரின் தனியாளுமை யாகும்.

நாட்டின் பொருளாதாரக் குறைவுக்குச் கர்ப்பத்தடை பெருங் காரணம் என்று பலர் கூறுவதை அவர் நன்கு மறுப்பதற்கு அவர் தம் பல்துறை ஞானமே துணைபுரிகிறது. அக்காலத்தில் அவர் எத்துணை ஆழ்ந்து சிந்தித்துள்ளார் என்பதற்கு அக்கட்டுரையே சிறந்த சான்று. இக்கட்டுரையின் நோக்கமே அதனை அடையாளம் காட்டுவதுதான். அவர் அளித்த மறுப்பைக் கீழே காணலாம்.

"உலகம் ஜனத்தொகையால் அதிகரித்து வருகின்றது. கடந்த நூறுவருஷத்திற்குள் உலக ஜனங்கள் இரட்டித்தனர். இம்மாதிரியாக

ஜனத்தொகை அதிகரித்துக்கொண்டே போனால் உணவுக்கு அதிகமாகத் திண்டாடவேண்டும். உணவுப் பொருள்கள் உலகில் உண்டாவதற்கு ஒரு அளவு குறை ஏற்பட்டுவிடும். அதற்கு மேல் உண்டாகா. அந்த நிலை வந்தவுடன் ஜனத்தொகை அதிகரித்தால் அத்தனை வயிற்றுக்கும் உணவு போதாமையாகும். அது மட்டுமன்றிப் பிரஜா விருத்தியாகிக்கொண்டு போனால், அக்கால மக்களுக்கு அதிகக் கஷ்டம் நேரிடும். இதனைத் தடுக்கக் கர்ப்பத்தடையை இப்பொழுதே ஆரம்பம் செய்ய வேண்டுமென்பார்.

தற்போதுள்ள உலக வறுமைக்குக் காரணம் அதிகமான ஜனத்தொகை அல்ல; மட்டுமிதமின்றிப் பிள்ளைகளைப் பெறுவதாலும் அல்ல. அல்லது, அவர்கள் அதனால் அடையும் பலவீனத்தாலும் அல்ல.

விளைபொருளும் செய்பொருளும் பெற்ற கூட்டத்தவர்களால் துர்விநியோகிக்கப்பட்டும், அழிக்கப்பட்டும், ஜனங்களுக்குப் போதுமானவரை உணவை உண்டாக்காமல் நிறுத்திவிடுவதாலும் பலருக்கு உபயோகமாகும்படி விடாமல் தடைசெய்து வருவதாலும், என்க.

அந்த அக்கிரமத்தால் உலகில் பிணியும், பசியும், மரணமும் நிரம்பிவருகின்றன. உலகம் படும் கஷ்டங்களுக்குப் பிரஜாவிருத்தி அல்ல காரணம்; சிலரே வாழ்வுக்கு வேண்டிய பொருள்களைத் தாங்களே கையாண்டு விநியோகித்து வருவதால், இந்தத் துர்நடவடிக்கைகளே உலகம் படும் துயத்திற்கு மிகுதியும் காரணமாகும்.

குடிஅரசு-19-11-33

நாட்டின் பொருளாதாரத் தாழ்வுக்கும், வறுமைக்கும், வேலையில்லாத் திண்டாட்டத்திற்கும், விலைவாசி உயர்வுக்கும் விளைபொருளையும், செய்பொருளையும் உற்பத்தி செய்யும் உற்பத்திக் கருவிகள் தனியார்களிடம் இருப்பதுதான் (Factors of Production) காரணமாகும். இதைத்தான் இங்கு அவர் அறிவுறுத்துகிறார். தனியுடைமை அமைப்பு இருக்கும்வரை இந்த அவலங்கள் தொடர்ந்து கொண்டுதான் இருக்கும். இந்தச் சமுதாய அமைப்பில் ஒவ்வொன்றும் எப்படி நிகழ்கிறது என்பதை அவரது கூற்றோடு சுருக்கமாக ஒப்பிட்டு நோக்குவது ஏற்றது.

முதலில் ஜனத்தொகை பெருகப் பெருக அதற்கேற்றாற்போல் உணவுப் பொருள் கிடைக்காது என்ற கூற்றை நோக்கலாம். 1960-61-இல் உற்பத்தியின் மதிப்பு 13,294 கோடி ரூபாய். அடுத்த பத்தாண்டுகளில் (1971-72-இல்) 19,299 கோடி ரூபாய். அதாவது 10 ஆண்டுகளின் தேசிய மதிப்பு 45% உயர்ந்துள்ளது. அதே கால கட்டத்தில் (1961-62) வறுமைக் கோட்டிற்குக் கீழே 52% மக்கள் இருந்துள்ளனர். ஆனால் 1970-72 ஆண்டில் வறுமைக் கோட்டிற்குக் கீழே வாழ்பவர் 70% ஆக உயர்ந்துள்ளனர். அதாவது 18% உயர்ந்துள்ளது. மக்கள்தொகைப் பெருகப் பெருக உற்பத்தியும் பெருகி உள்ளது. உற்பத்தி பெருகினால் வறுமைக்கோடு குறைய வேண்டும். ஆனால் வறுமைக்கோடு குறையவில்லை. வறுமைக்கோடு பெருகியதற்குக் காரணம் என்ன? அதனைப் பின்னர் நோக்குவோம். இங்கு இன்னொரு பட்டியலையும் நோக்குவது நம் கடமையாகும்.

1950-முதல் 1960- வரை இந்தியாவின் ஒட்டுமொத்த உணவு தானிய உற்பத்தி 5 கோடியே 10 லட்சம் உற்பத்தியாகியுள்ளது. ஆனால் 2000 -இல் 20 கோடியே 20 லட்சம் டன்னாகப் பெருகியுள்ளது. 1950-51-இல் இரும்பு உற்பத்தி 10 லட்சம் டன்னாக இருந்தது; 2000-இல் அந்த உற்பத்தி 3-கோடியே 10 லட்சம் டன்னாக மிகுந்துள்ளது. 1950-இல் சிமெண்ட் உற்பத்தி 27 லட்சம் டன்னாக இருந்தது; ஆனால் 2000-ல் 10 கோடியே 69 லட்சமாகப் பெருகியுள்ளது. 1950-51இல் கச்சா எண்ணெயின் உற்பத்தி 4000 மெட்ரிக் மன் மட்டுமே; ஆனால் 2000 - 2001-ல் 3 கோடியே 20 லட்சம் டன்னாக மிகுந்துள்ளது. 1930-இல் இந்திய மக்கள்தொகை 33 கோடி, இப்போது (2008-இல்) 105 கோடியாகப் பெருகியுள்ளது. மக்கள்தொகைப் பெருகிக்கொண்டு இருந்ததால் அதற்கேற்ற அளவிற்கு உணவுப்பொருளோ ஏனைய பொருளோ கிடைக்கா தென்பது தவறானது என்பதை இப்புள்ளி விவரம் மூலம் நன்கு உணரலாம். மற்றும், ஏதோ சில நேரங்களில் வான்மழை பொய்த்ததினாலோ, வறட்சியினாலோ, தகுந்த பாதுகாப்பு இல்லாததாலோ, போரின் காரணமாகவோ போதிய உற்பத்தி ஏற்படாமல் இருக்கலாம். ஆனால் அடுத்த ஆண்டுகளில் அதனைச் சரிசெய்துகொள்ள முடியும். இன்று வளர்ந்துள்ள அறிவியல் தொழில் நுட்பத்தினாலோ, இயற்கையின் கொடையாலோ அந்த வறிய நிலையை மாற்றிக்கொள்ள முடியும். அவ்வாறு

மாற்றிக்கொண்ட நிலைகள் இந்திய வரலாற்றிலும் உலக வரலாற்றிலும் பல உண்டு.

மக்கள்தொகைப் பெருக்கத்தால் உணவு உற்பத்தி சிதைந்து வறுமை ஏற்படும் என்றனர்; என்கின்றனர் பலர்; ஆனால் உணவு உற்பத்தியும், மற்றப் பொருள்களின் உற்பத்தியும் பல மடங்கும் பெருகிக்கொண்டுதான் இருக்கிறது. அப்படியென்றால், உணவு உற்பத்தியால் மட்டும் வறுமையைப் போக்கிவிட முடியாது என்பதை நன்கு அறியலாம். இதனால் அதற்கு வேறொரு முக்கியக் காரணம் உண்டு என்பதையும் உணரலாம். இந்தியா விடுதலை பெற்றதும் முதலில் அறிவித்த நிதிநிலையின் (பட்ஜெட்) மதிப்பு ரூபாய் 1300 கோடி மட்டுமே. ஆனால் 2009-2010-ஆண்டின் நிதிநிலைத் தொகை ரூபாய் 10 லட்சம்கோடி ஆகும். நிதிநிலை பல மடங்கு பெருகியும் 30 கோடி மக்கள் வறுமைக்கோட்டிற்குக் கீழ் வாழும் நிலைதான் உள்ளது. வேலையில்லாத் திண்டாட்டமோ மேலும் மேலும் பெருகிக்கொண்டுதான் இருக்கிறது. முதல் ஐந்தாண்டுத் திட்டத்தை நிறைவேற்றிய பின்னர் வேலையில்லாதாரின் தொகை 5 லட்சம்பேர்; எட்டாவது ஐந்தாண்டுத் திட்டத்திலோ 2 கோடியே 28 லட்சத்து 68 ஆயிரம் பேர். முதல் ஐந்தாண்டுத் திட்டத்தில் அரசு செலவிட்ட தொகை ரூபாய் 2,069 கோடி. பத்தாவது ஐந்தாண்டுத் திட்டத்திலோ ரூபாய் 15,25,639 -யை (2002 - 2007) அரசு செலவிட்டுள்ளது. இவ்வளவு செலவிட்டும் வேலையில்லாத் திண்டாட்டம் கோடிக்கணக்காகப் பெருகிக்கொண்டே செல்கிறது. நாட்டின் உற்பத்தி பெருகவும், அரசின் நிதிநிலைத் தொகை பல மடங்கு பெருகியும் வறுமையும் இல்லாமையும் ஒழியவில்லை. ஏன் ஒழியவில்லை? அதன் அடிப்படைக் காரணம் என்ன? அதனை நாம் சரியாக அறிய வேண்டாமா?

சிங்காரவேலர் இதற்கு என்ன காரணம் கூறுகிறார்? நாட்டில் விளைந்த விளைபொருள்களையும், செய்பொருள்களையும் அனைவருக்கும் சரியாகப் பங்கீடு செய்யாததேயாகும் என்கிறார். சரியான பங்கீடு ஏன் இல்லை? நாட்டின் பெரும்பான்மையான பொருள்களை இந்த நாட்டில் தனியார் துறைகளே கட்டுப்படுத்துகின்றன. இந்தத் தனியார் துறைகளின் சொத்து மதிப்பும் வருமானமும், இந்திய அரசின் நிதிநிலை மற்றும் வருமானத்தைக் காட்டிலும் அதிகமாக இருப்பதால், அவை இந்திய அரசையே கட்டுப்படுத்தும் நிலையில் உள்ளன. இதனால், இந்திய அரசு, கொள்ளை லாபம் அடிக்கும் தனியார் துறைகளைப்

பெரிதும் கட்டுப்படுத்த முடியாத நிலையில் உள்ளது. இந்திய அரசு, தனியார் துறையையும், தாராளமயத்தையும் வளர்க்கும் கொள்கையில் இருப்பதால், அதனால் தனியார் துறையின் தவறான போக்கையும், கொள்ளை லாபத்தையும் கட்டுப்படுத்த முடியவில்லை எனலாம். இதற்கு அண்மையில் நடந்த ஒரு நிகழ்வே சரியான சான்று எனலாம்.

சர்க்கரையின் விலை கடந்த ஆண்டு ரூபாய் 16-ஆக இருந்தது. இப்போது ரூபாய் 35ஆக உயர்ந்துள்ளது. கடந்த மூன்று நாட்களாக மொத்த விற்பனைச் சந்தையில் விலைப்புள்ளி குறைந்திருப்பதும் இந்த அவலநிலை தொடர்கிறது. இதற்குக் காரணம் குளிர்பானங்கள், ஐஸ்கிரிம், இனிப்புப் பொருள் ஆகியவற்றைத் தயாரிக்கும் கம்பெனிகள் எண்ணற்ற சர்க்கரை மூட்டைகளை வாங்கிப் பதுக்கி வைத்திருப்பதால், வெளிச் சந்தையில் சர்க்கரை கிடைப்பதில்லை; இந்தப் போதாமையால் சர்க்கரை விலை உயர்த்தப்படுகிறது. சர்க்கரை மொத்த உற்பத்தியில் 65% விழுக்காட்டினை இந்தத் தனியார் நிறுவனங்களே கையாடல் செய்வதாக வல்லுநர்கள் கூறுகின்றனர். எந்தவொரு நிறுவனமும் தனிநபரும் குறிப்பிட்ட அளவுக்கு மேல் சர்க்கரையை வைத்துக் கொள்ளக்கூடாதென்ற சட்டத்தைச் சரியாக நிறைவேற்றினால் இந்தப் பதுக்கலும் ஒதுக்கலும் இருக்காது. இதனை நடுவண் அரசு சரியாக நிறைவேற்றாததால் சர்க்கரையின் விலை அதிகமாகி மக்கள் வாங்க முடியாத நிலை ஏற்பட்டுவிடுகிறது. சர்க்கரையைப் பதுக்கிவைக்கும் நிறுவனங்கள் சர்க்கரையைக் கொண்டு தயாரிக்கும் பொருள்களின் விலையையும் அதிகமாக ஏற்றிவிடுகின்றார். மக்களுக்கு இங்கேயும் கஷ்டம் ஏற்பட்டு விடுகிறது. இவற்றிற்கெல்லாம் காரணம் சரியான சமத்துவமான பங்கீடு (Equal Distribution) இல்லாததும் அதனை வளர்க்கும் தனியுடைமையுமே காரணங்களாகும். இவற்றை நாம் மறந்து விடக்கூடாது.

தனியார் துறைகளும், அத்துறைகளை ஊக்குவிக்கும் அரசுகளும் உள்ளவரை, சரியான பங்கீட்டைக் கொண்டுவர முடியாது. அப்படிக் கொண்டு வராதவரை எந்த முக்கியப் பொருளையும் மக்களுக்கு வழங்க முடியாத நிலையே இருந்துவரும். சிங்காரவேலர் மற்றொரு செய்தியையும் கூறுகிறார். அதாவது உற்பத்தி செய்த பொருட்களைச் சில நேரங்களில், முதலாளிகள் அழித்துவிடுகிறார்கள் என்கிறார். இதற்குப் பல எடுத்துக்காட்டுகள் உண்டு. அமெரிக்காவில்

1943-ஆம் ஆண்டில் கோதுமை உற்பத்தி அளவுக்கு அதிகமாக உற்பத்தியாகிவிட்டது. பொருளாதார விதிப்படி உற்பத்தி கூடினால் விலை குறையவேண்டும். ஆனால் விலை எந்நிலையிலும் குறையக்கூடாது என்பதே முதலாளிகளின் திட்டமாகும். அமெரிக்காவில் எப்போதும் இல்லாத அளவுக்கு உற்பத்தி பல மடங்கு உயர்ந்ததால், முன்பிருந்த விலையில் விற்றால்தான் இலாபம், இல்லை நஷ்டம் ஏற்பட்டு, அந்த நிலையே மேலும் பல ஆண்டுகளுக்குத் தொடரும் என்பதால், அந்த இலாபக் குறைவை எதிர்கொள்ளாமல் இருப்பதற்காக, அமெரிக்க முதலாளிகள் கப்பல் கப்பலாகக் கோதுமையைக் கடலில் கொட்டியுள்ளனர். அதே ஆண்டில் இந்தியாவின் கடும் பஞ்சம் நிலவியுள்ளது.

இதே போன்று அமெரிக்காவில் கென்னடி குடியரசுத் தலைவராக இருந்தபோது, உருளைக்கிழங்கு உற்பத்தி (1963-இல் பன்மடங்காகப் பெருகியது. இதனால் உருளைக்கிழங்கின் விலை சரியத் தொடங்கியது. முன்பிருந்ததைக் காட்டிலும் விலை மிகக் குறைவாகச் சரியத் தொடங்கியதால் மேலும் சரியக் கூடாதென்பதற்காக அமெரிக்க முதலாளிகள், பல ஆயிரக்கணக்கான ஏக்கர் உள்ள நிலங்களில் உருளைக்கிழங்கை அப்படியே அழுக விட்டுவிட்டனர். இதனால், முதலாளிகளுக்கு ஏற்பட்ட நட்டத்தைச் சரிசெய்ய, கென்னடி அரசு நட்டஈடு வழங்கியுள்ளது. ஆனால், அமெரிக்காவின் தென்பகுதியில் கருப்பர்கள் அதே காலத்தில் பஞ்சத்தில் வாடியுள்ளனர். ஆனால், அந்தப் பஞ்சத்தைத் தீர்க்க அரசு போதுமான கவனம் செலுத்தவில்லை. இதுதான் தனியுடைமையின் ஆபத்து. முதலாளிகள் தனியுடைமைக்கு ஆபத்து என்றால் கடவுளையும் சிறையில் அடைக்கத் தயங்கமாட்டார்கள் என்று ஒருமுறை காலஞ்சென்ற குன்றக்குடி அடிகளார் கூறியது நம் சிந்தனைக்கு உரியது. இதுதான் முதலாளித்துவத்தின் கொடுமை. இந்தக் கொடுமையை எண்ணித்தான்.

> "காண்பதெல்லாம் தொழிலாளி செய்தான் - அவன்
> காணத் தகுந்தது வறுமையாம் - அவன்
> பூணத் தகுந்தது பொறுமையாம்"

என்றார் பாரதிதாசன்.

> "தேனாறு பாயுது; செங்கதிரும் சாயுது - ஆனால்
> மக்கள் வயிறு காயுது" -

என்றார் பட்டுக்கோட்டை.

கவிஞர் தாரா பாரதியும்

"முதுகில் சுமக்கும் தானியமணிகள் - என்றும்
வயிற்றின் பக்கம் வருவதே இல்லை" - என்றார்.

இந்தத் துயரத்தை எண்ணித்தான் சிங்காரவேலர், "இந்த அக்கிரமத்தால் உலகில் பிணியும் பசியும் மரணமும் நிரம்பி வருகின்றன. உலகம் படும் கஷ்டங்களுக்குப் பிரஜாவிருத்தி அல்ல காரணம். சிலரே வாழ்வுக்கு வேண்டிய பொருள்களைத் தாங்களே கையாண்டு விநியோகித்து வருவதால், இந்தத் துர்நடவடிக்கைகளே உலகம் படும் துயரத்திற்கு மிகுதியும் காரணமாகும்" என்று தெளிவுறுத்தி உள்ளார். இதுகாறும் விளக்கியவற்றான் வறுமைக்கும் கர்ப்பத்தடைக்கும் எவ்விதத் தொடர்பும் இல்லையென்பதை நன்கு உணரலாம். முதலாளிகள் தங்களின் நியாயமற்ற இலாபத்தையும், ஈவிரக்கமற்ற சுரண்டலையும், கொள்ளையையும் மறைப்பதற்காக, மக்கள்தொகைப் பெருக்கமே வறுமைக்கும், உணவு போதாமைக்கும் காரணம் என்றனர். இந்த உண்மையை உணராமல் காலம் காலமாக நம் தலைவர்களும் அந்த வாதத்திற்கு உட்பட்டுத் தவறான கருத்தைக் கூறிவந்துள்ளனர். பெரும்பாலோர் உண்மையை உணராமல் பித்துப்பிடித்தாற் போன்று அடிக்கடி கூறிவந்ததால், அவர்களைத் தெளிவிக்கவே தாம் எழுதிய கட்டுரைக்குக் "கர்ப்பத்தடைப் பித்தம்" என்று அவர் தலைப்பிட்டுள்ளார். இந்தத் தலைப்பைக்கொண்டே அவரது நுண்மாண் நுழைபுலத்தை உணரலாம்.

சிங்காரவேலர் மற்றொரு மாற்றுக் கருத்தையும் கூறுகிறார். அதாவது, பெரும்பாலோர் மக்கள்தொகைப் பெருக்கத்தால்தான் வறுமை உண்டாகிறதென்றும், ஆதலால் வறுமையை ஒழிக்க மக்கள் பெருக்கத்தைக் குறைக்கவேண்டும் என்றனர். ஆனால் சிங்காரவேலரோ வறுமைதான் பலநாடுகளில் மக்கள்தொகையைப் பெருக்கியுள்ளது என்கிறார்.

"கடந்த 100 வருடங்களுக்குள் உலகில் மனிதர் இரட்டித்ததாகக் கூறுகின்றார்கள். ஆனால் வயிறுக்குப் போதுமான உணவு கிடைக்காத தேசங்களில் மாத்திரம் ஜனத்தொகை அதிகரித்து வருவதாகச் சொல்லலாமே ஒழிய கிஞ்சித்தும் ஏறக்குறைய வாழ்வுக்குப் போதிய உணவு கிடைக்கும் தேசங்களில்

ஜனத்தொகை குறைந்தே வருகிறது. எல்லாத் தேசங்களைவிடப் பிரெஞ்சு தேசத்தில் வறுமை குறைவு. கடந்த முப்பது வருடங்களாகப் பிரான்சில் (France) ஜனத்தொகை குறைந்தே வருகிறது. இத்தாலி தேசத்தில் பிறப்புக் குறைந்து வருகின்றதாம். ஜனத்தொகை அதிகரித்துவரும் நாடுகளாகிய இந்தியா சீனா, முதலிய ஆசிய (Asia) நாடு பசி, பட்டினியாய்க் கிடந்து உழலும் நாடாகையால் ஜனங்கள் அதிகரித்து வருகின்றனர். இதனால் ஏற்படும் தீர்மானமென்னவெனில், பசி, பட்டினி குறைந்த நாடுகளில் பிரஜா விருத்தி குறைந்தும், பசி, பட்டினி மிகுந்த நாடுகளில் அதிகரித்து வருகின்றதாகவும் தெரிகின்றது. உலகமக்கள் நாகரிகம் அடைய அடைய பிறப்பும் குறைந்தே வரும். எனவே, பிறப்புக் குறைய வேண்டுமென்றால் மக்கள் வாழ்வை உயர்த்த வேண்டுமே ஒழிய, பசிப் பிணியால் வாழுகின்றவர்களைக் கர்ப்பத்தடை செய்யச் சொல்லப்படா தென்பதாம்."

குடி அரசு -19-11-33

கல்வியும் கேள்வியும், நல்ல நாகரிகமும் மக்களிடத்துப் பரவும் சூழலை உருவாக்கினால், அவர்களே மனமுவந்து பிள்ளைப் பேற்றைக் குறைத்துக்கொள்வர். இது இயல்பானது. அங்குக் கர்ப்பத்தடையைப் பற்றிய கட்டாயம் தேவையில்லை என்கிறார். பிரான்ஸ், இத்தாலி போன்ற நாடுகள் அதற்கு எடுத்துக்காட்டுகளாக உள்ளன என்கிறார். பசிப்பிணியும், வறுமையும் அறியாமையும் சில நிலைகளில் மக்கள் பெருக்கத்திற்குக் காரணமாக இருப்பதாகவும் அதற்கு இந்தியா, சீனா போன்ற ஆசிய நாடுகள் சான்றாகும் என்கிறார். தனியுடைமையைப் பேணும் முதலாளித்துவம், கல்வியை நன்கு பரப்புவதில் போதிய அக்கறை காட்டுவதில்லை. பலர் சிந்திக்க மறந்ததை, சிந்திக்க மறுப்பதை அவர் அடையாளம் காட்டுகிறார். இதில் சிந்தனையாளர் பலர் கருத்துச் செலுத்துவதில்லை. சிங்காரவேலர் கர்ப்பத்தடையைப் பற்றிப் பேசும்போதும் தவறாது அதனை நினைவுறுத்துகிறார். இதனை நாம் கவனத்தில் கொள்ளவேண்டும்.

சிங்காரவேலர் இன்னொரு உண்மையையும் நமக்குச் சுட்டிக்காட்டுகிறார். மக்களின் அன்றாட வாழ்விற்கு

இன்றியமையாத செல்வ ஆதாரங்கள் கோடிக்கணக்கான மதிப்பில், மக்களுக்குப் பயன்படாத முறையில் சில இடங்களில் குவித்திருப்பதையும் நமக்குச் சுட்டிக் காட்டுகிறார். இதுவும் மிக முக்கியமானதாகும்.

"இலாபமில்லாமல் போதுமென்று பாங்குகளில் அடைபட்டு இருக்கும் பணத்தின் மதிப்பு மொத்தம் எவ்வளவு? கோயில், குளங்கள், மசூதிகள் கட்டுவதால் அழியும் பொருளும் தொழிலும் எவ்வளவு? அவைகளில் அடைபட்டுக் கிடக்கும் நகைகளின் மதிப்பு எத்தனை? இவை, இவ்வாறிருக்க விளையும் உணவின் விலையை அதிகரிக்க வேண்டுமென்று விநியோகத்திற்கு விடாமல், அம்பாரங்களில் கட்டிவைக்கும் அக்கிரமத்தைக் கவனித்தவர் யார்? கோடான கோடிப் பணம் மதிப்புள்ள உணவுப் பொருள்களை விலை ஏற்றவேண்டிக் கடலிலும், கால்வாய்களிலும் கொட்டியும், நெருப்பிலிட்டுக் கொளுத்தியும் வந்த மகாபாதகக் காரியங்களை விசாரித்தவர் யார்? கடந்த 200 கோடி வருஷங்களாக நடவாத இத்துயரச் செயல்களைக் கண்டிக்காமல் "ஜனத்தொகை அதிகரித்து வருகின்றது; உணவுப் பொருள் போதாமைக்கு உடனே கார்ப்பத்தடை செய்யுங்கள் என்று கூப்பாடு போடும் கோஸ்டியாரின் மதியின்மையை என் சொல்வோம்."

குடி அரசு 19-11-33

வறுமை, வறுமையென்று பலர் கூப்பாடு போடுகின்றனர். வறுமையை ஒழிக்கும் வழியையும் இவர்கள் சிந்திப்பதில்லை, வறுமையை ஒழிக்கவல்ல செல்வம் பல இடங்களில் பயனின்றித் தேங்கிக்கிடப்பதையும் எண்ணுவதில்லை, அதனை மீட்டெடுத்துப் பயன்மிக்க முறையில் பயன்படுத்துவது பற்றியும் கவலை கொள்வதில்லை. இவற்றைத்தான் சிங்காரவேலர் நமக்கு அறிவுறுத்துகிறார். பொருளோ, பணமோ, செல்வமோ பரிவர்த்தனை இல்லாமல் இருந்தால் அதனால் யாதொரு பயனுமில்லை. அவை செலாவணி ஆகவேண்டும். அப்போதுதான் பயன் ஏற்படும். பயன்படாத செல்வம் விளைச்சல் இல்லாத நிலம் போன்றது. நிலத்தில் எப்பொருளும் விளையாவிட்டால் அந்த நிலம் இருந்து என்ன பயன்? எந்தப் பயனுமில்லை. கோயிலிலோ, மற்ற இடங்களிலோ உள்ள செல்வங்கள் மக்களுக்குப் பயன்படவேண்டும். அப்படிப் பயன்படுவதற்கு வழிவகை காணவேண்டும். கோடிக்கணக்கான சொத்துகள் எவ்வித

பயனுமின்றி முடங்கிக்கிடப்பதைச் சிறிதும் எண்ணாமல், வெறும் கர்ப்பத்தடையை மட்டும் வறுமைக்குக் காரணம் என்றால் அஃது எப்படிச் சரியாகும் என்கிறார். 1944 மற்றும் 1963-ஆம் ஆண்டுகளில் அமெரிக்காவில் நிகழ்ந்ததுபோல் சிங்காரவேலர் காலத்திலும் நிகழ்ந்துள்ளதை அவரது கட்டுரையிலிருந்து அறிய முடிகிறது. கட்டுரையின் இறுதியில் அவர் கூறுவது நம் கவனத்திற்கு உரியது. சிந்திக்க வேண்டியது.

"கர்ப்பத்தடையோர் கொண்டுள்ள பயங்களுக்கு இல்லாமையை (Poverty) உண்டாக்கும் சில மனிதர் திட்டம் காரணங்களே ஒழிய இயற்கையில் யாதொரு ஆதாரமும் கிடையாது. இந்தச் சமதர்ம ஞாபங்களைச் சற்றுத் தீர விசாரிப்போம்.

நமது துர்அதிர்ஷ்டம் என்னவெனில், சிலரே காலங்காலமாக வாழ்வுக்கு அதிகாரிகளாக இருந்து வருகின்றனர். அவர்கள் சொல்வதை எல்லாம் விசாரிக்காமல் நம்பி வருகின்றோம். அவர்கள் சொன்னதைச் சொல்கிறோம். இதுதான் நமது தற்காலத் துர்பாக்கியம்.

உலகில் வாழும் மக்கள் ஆயிரம் மடங்கு அதிகரிப்பினும் உலகில் உண்ண உணவுண்டு. தங்க வீடு உண்டு; உடுக்க உடை உண்டு; ஆனால் மனிதனுடைய அறியாமைதான் நீங்கவேண்டும். இதுதான் நாம் தற்போது செய்யவேண்டிய முக்கியக் கடமை."

குடி அரசு 19-11-33

மக்கள்தொகைப் பெருக்கமே வறுமைக்குக் காரணம் என்பதை உலகில் ஒரு கோட்பாடாகக் காட்டி முதலில் விளக்கியவர் இங்கிலாந்து நாட்டைச் சேர்ந்த பொருளியல் அறிஞரான **தாமஸ் மால்தூஸ்!** என்பவரே ஆவர். அவர் காலத்தில் ஐரோப்பாவில் சில ஆண்டுகளில் சில காரணங்களால் உணவு உற்பத்தியைக் காட்டிலும் மக்கள்தொகை பெருகிப் போதாமை ஏற்பட்டதால் அக்கொள்கையை அவர் நிறுவினார். அவரது கண்டுபிடிப்பு (Theory of Population) மக்கள்தொகை பற்றிய கோட்பாடு என வழங்கலாயிற்று. அவர் காலத்திலேயே அக்கொள்கை மறுக்கப்பட்டது. மால்தூஸ் காலத்தில் ஏற்பட்ட உணவு நெருக்கடி ஒரு தற்காலப் பின்னடைவேயன்றி நிரந்தரமானதன்று என்றும், விஞ்ஞான தொழில்நுட்பம் ஒன்று இருப்பதையே மால்தூஸ் மறந்துவிட்டார் என்றும் கார்ல் மார்க்ஸ் (1818-1883) அவரை மறுத்தார். பின்னாளைய பொருளியல்

அறிஞர்களும் அதனை மறுத்தனர். காலம் ஆக ஆக அக் கொள்கை தவறானதென விளங்கலாயிற்று. நூற்றாண்டுகள் ஆகியும் அப்பொய்யை முதலாளித்துவ அறிஞர்கள் திட்டமிட்டுப் பரப்பி வருகிறார்கள். தங்களின் சுரண்டலும், பகற் கொள்ளையும் தெரியாமல் இருப்பதற்காகவே அதனை மீண்டும் மீண்டும் பரப்பி வருகிறார்கள். இந்த உண்மையை உள்ளவாறு உணராமல் நம் தலைவர்களும், அறிஞர்களும் அக்கொள்கையைக் கண்மூடி ஆதரித்து வருகிறார்கள். இந்த அறியாமையை நீக்கத்தான் சிங்காரவேலர் இக்கட்டுரையை வரைந்துள்ளார். அந்த அறியாமையைத்தான் சிங்காரவேலர் "நமது துர்பாக்கியம்" என்று சாடுகிறார்.

மால்தூசின் மக்கள்தொகைக் கோட்பாட்டைச் சிங்காரவேலர் மற்றொரு கட்டுரையில் பொருளியல் கண்ணோட்டத்தில் மிகச் சரியாக மறுத்துள்ளார். அதனை வேறொரு கட்டுரையில் விரிவாகக் காண்போம். அக்கட்டுரையில் பல புள்ளிவிவரங்களோடு நேரிடையாக அவர் மறுத்திருப்பதால், கர்ப்பத்தடையைப் பற்றிய கட்டுரையில் அவரைப் பற்றிக் குறிப்பிடாமல் பொதுக் கண்ணோட்டத்தில் மறுத்துள்ளார். பகுத்தறிவு இயக்கத்தினர் எதனையும் ஏன்? எதற்கு? எப்படி? என்று வினா எழுப்பிக்கொண்டு சிந்திக்கும் முற்போக்குச் சிந்தனையாளர்கள் ஆவர். அவர்களே வறுமைக்கு உண்மையான காரணம் என்ன என்பதை உணராமல், முதலாளித்துவச் சூழ்ச்சியை அறியாமல், வறுமைக்கு மக்கள்தொகைப் பெருக்கமே காரணமென எண்ணி, அதற்காகக் கர்ப்பத்தடையை ஆதரித்து நின்றதால், அந்தத் தவற்றை விளக்கிக் காட்டவே சிங்காரவேலர் அக்கட்டுரையை வரைந்துள்ளார். தவறான சிந்தனைகளும், குழப்பமான முடிவுகளும், முரணான கொள்கைகளும் தோன்றும்போதெல்லாம் அவற்றை எல்லாம் மறுத்து அவரொரு சிறந்த திசைக்காட்டியாக இருந்துள்ளார். இவ்வகையில், அவர் நம் மக்களுக்கு உண்மை நெறி காட்டும் தத்துவப் பேராசனாக விளங்குகிறார் என்பதே உண்மையாகும். இவற்றிற்கெல்லாம் அவரது பரந்த நூலறிவும், ஆழ்ந்த சிந்தனையும், முதிர்ந்த அனுபவமுமே காரணமாகும். சிங்காரவேலரை மேலும் கற்போம், சிந்திப்போம், இது காலத்தின் தேவை.

4

மக்கள்தொகைப் பெருக்கமும் வறுமையும்

நாட்டின் வறுமைக்கு மக்கள்தொகைப் பெருக்கமே காரணமாகுமென்று பலர் கூறி வருகின்றனர். இதனை நம் மக்களில் பெரும்பாலோர் உண்மையென்றே நம்பி வருகின்றனர். இக் கருத்தியல் உண்மைதான் என்பதை நம் நாட்டில் தலைவர்கள் பலரும், கல்வியாளர்கள் பலரும் தொடர்ந்து கூறிவருகின்றனர். சிங்காரவேலர் வாழ்ந்த காலத்திலும் (1933)-இப் பிரச்சினை நிகழ்ந்துள்ளது. பி. இராமநாதன் எம்.ஏ., பி.எல்; நடத்திய ராஷனலிஸ்ட் (Rationlist) என்ற ஆங்கில இதழில் லாஸ்கி அம்மையார், நாட்டின் வறுமைக்கு மக்கள்தொகைப் பெருக்கமே காரணமென்றும், அதனால் இந்தியாவில் உள்ளோர் கர்ப்பத்தடை செய்துகொள்வது மிக முக்கியம் என்றும் கூறியுள்ளார். தாய்மார்களின் அகால மரணத்திற்கும், சிறு குழந்தைகள் இறப்புக்கும், முக்கியக் காரணம் பெரருளாதார நிலைமையே ஆகும் என்றும், அந்தப் பொருளாதார நிலைமைக்கு (வீழ்ச்சிக்கு) மக்கள்தொகைப் பெருக்கமும், விவசாயத் திட்டமின்மையும் பெருங்காரணமாகும் என்று அவர் அந்த இதழில் எழுதியுள்ளார். அக்கட்டுரை இதழில் வெளிவந்தும் கூடப் பலர் அதனைப் பற்றித் தங்களின் கருத்தைக் கூறாமல் வாளா இருந்துவிட்டனர். அதற்கு இரு காரணங்கள் இருக்கலாம். ஒன்று, ஒரு சாரார் அக்கருத்தில் நம்பிக்கையுடையவர்களாக இருந்திருக்கலாம். இரண்டு மற்றொரு சாரார் அதனை மறுப்பதற்கான உண்மைக் காரணத்தை அறியாமல் இருந்திருக்கலாம்.

எது எப்படியிருப்பினும், சிங்காரவேலர் அதனைக் கண்டு வறிதே வாளாயிருக்கவில்லை; மாறாக அதனை அறிவியல் அடிப்படையில் ஆய்ந்து மறுத்துள்ளார். சிங்காரவேலர் மறைந்து 60 ஆண்டுகளுக்கு மேலாகியும் மேற்குறித்த கருத்து நம்

மக்களிடையே இன்றும் வலிவுடையதாகவே இருந்துவருகிறது. சிங்காரவேலர் இதனை மறுப்பதற்கு இரண்டாண்டுகளுக்கு முன்னரே தமிழ் நாட்டில் அதனைப் பற்றிய கருத்துப்போர் நிகழ்ந்துள்ளது. 1933-ஆண்டில் வெளிவந்த குடிஅரசு இதழில் பல வாரங்களாக இந்த விவாதம் நடந்துள்ளது. இந்த விவாதத்தின் போதுதான் அவர்களுக்கு விடையளிக்கும் வகையில்தான் குடிஅரசில் கர்ப்பத்தடைப் பித்தம் என்ற தலைப்பில் அவர் அரிய கட்டுரை எழுதியிருந்தார். அந்தக் கட்டுரை வெளிவந்து இரண்டாண்டு கடந்த பின்னரும், மீண்டும் அந்த விவாதம் எழுந்துள்ளது. அக்கட்டுரை வெளிவந்த காலத்தில், பகுத்தறி வாளர்களுக்கிடையே அதனைப் பற்றிக் கருத்து வேறுபாடு இருந்தது. அவர்களின் பெரும்பாலோர் வறுமைக்குக் காரணம் மக்கள்தொகைப் பெருக்கமே என்றனர். சிங்காரவேலரின் சரியான மறுப்புக் கட்டுரை வெளிவந்து சில ஆண்டுகளாகியும், பகுத்தறிவாளர்களில் சிலர் குறிப்பாகச் சிங்காரவேலரின் கருத்தை மறுக்க வேண்டியும் லாஸ்கி அம்மையாரின் கட்டுரையை ராஷனலிஸ்ட் இதழில் வெளியிட்டிருக்கலாம். ஈரோட்டுத் திட்டம் குறித்துக் கருத்து வேறுபாடு ஏற்பட்டபோது, சுயமரியாதை இயக்கத்திலிருந்து சிங்காரவேலர் பிரிந்து இருந்தார்.

சுயமரியாதை இயக்கத்தைச் சமதர்ம இயக்கமாகச் சிங்காரவேலர் உருவாக்க முனைந்தபோதுதான் அந்தப் பிளவு ஏற்பட்டது. அந்தப் பிளவை முன்னிட்டு பி. இராமநாதன் அந்தக் கட்டுரையை வெளியிட்டிருக்கலாம். இராமநாதன் அக்காலத்தில் சிங்காரவேலரின் நிலையைக் கடுமையாக எதிர்த்தவர். அவர் எந்த நிலைப்பாட்டில் அக்கட்டுரையை வெளியிட்டிருந்தாலும், சிங்காரவேலர் உண்மையின் அடிப்படையில்தான் அக்கட்டுரை ஆய்ந்துள்ளார். இனி, கட்டுரையை நோக்குவோம்.

“இந்த அம்மை (லாஸ்கி) இன்னொரு விஷயத்தையும் குறிப்பிடுகிறார்கள்; அதாவது இந்திய ஜனநெருக்கமும், விவசாயத் திட்டமின்மையும், இந்திய மக்களுடைய வறுமைக்குக் காரணம் என்றார்கள். முடிவில் இந்திய மக்களுடைய வாழ்வை உயர்த்தவும் அகால மரணத்தால் உண்டாகும் தீமையைத் தடுக்கவும், இந்திய மக்களுக்குக் கர்ப்பத்தடை ஞானத்தைத் தெரிவிக்க வேண்டுமென்றும் கூறகின்றார்கள்.

இந்த யோசனை சில ஐரோப்பிய பகுத்தறிவாளர்களாலும் நவமால்தூசர்களாலும் வழங்கி வருகிறது. ஆனால் இதுவோர் பெரும் தப்பு எண்ணம்; இந்தியர்களுடைய ஜனநெருக்கமே அவர்களுடைய தரித்திரத்திற்கு முதற் காரணமென்பது பெருந்தவறு. இந்தியநாடு மற்ற நாடுகளைவிட ஜனப்பெருக்கைக் கொண்டது என்பதும் சரியல்ல; இந்தியாவில் உண்டாகும் உணவு அதிகரித்துவரும் ஜனத்தொகைக்குப் போதாமை என்பதும் முற்றிலும் உண்மைக்கு எதிர்மறை. இத்தியாதி யோசனைகள் உத்தியோக முறையில் எடுபட்டுள்ளவர்களிடத்தும், முக்கியமாக முதலாளி மனப்பான்மைகொண்டவர்களிடத்தும் காணலாம். அந்த அபிப்பிராயத்தை லாஸ்கி அம்மையும் கொண்டுள்ளது ஆச்சரியமல்ல!"

நாட்டின் வறுமைக்கு முக்கியக் காரணம், சுரண்டலை அடிப்படையாகக்கொண்ட முதலாளித்துவ ஆட்சிமுறையே யன்றி, மக்கள்தொகைப் பெருக்கம் அன்று என்பதைச் "சிங்காரவேலரின் கர்ப்பத்தடை" என்ற கட்டுரையில் கண்டோம். அதற்கான பற்பல விளக்கங்களையும் அக்கட்டுரையில் புள்ளி விவரங்களோடு ஒப்பிட்டுக் கண்டோம். அவற்றை இங்கு மீண்டும் விவரிக்கத் தேவையில்லை. அக்கட்டுரையில் குறிப்பிடாத வொன்றைச் சிங்காரவேலர் இக்கட்டுரையில் குறிப்பிடுகிறார். அதனை அடையாளம் கண்டு ஆய்ந்து பார்ப்பது நமது கடமையாகும். அதாவது வறுமைக்குக் காரணம் மக்கள்தொகைப் பெருக்கமே என்பது இந்தியர்களின் கண்டுபிடிப்பு அன்று; அது மேலைநாட்டின் கொள்கையாகும். அதனைப் பின்பற்றி ஆதரிப்பவரைக் கண்டுதான் அவர்களை 'நவ மால்தூசர்கள்" என்கிறார். நாட்டின் வறுமைக்கு மிகுதியான மக்கள் பெருக்கமே காரணமாகும் என்பதை ஒரு பொருளியல் கோட்பாடாக முதன் முதலில் அறிவுறுத்தியவர் இங்கிலாந்து நாட்டைச் சேர்ந்த **இராபர்ட் தாமஸ் மால்தூஸ்** (1766-1834) என்பவராவர். அவர்தான் அக் கொள்கையைத் தாம் எழுதிய மக்கள்தொகைக் கோட்பாடு பற்றிய கட்டுரை (An Essay on Principle of Population) என்ற நூலை 1798-இல் வெளியிட்டார்.

அவர், அந்நூலில் விளையும் உணவுப் பொருள்கள் 1, 2, 3, 4, 5 6, 7 என்ற அடிப்படையில் பெருகுவதாகவும் அதனை அரித்மெடிக் வகைபாடு (Arithmetic Ratio) என்றும், மக்கள்தொகை 2, 4, 8, 16, 32, 64, 129 என்ற அடிப்படையில்

பெருகுவதாகவும் அதனை ஜியாமெண்ட்ரிக் வகைபாடு (Geometric Ratio) என்றும் கூறினார். அதாவது உணவுப் பொருள் குறிப்பிட்ட காலத்தில் 4ஆகப் பெருக்கும்போது அதே காலத்தில் மக்கள்தொகை 16ஆகப் பெருகிவிடுவதாகக் குறிப்பிட்டுள்ளார். ஒரே காலத்தில் உணவுப்பொருளைக் காட்டிலும், மக்கள்தொகை நான்கு மடங்காகப் பெருகிவிடுவதாகக் கூறுகிறார். இதனையொரு பொருளியல் கோட்பாடாக அவர் அறிமுகப்படுத்தினார். இங்கிலாந்துப் பல்கலைக்கழகத்தில் பொருளாதாரத் துறையை முதன் முதலில் ஏற்படுத்தியபோது அதன் முதல் பேராசிரியராக அமர்ந்தவர் இவர்தான். பல்கலைக்கழக அளவில் உலகின் முதல் பொருளியல் பேராசிரியர் இவர்தான் என்கின்றனர். இவரது கோட்பாட்டை இந்திய நாட்டில் ஆதரிப்பவர்களைத்தாம் சிங்காரவேலர் "நவ மால்தூசர்கள்" என்கிறார். அதாவது இந்திய நாட்டின் புது மால்தூசர்கள் எனக் குறிப்பிடுகிறார். அவர்களைக் கர்ப்பத்தடையை ஆதரிப்போராகக் குறிப்பிடுகிறார்.

மால்தூஸ் காலத்தில் இங்கிலாந்திலும், ஐரோப்பாவிலும் ஒரு குறிப்பிட்ட ஆண்டுகளில் (1790-98) உணவு உற்பத்தி குறைந்தும், மக்கள்தொகை பெருகியும் இருக்கும். அச்சூழலில் மக்களின் உணவுக்குத் கட்டுப்பாடு ஏற்பட்டிருக்கும் நம் காலத்தில் கூட இயற்கையின் சீற்றத்தினாலோ, மழை பெய்யாததினாலோ, தட்ப - வெப்பச் சூழலினாலோ உற்பத்தி மிகவும் குறைந்து பசி, பட்டினி ஏற்படுவது உண்டு; இவற்றால் வரலாறு காணாத உணவுப் பஞ்சமும் ஏற்படுவது கண்கூடு. இக் காலங்களில் கூடத் தனியார்களின் பதுக்கல்களினால்தான் பெரிதும் இந்நிலை ஏற்படுகிறது. பதுக்கலைச் சரியாகத் தடுப்பதற்கும், பதுக்கல் தொடர்ந்தால் கடுமையாகத் தண்டிக்கும் முறையில் ஆட்சிமுறை சரியாக இருந்தால், எந்நிலையிலும் பஞ்சத்தைத் தடுக்கலாம். ஆனால் தடுப்பது இல்லை என்பதே நடைமுறை. மால்தூஸ் காலத்தில் எதிர்பாரா முறையில் உணவு உற்பத்தியைக் காட்டிலும் மக்கள்தொகைப் பெருகியதால், எல்லாக் காலங்களிலும் இந்நிலைதான் தொடரும் என்று அவர் தவறாக எண்ணிவிட்டார். அவர் வாழ்ந்துகொண்டிருக்கும் காலத்திலேயே அவரது கொள்கையும் கணக்கும் பொய்த்துவிட்டது. அவரது நூல் வெளிவந்த முப்பதாண்டுகளில் (1792-1812) அவருக்குச் சில பாராட்டுகள் கிடைத்தாலும் வசை மழையே அதிகமாகப் பெய்ததாக ஆராய்ச்சியாளர்கள் கூறியுள்ளனர்.

அவரது நூலை மறுக்கும் வண்ணம், "மால்தூஸ் பொம்மை" "தின்று திளையுங்கள்" 'மால்தூசிய விஷமம்" 'மனித இனம் பட்டினி கிடக்க வேண்டியதில்லை" போன்ற கட்டுரைகள் வெளிவந்துள்ளன. இலக்கியப் பேரறிஞர்களாகிய ஹாஸ்லிட்டும், கோல்ட்ரிட்ஜியும் கூட அவரை எள்ளி நகையாடி உள்ளனர். அவர் காலத்திலேயே அவர் கணக்குப் பொய்த்துப் போயிருந்தும், சுரண்டலினால் கொள்ளையடிக்கும் தனியுடைமையாளர்களும், அவர்களை ஆதரிக்கும் அரசுகளும், சுரண்டலையும், தனிப்பட்ட கொள்ளையையும் மறைப்பதற்காகவும், மக்களின் கவனத்தை வேறு திசையில் திருப்புவதற்காகவும் அக்கொள்கையை மேலும் மேலும் பிரச்சாரம் செய்துகொண்டிருந்தனர்; இன்றும் செய்து வருகின்றனர். முதலாளித்துவத்திற்கு மால்தூஸ் கொள்கை ஒரு கவசமாகவே இருந்துள்ளது. அதனால்தான் கிழக்கிந்தியக் கம்பெனியார் அவருக்கு ஹெய்லிபரியிலுள்ள ஒரு கல்லூரியில் பேராசிரியர் பதவியை வழங்கியதாக மார்க்சியப் பேரறிஞர் ரஜினிபாமிதத் குறிப்பிட்டுள்ளார். இனி, மால்தூஸ் கொள்கையை குறித்துச் சிங்காரவேலர் குறிப்பிடுவதைக் காண்போம். இந்தியாவிலுள்ள கர்ப்பத்தடை வாதிகளும் லாஸ்கி அம்மையாரும் இந்தியாவில்தான் மக்கள் பெருக்கம் மிக அதிகமென்று கூறுவதை மறுக்கும் முறையில் அவர் கீழுள்ள புள்ளி விவரங்களைக் குறிப்பிட்டுள்ளனர்.

"ஆங்கில அரசாட்சிக்குட்பட்ட இந்திய நாட்டில் ஜனவிருத்தி மற்ற நாடுகளைவிடக் குறைவென்று காட்ட இந்தக் கணக்கால் அறிந்துகொள்லாம். இது 50 வருடக் கணக்கு.

தேசம்		100%க்கு ஆகும் விருத்தி
இந்தியா	-	18 . 9%
ஆங்கிலநாடு	-	58%
ஜெர்மனி	-	59%
ரஷ்யா	-	73 . 9%
ஐரோப்பிய நாடுகள்	-	45 . 4%

ஆதலின் மற்ற நாடுகளைவிட நமது நாட்டில் ஜனவிருத்தி மிகவும் குறைவு.

தேசம்		(1921இல்) சதுர மைலுக்கு ஜனநெருக்கம்
இந்தியா	-	177 பேர்
ஆங்கிலநாடு	-	650 பேர்
ஜெர்மனி	-	332 பேர்
பிரான்ஸ்	-	184 பேர்
பெல்ஜியம்	-	666 பேர்
ஜப்பான்	-	400 பேர்

சுருக்கமாகச் சொல்லவேண்டிய இந்திய நாட்டின் ஜனத்தொகை என்ற புதிய நூலில் The Population of India உண்மையாகவே, இந்தியாவில் கடந்த 30 வருஷத்திற்குள்ளாக உண்ணும் உணவு, ஜனவிருத்தியைவிட அதிகரித்ததாகப் பிரிஜ் நாராயணன் எனும் அதிகாரி வரைந்துள்ளார். இதனைத் தெரிந்துகொள்ளாமல், நமது கர்ப்பத்தடைவாதிகள் இந்தியாவில் உணவு போதவில்லை என்று மேடைகளிலிருந்து கதறுவது என்ன காரணம்? ஏன் போதவில்லை? இந்தக் கேள்வி தவறு.

சரியான கேள்வி என்னவெனில், ஏன் கிடைக்கவில்லை இதற்குச் சமதர்மிகள்தான் சரியான விடைகொடுக்க முடியும். ஏனெனில் போதுமான விளைவு விளைந்ததும், விளைந்த உணவை உண்ணவிடாமல் விற்பனை செய்து வருவதால் வறுமையும் பஞ்சமும் இந்தியநாட்டில் மட்டுமல்ல; உலக முழுதும் நிறைந்துள்ளன."[2]

மேற்குறித்த புள்ளிவிவரத்தை நோக்கினால், மக்கள் பெருக்கம் இந்தியாவைவிட ஆங்கிலேய நாட்டில் மூன்று மடங்காகவும், ரஷியாவில் நான்கு மடங்காகப் பெருகியிருப் பதையும், ஒரு சதுர மைலுக்கு வாழ்வோர் எண்ணிக்கை நம்நாட்டில் 171 பேர்களாகவும் ஜெர்மனியில் நம்நாட்டைவிட இரு மடங்காகவும், ஆங்கில நாட்டில் நான்கு மடங்காகவும் இருப்பதை அறியலாம். இந்த வேறுபாட்டைச் சிறிதும் உணராமல் நம் நாட்டில்தான் மக்கள்தொகைப் பெருக்கம் மிகுதியெனத் தொடர்ந்து கூப்பாடு போடுவதில் நியாயமில்லை. இதனைத்தான் சிங்காரவேலர் நமக்கு அறிவுறுத்துகிறார். மேலும் மக்கள்தொகை, உணவு உற்பத்தியைக் காட்டிலும் சில மடங்கு

உயர்வதாக மால்தூசும், அவரைப் பின்பற்றுவோரும் கூறுவதை மறுக்கும் வண்ணம் அக்காலத்தில் (1890-1921) மக்கள் பெருக்கத்தைக் காட்டிலும் உணவு உற்பத்தி முப்பது ஆண்டுகளாகப் பெருயிருப்பதையும் அவர் சுட்டிக்காட்டியுள்ளார். மற்றும் இங்கிலாந்து நாட்டின் கம்யூனிஸ்ட் கட்சியின் தலைவரான ரஜினிபாமிதத் எழுதிய நூலையும் அவர் குறிப்பிட்டுக் காட்டுகிறார்.

மக்கள் பெருக்கத்தையும் வறுமையையும் சிலர் ஒப்பிட்டுப் பேசும்போது, அவர் அப்பிரச்சினையின் வேரையே அடையாளம் காட்டுகிறார். அதாவது மக்கள்தொகைப் பெருக்கம் என்றவுடன், அதன் மூலவரான மால்தூசையே அடையாளம் காட்டுகிறார். பரந்த நூலறிவும் நினைவாற்றலும் இல்லாமல் அவரை எடுத்துக்காட்ட முடியாது. மேலும் அதன் தொடர்பாக அவர் காலத்தில் மக்கள்தொகைப் பெருக்கத்தைக் குறித்து நூல் எழுதிய ரஜினிபாமிதத்தையும், இந்தியப் பொருளியல் அறிஞர் பிரிஜ் நாராயணனையும் குறிப்பிட்டு விளக்குவது அவரது கால அறிவை (Up Date Knowledge) நன்கு புலப்படுத்துகிறது. இத்தகு அறிவு அவரிடம் பலதுறைகளிலும் வெளிப்படுகிறது. உண்மையில் “அஃகி அகன்ற அறிவினராகவே” அவர் காட்சியளிக்கிறார். அவர் அளிக்கும் விளக்கங்களோடு மேலும் சில விளக்கங்களை நாம் ஒப்பிட்டு நோக்கவேண்டும். 1891 - 1921-க்கு இடையில் இந்தியாவின் மக்கள்தொகை 9 . 30% அதிகரித்தது. அதே காலத்தில் உணவுத் தானியங்கள் பயிரிடப்படும் நிலப்பரப்பு 19% உயர்ந்துள்ளது. அதாவது மக்கள்தொகை வளர்ச்சியைக் காட்டிலும் இரு மடங்கு உயர்ந்துள்ளது. நல்ல உரமும், விவசாயத் தொழில்நுட்பமும், அறிவியல் கண்டுபிடிப்பும், புதிய கருவிகளும் இல்லாத இந்தியாவிலேயே உணவுப் பொருள் இரு மடங்காக உயர்ந்துள்ளது. அதுவும் பிரித்தானிய காலனி நாடாக இருந்தும், உற்பத்திப் பெருகியிருக்கிறது என்றால், முன்னேற்றம் அடைந்த மேல் நாடுகளைப் பற்றிக் கூற வேண்டுவதில்லை.

இந்தியாவிலிருந்த நிலைமையைப் பற்றி ரஜினிபாமிதத் தம் நூலில் குறிப்பிட்டிருப்பது சிந்திக்கத்தக்கது.

“மக்கட்தொகை வளர்ச்சி உற்பத்தி செய்யப்படும் உணவின் அளவை மீறிவிட்டதா? விவசாய அபிவிருத்தி குற்றமாய்க்

கூறுமளவு புறக்கணிக்கப்பட்டும், பயிரிடக்கூடிய நிலத்தில் ஒரு பகுதியை மட்டும் பயன்படுத்திக்கொண்டும், இன்றுவரை கிடைத்துள்ள புள்ளி விவரங்கள் அடிப்படையில் நேர் எதிரிடையான நிலைமையையே குறிப்பிடுகிறோம். ஆனால், இந்தப் பற்றாக்குறைக்குக் காரணங்கள், உற்பத்தி முறையில் கையாளப்படும் கீழ்த்தரமான உத்திகளும், நிலவுடைமை ஏற்பாடும், விவசாயத்தின் மீது ஏறியுள்ள நசுக்கும் சுமையுமே ஆகும். உணவு உற்பத்தி அளவைவிட மக்கட்தொகை வளர்ச்சி மிகுந்துவிட்டது என்பதற்கு இந்தப் பற்றாக்குறை காரணமன்று; நேர்மாறாக உணவு உற்பத்தியின் வளர்ச்சியளவு, மக்கட்தொகை வளர்ச்சி அளவுக்கு மேலேயே இன்றுவரை இருந்து வருகிறது. 1921-1931- காலப் பகுதிக்கு, 1935-இல் வெளியான "மக்கட்தொகையும் உணவு உற்பத்தியும்" என்ற நூலில் பேராசிரியர் பி.ஜே. தாமஸ் தரும் புள்ளிவிவரங்கள் உள்ளன. 1920-21, 1921-22 ஆண்டுகளில் அட்டவணை எண் சராசரியை 100- என்று கொண்டால், 1930-1931, 1931-33 ஆகிய ஆண்டுகளின் சராசரியை 110.4ஆவது மக்கட்தொகை எண்ணாக இருக்கும் என்றும், 116 விவசாய உற்பத்தி எ்ண் என்றும், 151 தொழில் உற்பத்தி எண் என்றும் அவர் மதிப்பீடு செய்கிறார். வேறுவிதமாகச் சொன்னால், மக்கட்தொகை மிக அதிகரித்து விட்ட பத்தாண்டில், மக்கட்தொகை 10 . 4 விழுக்காடாக அதிகரித்தபோது விவசாய உற்பத்தி 16 விழுக்காடும் தொழில் உற்பத்தி 51 விழுக்காடும் ஏறியுள்ளன.[3]

1900-க்கும் -1930-க்கும் இடையில் இந்தியாவில் மக்கட்தொகை 19 விழுக்காடு ஏறியுள்ளது. ஆனால் உணவுப்பொருள்கள் மூலப் பொருள்கள் உற்பத்தி 30 விழுக்காடும், தொழில் உற்பத்தி 189 விழுக்காடும் ஏறியுள்ளன.

இந்த முன்னேற்றம் தொழில் மந்தத்தையும் மீறி நிலைத்திருந்தது. தொழில் உற்பத்தியின் அட்டவணை 1934-35-இல் 144-ஆக இருந்தது. நடப்பு ஆண்டில் இது இன்னும் உயர்ந்திருக்கலாம்.

மக்கட்தொகை உணவு உற்பத்தியை மீறியதாக இல்லை என்பதையே இவையெல்லாம் குறிக்கின்றன. மக்கட்தொகை உணவு உற்பத்தியை மீறிவிட்டது என்ற பீதிக்குப் புள்ளி விவரங்கள் ஒத்துவரவில்லை.[4]

இந்தியாவிலுள்ள நிலப்பகுதியில் பல பகுதிகளில் பயிரிடப்பட முடியாத நிலையும், சிறந்த நீர்ப்பாசனமும், வேளாண் தொழில் நுட்பமும், இல்லாத நிலை இருந்துகூட 1930 - 33-இல் விவசாய உற்பத்தி மக்கட்தொகையைக் காட்டிலும் 16% விழுக்காடாகவும், 1900-30-இல் ஒட்டுமொத்தமாக உணவு உற்பத்தி மக்கள் தொகையைக் காட்டிலும் 30% விழுக்காடாகவும் பெருகியுள்ளதென்றால், மால்தூஸ் கொள்கை எத்துணைத் தவறானது என்பதை நன்கு உணரலாம். இதுதான் உண்மைநிலை; இந்த உண்மை நிலையை நம் நாட்டவரும் உணரத் தவறுவதுதான் மிகச் சோகமானது. உணவு உற்பத்தி நம் காலம்வரை பல மடங்கு பெருகிக்கொண்டுதான் இருக்கிறது. உற்பத்தியைப் பற்றிப் பலவாறு பேசும் இவர்கள், உற்பத்தியான உணவு தானியங்கள் எவ்வாறு நாசமாகின்றன? எவ்வாறு பெரும் பகுதி பதுக்கப் படுகிறது? எவ்வாறு திட்டமிட்டு அழிக்கப்படுகின்றன? என்பன பற்றிச் சிறிதும் வாய் திறப்பதில்லை; நம் பாடப் புத்தகங்களில், உணவுப் பொருள்கள், கனிமங்கள், எங்கெங்குக் கிடைக்கின்றன என்ற குறிப்புகள் இருக்குமே அல்லாமல், அவை அரசு அதிகாரிகளின் பொறுப்பற்ற தன்மையால் நாசமாவதையோ பதுக்கப்படுவதையோ சிறிதும் வெளிப்படுத்துவதில்லை; இங்கொரு எடுத்துக்காட்டை நோக்கிவிட்டு மேலே செல்வோம்.

இந்தியாவிலுள்ள மொத்த நிலப்பரப்பு 32 கோடியே 67 லட்சத்து 60 ஆயிரம் ஹெக்டராகும். இதில் விளைச்சலுக்கு ஏற்றது 16 கோடியே 55 லட்சத்து 10 ஆயிரம் ஹெக்டராகும். ஆனால் நாம் விளைச்சலுக்குப் பயன்படுத்துவது 14 கோடியே 1 லட்சத்து 50 ஆயிரம் ஹெக்டர்தான். இந்தப் புள்ளிவிவரத்தை நோக்கினால் ஏறக்குறைய 2 கோடி ஹெக்டர் நிலத்தை நாம் பயன்படுத்தாமல் இருக்கிறோம். இந்த விவரம் 1987-ஆம் ஆண்டின் புள்ளி விவரமாகும். அதே நேரத்தில் விளைச்சலுக்கு ஓரளவு பயன்படும் நிலமாக 5 கோடியே 1 இலட்சத்து 90 ஆயிரம் ஹெக்டர் என்று கூறப்படுகிறது. இந்த விவரத்தை நோக்கினால் நாம் 7 கோடி ஹெக்டர் நிலத்தை இன்றும் பயன்படுத்தாமல் இருக்கிறோம் என்பது புலப்படும். இதைப் பயன்படுத்தாமலேயே மக்கள்தொகைப் பெருக்கத்தைக் காட்டிலும் பல மடங்கு உணவுப் பொருளை உற்பத்தி செய்கிறோம். இன்னும் தொழில் நுட்பத்தையும் நீர்ப்பாசனத்தையும் பயன்படுத்தி 7 கோடி

ஹெக்டர் நிலத்தைப் பயன்படுத்தினால் நம் உற்பத்தி எங்கோ சென்றுவிடும். ஆனால் நாம் அவற்றை இன்னும் செய்யாமல்தான் இருக்கிறோம். இது பெருங்குறை அன்றோ! இதனைப் போன்றே இன்னொன்றையும் நாம் நோக்கவேண்டும். நம் நடுவண அரசைச் சார்ந்து இந்திய உணவுக் கழகம் (Food Corporation of India) செயலாற்றி வருகிறது.

அந்தக் கழகத்திற்கு தானியங்களை மழைக் காலத்திலும், பிற காலத்திலும் பாதுகாப்பதற்கும், புழு, பூச்சி, வண்டு, எலி போன்றவற்றின் ஆபத்திலிருந்து பாதுகாப்பதற்கும் போதுமான கட்டங்களோ, கொட்டகைகளோ பூச்சிகளோ, புதுப் பாதுகாப்புக் கருவிகளோ இல்லாததால் கோடி க்கணக்கான டன் அளவுள்ள உணவுப் பொருட்கள் நாசமாகிவருகின்றன. நடுவண் அரசே ஒரு கணக்கைக் கொடுத்திருக்கிறது. அதாவது 1971- ஆண்டு முதல் 1983 வரை 13 ஆண்டுகளில் 446 லட்சம் டன் உணவு தானியங்கள் பாழாகியுள்ளன. ஒவ்வொரு ஆண்டும் 34 . 4 லட்சம் டன் பாழாகியுள்ளது. இதன் மதிப்பு கிட்டதட்ட 52 கோடி ரூபாய். 13 ஆண்டுகளுக்கு ரூபாய் 671 கோடி நட்டம் எற்பட்டுள்ளது. இவற்றில் 1982-ஆம் ஆண்டில் மட்டுமே 98 . 09 லட்சம் டன் நாசமாகியுள்ளது. பதுக்கப்பட்டது மிகப்பெரியது; ஆனால் அதனைப் பற்றிச் சரியான கணக்கு அரசுக்கும் தெரியாது. ஏன்? ஆண்டவனுக்கே தெரியாது; இதுதான் நம் நாட்டின் நிலை; இவற்றுக்கும் இடையே நம் உற்பத்தி மக்கள் தொகையைக் காட்டிலும் பெருகிக்கொண்டுதான் இருக்கிறது. இதனை நம்மில் பலர் அறியத் தவறுகின்றனர்.

மால்தூஸ், ஏதோவொரு இடத்தில், ஏதோவொரு காலத்தில் ஏதோவொரு சூழலில் போட்ட கணக்கை எல்லாக் காலத்திற்கும், எல்லா நாடுகளுக்கும் பொருத்திப் பார்த்ததுதான் தவறாக உள்ளது. அவர் காலத்திலேயே பொய்த்துப்போன ஒற்றை பிரித்தானி ஆட்சியர் தங்கள் கொள்ளையை மறைக்க அந்தக் கோட்பாட்டைத் தூசுதட்டியெடுத்து இந்தியாவில் மெய்ப்பிக்க முயன்று உள்ளனர். இது குறித்து ரஜினிபாமிதத் குறிப்பிட்டிருப்பது நம் கவனத்திற்குரியது.

'சர்வதேசப் பொருளாதார நெருக்கடியாலும், போராலும் பிறகு நேர்ந்த பெருவாரியான அழிவுக்குப் பின்னும் உணவுப்

பொருள்கள் மூலச் சரக்குகள், சரக்குகளின் உற்பத்தி, உலகமக்கள் தொகை வளர்ச்சியையும் மீறி உயர்ந்துகொண்டே சென்றதால் மக்கள் தங்கள் துன்பத்திற்கான காரணத்தைச் சமூக அமைப்பில் காணும் நிர்பந்தத்தை ஏற்படுத்தியது. ஆளும் வர்க்கத்தினர்க்குச் செல்வ உற்பத்தியை எப்படிக் கட்டுப்படுத்துவது என்பதே பிரச்சினை ஆனது. அதற்கான பல சாமர்த்தியமான திட்டங்களையும் தயாரித்தார்கள். மக்கட்தொகை பற்றி, ஐரோப்பா, அமெரிக்கா மக்கள் பீரங்கித் தீனியாக உணவு உண்ணப் போதுமான குழந்தைகளைப் பெறவில்லை என்பது அவர்களது புகார் ஆயிற்று; மால்தூசைத் தலைக்கீழாக மாற்றிக் குறைவான செல்வமும் மிகுதியான மனிதவுயிர்களும் இருப்பதாகக் கூறுவதே நவீன ஆளும் வர்க்கத்தின் கோஷம் ஆயிற்று.

ஐரோப்பாவிலிருந்தும் அமெரிக்காவிலிருந்தும் விரட்டி அடிக்கப்பட்டு, கைவிடப்பட்ட இந்தப் பழங்காலத்துப் பிற்போக்குக் கொள்கை ஆசியாவில் தன் இறுதிப் பதுங்கிடத்தைத் தேடுகிறது. இந்தியா, சீனாவின் வறுமைக்குக் காரணம் சமூக அமைப்பு அல்ல (ஆட்சிமுறை) மிகை மக்கட் தொகையே என்று அவர்கள் சாதிக்கிறார்கள்."⁵

இந்த மேற்கோளை நோக்கினால் முதலாளித்துவம் தம் சுயநலத்திற்காக எப்படியெல்லாம் ஒரு கொள்கையைத் திரித்துக் கூறும் என்பது நன்கு விளங்கும். தம் கொள்ளையை மறைப்பதற்காக அது வறுமைக்குக் காரணம் மக்கள்தொகையே என்று கூறுகிறது. உற்பத்தி எதிர்பாராத அளவில் மிக அதிகமாகப் பெருகிவிட்டாலோ போதிய மக்கள்தொகை இல்லாததால் உற்பத்தியான பொருள் செலாவணியாகவில்லை என்கிறது, அதாவது மக்கள் போதுமான குழந்தைகளைப் பெற்றெடுக்க வில்லையென்று கூசாமல் கூறுகிறது; இதுதான் முதலாளித்துவத்தின் கபட நாடகம். இந்தக் கபட நாடகத்தை நன்கு உணர்ந்திருந்ததால்தான் பட்டுக்கோட்டையார்,

"கொத்தும் பணக்கழுகு
கொள்ளைப் பெருச்சாளி
எத்திப் பிழைக்கவே
கத்தும் நரிக்கூட்டம்" - என்றும்

> "குறுக்கு வழியில் வாழ்வு தேடிடும்
> குருட்டு உலகமடா - இது
> கொள்ளையடிப்பதில் வல்லமை காட்டும்
> திருட்டு உலகமடா" - என்றும்

முதலாளித்துவத்தைத் தோலுரித்துக்காட்டி, நம்மை எச்சரிக்கும் முறையில்

> "தம்பி தெரிந்து நடந்துகொள்ளடா"

என்றும் கூறினார். ஆனால், நம்மில் பெரும்பாலோர் தெரிந்துகொண்டதாகத் தெரியவில்லை; பெரும்பாலோரைத் தெளிவிக்க வேண்டியே சிங்காரவேலர் அக்காலத்தில் அக்கட்டுரையை எழுதியுள்ளார். மால்தூஸ் மறைந்து பற்பல ஆண்டுகள் ஆகியும், அவரது ஆய்வுக் கட்டுரைக்கு அறிவியல் அடிப்படையில் எண்ணற்ற கட்டுரைகள் வெளிவந்தும், முதலாளித்துவ அறிஞர்கள் அக் கொள்கையில் உண்மையிருப்பது போன்று அதனை மீண்டும் மீண்டும் விளம்பரப்படுத்தியே வருகின்றனர். அக்காலத்திலேயே, கார்ல் மார்க்ஸ் அவரது கொள்கையைக் கடுமையாக மறுத்துள்ளார். அதாவது "விஞ்ஞானம் இருப்பதையே மால்தூஸ் மறந்துவிட்டார்" என்றார். அதாவது தொழிற்புரட்சி ஏற்பட்ட பிறகு, பல்வகை இயந்திரங்கள், பொறிகள், அச்சு இயந்திரம், நீராவி ஆற்றல், மின்-காந்த ஆற்றல் போன்றவற்றைக் கண்டுபிடித்த பின்னர், எண்ணற்ற பொருட்களைக் குறைந்த நேரத்தில் உருவாக்கினர்.

அறிவியல் வளர்ச்சியால் தரைவழிப் போக்குவரத்தும் ரயில் போக்குவரத்தும், கப்பல் போக்குவரத்தும், வான் போக்குவரத்தும் வளர்ந்தன; குறிப்பாக அலாஸ்காவிலிருந்து (வட அமெரிக்கா) தென் அமெரிக்காவிலுள்ள சிலி வரை டிரான்ஸ்கனடா சாலைப் போக்குவரத்து இரு கண்டங்களையும் இணைத்தது. அதேபோன்று இந்தோ - சீனா சாலைப் போக்குவரத்தும் மிகப் பெரிது. இப்போக்குவரத்துகளால் உற்பத்திப் பொருட்களை நாடோடு நாடுகள் பகிர்ந்துகொண்டன. கப்பல், ரயில், வான் போக்குவரத்துகள் இந்நிலையை மேலும் விரிவாக்கின. எந்தப் பொருளையும் விரைவாக அடையவேண்டிய வாய்ப்பும் வசதியும் இவற்றால் ஏற்பட்டன. புதிய உற்பத்திக் கருவிகளும், புதிய உரங்களும், பூச்சிக்கொல்லி மருந்துகளும், உற்பத்தியைப்

பன்மடங்கு பெருக்கின. உற்பத்தியை மட்டுமல்லாமல், புதிய தானியங்களையும், வீரிய வித்துகளையும் அறிவியல் உருவாக்கித் தந்தது. தொழில்நுட்ப வளர்ச்சியால், மிக உயர்ந்த அணைக் கட்டுகளையும் சிறந்த நீர்ப்பாசனங்களையும் உருவாக்கிக் கொண்டதால் உற்பத்திப் பெருக்கம் மேலும் உயர்ந்தது. இந்த வாய்ப்புகளையும் வசதிகளையும் பெருக்கிய அறிவியல், மனித இனத்துக்கு வருங்காலத்திலும் பயன் நல்கும் என்பதால்தான் மார்க்ஸ் "அறிவியல் இருப்பதையே மால்தூஸ் மறந்துவிட்டார்" என்றார். உற்பத்தியின் பெருக்கம் ஆண்டுக்கு ஆண்டு எவ்வாறு பெருகியுள்ளது என்பதற்கு நம் இந்திய நாட்டின் நிலையே சிறந்த சான்றாகும். கீழுள்ள புள்ளி விவரத்தை நோக்கினால் உண்மை விளங்கும்.

நிலக்கரி

1950 - 51-இல்	- 32 லட்சம் டன்
2000 - 02-இல்	- 32 கோடியே 30 லட்சம் டன்

கச்சா எண்ணெய்

1950 - 51-இல்	- 4000 மெட்ரிக் டன்
2000 - 01-இல்	- 3 கோடியே பத்து லட்சம் டன்

இரும்பு

1950 - 51-இல்	- 10 லட்சம் டன்
2000-02-இல்	- 3 கோடியே பத்து லட்சம் டன்

சிமென்ட்

1950-51-இல்	- 27 லட்சம் டன்
2000-01-இல்	- 10 கோடியே 69 லட்சம் டன்

உணவு தானியம்

1950-60 வரை	- 5 கோடியே 10 லட்சம் டன்
1970 - 2000 வரை	- 20 கோடியே 20 லட்சம் டன்[6]

இந்தப் புள்ளிவிவரத்தைக் கண்டால், நாம் இதுகாறும் விளக்கியது எத்துணை உண்மை என்பது தெரியும். குறிப்பாக 1950

முதல் 51-வரையான இரண்டாண்டுகளில் நிலக்கரி உற்பத்தி 321 லட்சம் டன்னாக இருந்துள்ளது. அடுத்த 50 ஆண்டுகளில் ஏற்பட்ட புதிய கண்டுபிடிப்புகளால் 2000 - முதல் 2002-வரையான ஆண்டுகளில் 32 கோடியே 30 லட்சம் டன்னாகப் பெருகியுள்ளது. அதாவது ஐம்பது ஆண்டுக்குப் பின்னர் இரண்டாண்டு உற்பத்தி ஏறக்குறைய 100 மடங்காக உயர்ந்துள்ளது. இதனைப் போன்றே உணவு உற்பத்தி 1950 முதல் 1960 வரை விளைந்த உற்பத்தியைக் காட்டிலும் 1970-2000-இல் நான்கு மடங்காகப் பெருகியுள்ளது. இவ்வாறு, எல்லாப் பொருள்களும் காலத்துக்குக் காலம் பன் மடங்கு பெருகிக்கொண்டுதான் இருக்கிறது. அவை பெருகுகின்ற மக்கள்தொகைக்குப் பயன்படும் முறையில் பெருகிக் கொண்டுதான் உள்ளது. இதுதான் உண்மைநிலை.

பிரித்தானிய ஆட்சியின் கீழ் இந்தியா இருந்தபோது, அதன் உற்பத்தியில் நெருக்கடிகளும், சிக்கல்களும், தடைகளும், சுமைகளும் இருந்தபோதும் கூட, மக்கள்தொகைப் பெருக்கத்திற்குத் தேவையான உணவுப்பொருள் விளைந்து கொண்டுதான் இருந்தது. பிரித்தானிய ஆட்சிக் காலத்திலேயே மக்கள்தொகையையும் உணவு உற்பத்தியையும் ஒப்பிட்டாய்ந்த சர் ஜார்ஜ் வாட்ஸ் என்பவர் வெளியிட்ட அறிக்கையைக் கண்டால் உண்மை மேலும் புலப்படும்.

"இந்தியாவின் உற்பத்திச் சக்தியை 50 தசதவீதம் மிகச் சுலபமாக உயர்த்த முடியும். பயன்படுத்தப்படாத வனங்களின் பரப்பையும் இயற்கை மதிப்பையும் கொண்டு மட்டும் பார்த்தால் உலகில் வேறு எந்த நாட்டிற்கும் இவ்வளவு சிறப்பான எதிர்கால நலன் இருக்கும் என்று கூற முடியாது."7

இந்த அறிக்கை 1897-ஆம் ஆண்டில் ஒரு பிரித்தானிய ஆய்வாளரால் வெளியிடப்பட்டதாகும். பிரித்தானிய ஆட்சிக் காலத்தில் பல நெருக்கடிகள் இருந்தும்கூட குறைந்த வசதிகளைப் பயன்படுத்தி போதுமான உணவுப் பொருளை விளைவித்தே உள்ளனர். அப்பொருள் அன்றைய வளரும் மக்கள்தொகைக்குப் போதுமானதாகவே இருந்துள்ளது. நல்ல வசதிகள் மூலம் இந்தியாவின் உற்பத்தியை மேலும் 50 சதவீதம் உயர்த்த முடியுமென்றும், இந்த உயர்ச்சியை வேறு எந்த உலக நாடுகளையும் பெருக்க முடியாதென்று அவர் கூறுவதிலிருந்து இந்தியாவின் உண்மை நிலையை ஒருவாறு அறியலாம். உண்மை

இவ்வாறு இருக்க, மக்கள்தொகைக்கு ஏற்ப உணவுப் பொருள் உற்பத்தியாகாதென்றும், மக்கள்தொகைப் பெருக்கமே வறுமைக்குக் காரணமென்றும் கூறுவது சிறிதும் உண்மையாகாது. வறுமை ஏற்படுவதற்கான உண்மைக் காரணத்தைத் திட்டமிட்டு மறைப்பதற்காகவே மக்கள்தொகைப் பெருக்கத்தை அவர்கள் காரணம் என்கின்றனர். இது குறித்துப் பாமிதத் கூறுவது தம் சிந்தனைக்கு உரியது.

"இந்தியாவின் ஏராளமான இயற்கை வசதிகளைப் பயன்படுத்தியும், வளர்ச்சி கண்டும் மக்களின் தேவைகளைப் பூர்த்தி செய்யத் தவறியதாக இப்போதுள்ள சமூக - பொருளாதார ஏற்பாட்டை இந்தப் புள்ளிவிவரங்கள் குற்றம் சாட்டுகின்றன. ஆனால் அவை மிகை மக்கட்தொகைக்கான சாட்சியங்கள் அல்ல; மாறாக இந்தியாவின் வளங்களைச் சரியாகப் பயன்படுத்திக் கொண்டால் இப்போதுள்ள மக்கள் தொகையை விடப் பெருந்தொகையை அல்லது எதிர்காலத்தில் இந்தியாவில் எதிர்பார்க்கப்படுகிற பெரும் மக்கள் தொகையை இந்திய வளங்கள் காப்பாற்ற வல்லவை என்பதை நிபுணர்கள் எல்லோரும் ஒப்புக்கொள்கிறார்கள்."[8]

இந்தியாவின் வறுமைக்குக் காரணம், உற்பத்திக் குறைவோ மக்கள்தொகைப் பெருக்கமோ காரணம் அன்று என்கிறார் பாமிதத். அதற்குக் காரணம் அரசின் தவறான பொருளாதாரக் கொள்கையே காரணம் என்பதை மறைமுகமாகச் சுட்டுகிறார். ஆனால் அந்நூலில் பல இடங்களில் அதற்குக் காரணம் முதலாளித்துவ திட்டமே என்பதை விளக்கியுள்ளார். ஓரிடத்தில் அவர் குறிப்பிட்டிருப்பதைச் சற்று நோக்குவது நன்று.

"இதில்தான் இந்திய மக்களின் கடும் வறுமையின் ரகசியம் அடங்கியுள்ளது. இல்லாத மிகை மக்கட்தொகை என்ற பொய்மையான காரணங்களில் அல்ல; மனித முயற்சிக்கும் ஆட்சிக்கும் எந்த இயற்கைக் காரணங்களிலும் அல்ல; ஏகாதிபத்திய ஆட்சியின் சமூக - பொருளாதார நிலைகளில்தான் இந்த ரகசியம் உள்ளது."[9]

ஏகாதிபத்தியத்தின் சுரண்டலை, கொள்ளையை மறைக்கவே, மக்கள் பெருக்கமே வறுமைக்குக் காரணம் என்கின்றனர். அதனையே பாமிதத் இங்குக் கண்டிக்கிறார். இந்த உண்மை

நிலையை உணராமல், பகுத்தறிவுச் சிந்தனையாளர்களும் அதனை ஆதரித்ததால்தான் சிங்காரவேலர், காலம் கடத்தாமல் அக்கட்டுரைக்கு மறுப்பு வரைந்துள்ளார். இந்தப் புள்ளி விவரங்களோடு சிங்காரவேலரின் மறுப்பை ஒப்புநோக்க வேண்டும். அப்போதுதான் உண்மை இனிது விளங்கும்.

"உலகில் பிணியும் பசியும் மரணமும் நிரம்பிக் கிடந்து வருகின்றன. உலகம் படும் கஷ்டங்களுக்குப் பிரஜா விருத்தி அல்ல (மக்கள்தொகைப் பெருக்கம்) காரணம். சிலரே வாழ்வுக்கு வேண்டிய பொருள்களைத் தாங்களே கையாண்டு விநியோகித்து வருவதால் இந்தத் துர்நடவடிக்கைகளே உலகம் படும் துயரத்திற்கு மிகுதியும் காரணமாகும்."

"கண்ணிருந்தும் சூரியனைப் பார்க்க முடியாதவர்போல், பெரும்பான்மை உலக மக்கள் இந்த வறுமையின் காரணத்தை விசாரித்து உணராமல் பிறவிக் குருடர்களைப்போல் இருப்பானேன்? இந்த நிலைமை 4000 Bc முதற்கொண்டும், அல்லது 400 AD முதற்கொண்டும் பண்டைக்காலம் முதல் நாளதுவரையிலும் பெரும்பான்மை மக்கள் வாடி வதங்கிக் கிடப்பானேன்? இந்தப் புராதன உலக வறுமைக்கு ஆசீரியன், கால்டியன், ஈஜிப்ஷன், சாதுக்களும் (Sages) கிரீஸ், ரோம் பூர்வகாலத் தத்துவஞானிகளும், அந்தக் காலத்து அரசுகளும், பலவிதப் பரிகாரங்களே உபதேசித்து வந்தும், 150 கோடி உலக மக்கள் பசியாலும், பிணியாலும், கவலையில்லாமையாலும், போராலும் அவதிப்பட்டுச் சாவான் ஏன்?

போதாமையும் இல்லாமையும் மக்களைப் பண்டைக்காலம் முதல் இன்றுவரை வாட்டி வருகின்றன. பொருளாதார நிபுணர்கள் உலகம் வருந்துவது இல்லாமையால் அல்ல. அதிகத்தால் வருந்துகிறது என்று கூறுகின்றார்கள். (The World is suffering not through want but through excess is the verdict of many an economist)[10]

"1934-ஆம் வருசத்தில் 24,00,000 பேர் பட்டினியால் மடிந்தார்களாம்; 1,20,000 பேர் பசிப்பிணியைத் தாங்காது தற்கொலை செய்துகொண்டார்களாம். 50,00,000 பேர்கள் வரை வயிற்றுக்குச் சாப்பாடு இல்லாமல் திண்டாடினார்களாம். இவர்களில் 100-க்கு 90 பேர் இந்தியரும் சீனர்களுமாவார்களாம் என்று ஒரு மேல்நாட்டுப் பத்திரிகை கூறுகிறது.

மேலே சொன்ன அதே வருடத்தில் 2,60,000 டன் கார்ட்லோடுகள் கொண்ட கோதுமையும், 2,80,000 டன் சர்க்கரையும் 26,000 டன் அரிசியும், 25000 டன் மாட்டிறைச்சியும் மார்க்கெட்டிற்குக்கூட அனுப்பப்படாமலே நாசமாக்கப் பட்டனவாம். முதலாளித்துவ உலகம் பிறர் உழைப்பில் ஜீவித்திருக்கவும், லாபமென்னும் பெயரால் இல்லாதவர் களிடமிருந்து (Have Nots) கொள்ளையடித்து உயிர்வாழவும் அவர்கள் செய்யும் அடாத செய்கையை என்னென்போம்."[11]

சிங்காரவேலர் வறுமையின் உண்மைக் காரணத்தை நன்கு உணர்ந்ததால், ஆதிகாலந்தொட்டுத் தோன்றிய அரசுகளாலும் தத்துவ ஞானிகளாலும் பசிப்பிணியையும் வறுமையையும் ஒழிக்க முடியாதது ஏன் என்ற வினாவின் மூலம் பழைய சிந்தனைகளை மறு சிந்தனைக்கு உட்படுத்துகிறார். நம்மையும் சிந்திக்கத் தூண்டுகிறார். அதன் வழி ஒரு பொருளாதாதார உண்மையையும் நமக்குப் புலப்படுத்துகிறார். உலகம் உணவுப் பொருளின்றி வாடுவது பொருள் இல்லாமையால் அல்லவென்றும், பொருள் மிகு உற்பத்தியால்தான் அந்நிலை ஏற்படுகிறது என்கிறார். அதாவது, பொருள் உற்பத்தியைப் பன்மடங்கு பெருக்கிய முதலாளித்துவ ஆட்சிமுறை தம் பெரும் லாபத்தைக் கருத்தில்கொண்டு பதுக்குவதால் பொருள் தட்டுப்பாடு செயற்கையாக ஏற்படுத்தப்பட்டு இல்லாமையை உருவாக்குகிறது என்கிறார். அதுதான் உண்மை. அதனை நாம் அறியத் தவறுகிறோம்.

அந்த உண்மை நிலையை, கர்ப்பத்தடையைப் பற்றிய கட்டுரையில், அமெரிக்காவில் கென்னடி ஆட்சிக் காலத்திலும், அவர்க்கு முந்திய காலத்திலும் முறையே உருளைக் கிழங்குகளையும், கோதுமையையும் எவ்வாறு நாசமாக்கினர் என்பதை அறிந்தோம். இதே நிலைதான் சிங்காரவேலர் காலத்திலும் (1934-ஆம் ஆண்டில்) ஏற்பட்டுள்ளது. முதலாளிகளின் பெரும் லாபத்திற்காக, பல லட்சம் டன் எடையுள்ள கோதுமையும், சர்க்கரையும், அரிசியும் நாசமாக்கப்பட்டுள்ளன. முதலாளித்துவத்தின் பிறவிக்குணம் காலங் காலமாக எவ்வாறு இருந்துள்ளது என்பதற்கு இதுவொரு சான்றாகும். இந்த உண்மைகளைத் தெரிந்தும், நம்மில் பற்பலர் வறுமைக்குக் காரணம் மக்கள்தொகைப் பெருக்கம் அல்லது உணவுப் பற்றாக்குறையே காரணமெனக் கருதுகின்றனர். அந்தத் தவறான

சிந்தனையை மறுத்துரைக்க வேண்டியே அவர் இவ்வாறெல்லாம் விளக்குகிறார்.

வறுமையையும், வேலையில்லாத் திண்டாட்டத்தையும் முழுமையாக ஒழிக்கத் தீர்வு வேண்டுமன்றோ! மக்கள்தொகைப் பெருக்கம் வறுமைக்குக் காரணம் இல்லையெனின், எது காரணம் என்பதை விளக்குவதோடு, அக்காரணத்தை நீக்குவதற்குரிய வழியையோ கொள்கையையோ கூறவேண்டும். சிங்காரவேலர் வறுமைக்குக் காரணம் எது? என்பதை விளக்கியதைச் சுருக்கமாகக் கண்டோம். அவர் அதனை ஒழிப்பதற்கான கொள்கையையும் புலப்படுத்தி உள்ளார். அஃது உளங்கொளத்தக்கது.

"சோசலிசம் என்றால், சமத்துவப் பொருளை அதாவது சொத்தைப் படைத்திருப்பது மாத்திரமல்ல (Common Owner ship) அந்தச் சொத்துகளின் உபயோகமும் அதாவது விநியோகமும் (Equal distribution) அடங்கியுள்ளன. இந்தக் கருத்துகளுடன் சொத்துகளின் பயனும் (Profit) ஏதாகிலும் இருக்குமாகில், அவை அனைத்தும் பொது உபயோகத்திற்கும் (Common use) உட்படுத்தப்படும். இந்தச் சொத்துகளைப் பரிபாலிக்கும்படியாக ஸ்தாபனங்களும், உண்மையான ஜனநாயக ஆட்சியில் (Democratic Control) வரவேண்டும்.

1. பொதுச் சொத்துரிமை (Common Ownership)
2. சமத்துவ விநியோகம் (Common Distribution)
3. சமத்துவ லாப உரிமை (Common use of Profit)
4. ஜனநாயக ஆட்சி (Democratic Control)
5. உழைப்பவருடைய ஆட்சி (Workers Rule)

இவ்வைந்து விஷயங்களும் சோசலிசம் என்ற சொல்லிற்கு உரியனவாகும்."[12]

நாட்டிலுள்ள வறுமையையும், வேலையில்லாத் திண்டாட்டத்தையும், ஏனைய அனைத்து இழிவுகளையும் ஒழிக்க மேற்குறித்த கொள்கையே மிகச் சரியானதென்று அவர் கூறுகிறார். பொதுச் சொத்துகளாக இருக்க வேண்டியவை எல்லாம் (Factors of Production) தனியார் சொத்துகளாக இருக்கின்ற ஆட்சியமைப்பு இருப்பதால், தனிப்பட்ட

முதலாளிகள் பெரும் சொத்துடையவர்களாக வளர்கிறார்கள். அவர்களுடைய சுரண்டலுக்கு ஆளாகிய மக்களோ வறுமைக்கு உள்ளாக்கப்படுகிறார்கள். இது தனியுடைமையின் ஏகபோகமாகும். இந்த ஏகபோகத்தில் சொத்துள்ளவர்கள் மேலும் மேலும் பன் மடங்கு வளர்ச்சியடைவார்களே அல்லாமல், சொத்தற்றவர்கள் மேலும் கீழான நிலைக்குத் தள்ளப்படுவர். பொருளாதாரப் போட்டியை ஊக்குவிக்கும் அந்த அமைப்பில் பெரும் முதலாளிகளோடு போட்டியிட முடியாமல் சிறு முதலாளிகளின் எண்ணிக்கையும், குறைந்து பெருமுதலாளிகளின் ஏகபோகமும் வளர்கிறபோது அவர்களின் கொள்கைதான் ஆட்சியின் கொள்கையாக மாறுகிறது; அல்லது ஆட்சியாளர்கள் அவர்கள் சார்பாளர்களாக மாறுகின்றனர். இவற்றால் தனியுடைமை வளர வளர உழைப்பை மட்டும் நம்பி வாழும் உழைப்பாளர்கள் அந்நியப்படுத்தப் படுகிறார்கள். தனியார் துறைகள் தத்தம் பெரும் லாபத்திற்காக 100 பேர் வேலை செய்யும் இடத்தில் காலவட்டத்தில் 50 பேரை வெளியேற்றிவிடுகின்றனர். இதனால், தொழிலாளர்கள் உழைப்புக்கு அந்நியமாகிவிடுகின்றனர். தனியுடைமை கொழுத்தவுடன் அது பொதுத்துறைகளையும் விழுங்கிவிடுகிறது. பொதுத்துறைகளே காணாமல் போகும்போது தனியார் சிறு துறைகளைப் பற்றிக் கூறவேண்டுவதில்லை; பெரிய மீன்கள் சிறு மீன்களை விழுங்குவதைப் போலப் பெரும் தனியார்துறைகள் தனியார் சிறுதுறைகளையும் விழுங்கி விடுகின்றன. இதுதான் முதலாளித்துவ அமைப்பின் சுரண்டல் பொருளாதாரப் போட்டியாகும்.

ஓர் எடுத்துக்காட்டை நோக்கினால் முதலாளித்துவத்தின் அசுர வளர்ச்சியைக் காணலாம். இந்தியா சுதந்திரம் அடைந்தபோது டாட்டா, பிர்லா, பஜாஜ், மோடி போன்ற விரல்விட்டு எண்ணத்தக்க சில பெரு முதலாளிகளே இருந்தனர். ஆனால் 1965-இல் அந்த எண்ணிக்கை 210 ஏகபோக நிறுவனங்களாக வளர்ச்சி அடைந்தன; ஆனால் 2004-இல் ஏகபோக நிறுவனங்கள் 85000 ஆகப் பெருகியுள்ளன. 2009-இல் அதன் எண்ணிக்கை பல மடங்கு உயர்ந்துகொண்டே உள்ளன. ஆனால் ஏழைகளின் நிலை என்ன? முதல் ஐந்தாண்டுத் திட்டத்தை ரூபாய் 2069 கோடியில் அறிவித்தபோது வேலை யற்றோரின் எண்ணிக்கை 5 லட்சம் பேர்; ஆனால் 1984-ஆம்

ஆண்டில் (7-ஆவது ஐந்தாண்டுத் திட்டத்தை 1,83,000 கோடி ஒதுக்கியிருந்ததும்) வேலையற்றோர் எண்ணிக்கை 2 கோடியே 28 லட்சத்து 69 ஆயிரம் பேர் ஆவர். 2009-ஆம் ஆண்டில் அதன் எண்ணிக்கை மேலும் பெருகியதே அன்றிக் குறையவில்லை. 1950-51-இல் இந்தியாவின் பொதுக்கடன் ரூபாய் 2054 கோடியாகும். ஆனால் 1987-ஆண்டிலோ அதன் கடன் 1,52,461 கோடியாகும். 31 ஆண்டுகளில் 76 மடங்காக உயர்ந்துள்ளது. 1991 - 92-ஆம் ஆண்டிற்குரிய தமிழக அரசின் நிதி நிலை அறிக்கையின் தொகை ரூபாாய் 5955.03 கோடி மட்டுமே. ஆனால், பிர்லா என்ற தனிமனிதரின் சொத்தோ ரூபாய் 6852.33 கோடியாகும். அதாவது ரூபாய் 877.30 கோடி அதிகமாகும். அதே ஆண்டில் டாட்டாவின் சொத்து மதிப்பு ரூபாய் 6779.91 கோடியாகும். இவர்களைப் போன்று இன்னும் பலர் உள்ளனர். இந்தச் சொத்துக்கணக்கு அன்றைய துணை நிதியமைச்சராக இருந்த கமல்மொராரக்கா அவர்கள் 27-2-91-அன்று நாடாளுமன்றத்தில் அறிவித்ததாகும்.

1981-ஆம் ஆண்டில் ரிலையன்ஸ் இண்டஸ்ட்ரிஸ் நிறுவனத்தின் சொத்து மதிப்பு ரூபாய் 512. 34 கோடியாகும். அக்காலத்தில் முகேஷ் அம்பானியும் அனில் அம்பானியும் சேர்ந்திருந்தனர். அப்போது இந்திய முதலாளிகளில் அவர்கள் 5-ஆவது இடத்தில் இருந்தனர். இப்போது இருவரும் பிரிந்திருந்தும் முகேஷ் முதலிடத்தையும் அனில் இரண்டாம் இடத்தையும் வகிக்கின்றனர். பல ஆண்டுகளாக முதலிடத்திலிருந்த டாட்டாவும் பிர்லாவும் பின்னுக்குத் தள்ளப்பட்டுவிட்டனர். 2008-ஆண்டில் முகேஷ் அம்பானியின் சொத்து மதிப்பு ரூபாய் 1 லட்சத்து 72 ஆயிரம் கோடி; அனில் அம்பானிக்கோ ரூபாய் 1 லட்சத்து 68ஆயிரம் கோடியாகும். முகேசும், அனிலும் உலகின் பெரும் பணக்காரர்களில் முறையே 5-ஆவது இடத்திலும் 6-ஆவது இடத்திலும் உள்ளனர். முகேஷ் அம்பானி சில ஆண்டுகளில் உலகின் மிகப்பெரும் பணக்காரராக மாறியுள்ளார்; இது எப்படி நிகழ்ந்தது? இந்திய அரசின் உலகமயமாக்கலும், தாராளமயமாக்கலுமேயாகும். இதன் காரணமாக எண்ணெய் எரிவாயு எடுப்பதற்கு 50,000 ச. கி.மீ. நிலப் பரப்பை அம்பானிக்கு நடுவண் அரசு வாரிக்கொடுத்திருக்கிறது. குஜராத்தின் ஜாம் நகரில் மிகப் பெரும் எண்ணெய் சுத்திகரிப்பு நிலையத்தை நிறுவியுள்ளார். பிரெசலில் 2 லட்சம் ஏக்கர் பரப்புள்ள கரும்புத்

தோட்டத்தை வாங்கியுள்ளார். எதெனால் என்ற திரவத்தை எடுக்க அத்தோட்டத்தை வாங்கியுள்ளார். அமெரிக்காவில் இன்டர்நேஷனல் லிங்க் என்ற வங்கியோடு பெருந்தொகையுடன் கூட்டுச் சேர்ந்துள்ளார். ஆசியாவிலேயே முதல் பணக்காரராக உள்ளார். உலகின் பெரும் பணக்காரர்களின் முதல் வரிசையில் 15 இந்தியர் உள்ளனர். ஆனால் இந்திய மக்களின் நிலை என்ன? இந்திய மக்கள் தொகையில் 30% மக்கள் வறுமைக் கோட்டிற்குக் கீழே உள்ளனர். 77% மக்கள் நாளுக்கு ரூபாய் 20/= வருமானம் உள்ளவர்களாக மட்டுமே உள்ளனர். வேலையில்லாத் திண்டாட்டம் பசிப்பிணியும் மேலும் மேலும் அதிகரித்துக் கொண்டே செல்கின்றன. இலட்சக்கணக்கான தொழிலகங்களும் ஆலைகளும் மூடப்பட்டு வருகின்றன. 2005-ஆண்டில் உலகின் 177 நாடுகளின் தரவரிசைப் பட்டியலில் இந்தியா 127-ஆம் இடத்தில் இருந்த நிலை மாறி 2007-இல் 128-ஆம் இடத்திற்குப் பின் தள்ளப்பட்டுள்ளது. இந்தியர்களில் 1 லட்சம் பேரில் 30 பேர் மட்டுமே தரமான மருத்துவப் படுக்கைப் பெற்றவராக உள்ளனர். இந்திய மக்கள் தொகையில் 30% மக்கள் மட்டுமே கழிப்பிட வசதி பெற்றவர்களாக உள்ளனர்.

இந்தப் புள்ளி விவரங்களைக்கொண்டு மக்களுக்கும் முதலாளிகளுக்குமிடையே உள்ள வேறுபாட்டை நோக்கினால் மக்களின் வறுமைக்குக் காரணம் தனியுடைமையும் அதன் சுரண்டலுமே காரணமாகும். இந்த உண்மையை உலகிற்கு முதன் முதல் அறிவுறுத்தியவர் கார்ல் மார்க்ஸ் அவர்களே ஆவார். இது குறித்து அவர் இவ்வாறு கூறுகிறார்.

"மூலதனத்தின் ஒரே கவலை பாட்டாளிகளின் உழைப்பை உயர் அளவில் ஒரு நாளில் எவ்வாறு உறிஞ்சுவது என்பதே ஆகும். மூலதனமானது பாட்டாளிகளின் வாழ்நாளைக் குறைத்துப் பேராசைப் பிடித்த பண்ணை முதலாளி எவ்வாறு செழிப்பான நிலத்தின் உயர்பட்ச விளைச்சலைத் திருட முயல்கிறானோ அதே நிலையில்தான் மூலதனமும், தனது குறிக்கோளைச் சுரண்டல்முறை வழியாக நிறைவேற்றிக்கொள்கிறது."[13]

இந்தச் சுரண்டலை அடிப்படையாகக்கொண்ட தனி யுடைமையும், அதற்கு ஆதரவு வழங்கும் ஆட்சிமுறையும்தான் வறுமைக்குப் பெருங்காரணமேயன்றி, மக்கள் தொகைப்

பெருக்கம் அன்று; இதுதான் அறிவியல் உண்மை; இதுதான் பொருளியல் உண்மை. நம் நாட்டு கவிஞர்களும் இதனை அழகாகப் புலப்படுத்தி உள்ளனர். தனியுடைமை அமைப்பில் முதலாளிகளுக்கும் உழைக்கும் மக்களுக்கும் உள்ள வேறுபாட்டை மிக அருமையாகப் புரட்சிக் கவிஞரும், மக்கள் கவிஞரும் புலப்படுத்தியுள்ளனர்.

"நடவுசெய்த தோழர் கூலி
நாலணாவை ஏற்பதும்
உடலுழைப்பிலா தசெல்வர்
உலகையாண்டு லாவலும்
கடவுளாணை என்றுரைத்த
கயவர் கூட்டமீதிலே
கடவுள் என்ற கட்டறுத்துத்
தொழிலாளரை ஏவுவோம்"

- பாரதிதாசன்

"வாழை நிலைக்குது; சோலை தழைக்குது
ஏழைக்கதில் என்ன கிடைக்குது
கூழைக் குடிக்குது; நாளை கழிக்குது
ஓலைக் குடிசையில் ஒண்டிக் கிடக்குது"

-பட்டுக்கோட்டையார்

இந்திய நாட்டின் மாறுபட்ட பொருளாதாரத்தை இப் பெருங் கவிஞர்கள் நன்றாகவே அடையாளம் காட்டியுள்ளனர். இந்திய நாட்டின் வறுமைக்கு அடிப்படையான பெருங் காரணத்தைக் கார்ல் மார்க்ஸ் சிந்தனைவழி நின்று சிங்காரவேலர் நன்கு சிந்தித்தவராதலால், அக்காலத்திலேயே அவர் லாஸ்கி அம்மையாரை மறுத்துள்ளார். லாஸ்கி அம்மையாரை மறுப்பதன் வாயிலாக முதலாளித்துவச் சிந்தனையாளர்களையும், சுரண்டல் பொருளாதாரத்தை உணராத ஏனைய சிந்தனையாளர்களையும் மறுக்கிறார். அக்கட்டுரையைச் சமூகப் பொறுப்புடன் வரைந்துள்ளார். இந்த உண்மையை நம் காலத்திலும், தலைவர் களும், அறிஞர்களும், கல்வியாளர்களும் அறியாதவர்களாகவே உள்ளனர். அதனை முன்னிட்டே இக் கட்டுரையை விரித்து எழுத வேண்டியதாயிற்று. சிங்காரவேலர் மேலும் கூறுகிறார்.

"இந்தியாவில் கடந்த 30 வருஷத்திற்குள்ளாக உண்ணும் உணவு, ஜனவிருத்தியைவிட அதிகரித்திருப்பதாகப் பிரிஜ் நாராயணன் என்ற அதிகாரி வரைந்துள்ளார். இதனைத் தெரிந்து கொள்ளாமல், நமது கர்ப்பத்தடைவாதிகள் இந்தியாவில் உணவு போதவில்லை என்று மேடைகளிலிருந்து கதறுவது என்ன காரணம்? ஏன் போதவில்லை?. இந்தக் கேள்வி தவறு. சரியான கேள்வி என்னவெனில் ஏன் கிடைக்கவில்லை? என்பதுதான். இதற்குச் சமதர்மிகள்தான் சரியான விடை கொடுக்க முடியும். ஏனெனில் போதுமான விளைவு விளைந்ததும், விளைந்த உணவை உண்ணவிடாமல் விற்பனை செய்து வருவதால் வறுமையும் பஞ்சமும் இந்திய நாட்டில் மட்டுமல்ல; உலக முழுமையும் நிறைந்துள்ளன; சிறந்த பொருளாதார நூலாசிரியராகிய பால்மதத்தர் (ரஜினி பாமிதத்) என்ற வங்காளப் பெரியார், இதன்மேல் உரை வரையுங்காலை இதனால் என்ன புலப்படுகிற தென்றால், உண்டாகும் உணவு விருத்தியாகிக் கொண்டே வரும் ஜனங்களுக்குப் போதுமா என்ற கேள்வியே இல்லை; தற்காலத்தில் வழங்கிவரும் முதலாளித்துவத் திட்டமே, அபிவிருத்தி அடைந்துவரும் ஜனங்களுக்கு உணவு போதாமைக்குக் காரணம் என வரைந்துள்ளார். இவ்விஷயங்களைப் படித்தாகிலும் நமது கர்ப்பத்தடைவாதிகள், தங்கள் வாதத்தை மட்டுப்படுத்தி, ஏழை மக்களுக்கு உண்டாகும் உணவு வேண்டிய அளவில் உதவும்படி உழைத்து வரக் கோருகிறோம்."[14]

வறுமைக்குக் காரணம் மக்கள்தொகைப் பெருக்கமே என்று அறிஞர் பலர் கூறிவந்தபோது, பாமிதத் கீழுள்ளவாறு விளக்கியுள்ளார்.

"மக்களின் தேவைகளையும் இயற்கையாக அவை அதிகரிப்பதையும் திருப்தி செய்ய முடியாத வண்ணம், ஏகாதிபத்தியத்தின் கீழுள்ள உற்பத்தி ஏற்பாடுகள் தீயனவாயும், ஆற்றலற்றவையாகவும் காணப்பட்டால் என்ன முடிவுக்கு வருகிறார்கள்? உற்பத்தி ஏற்பாடுகளைத் திருத்தவேண்டும் என்ற முடிவுக்கு அல்ல; மக்கள்தொகை வெட்டப்படவேண்டும் என்ற முடிவுக்கு வருகின்றார்கள். "அவனுடைய கால்களை வெட்டுங்கள்; இந்தப் படுக்கையைவிட இந்த மனிதன் நீளமாக உள்ளான் என்று கூறுவது போலத்தான் உள்ளது."[15]

நாட்டின் வறுமையின் உண்மையான காரணத்தை அறிய முயலாமல், மக்கள்தொகைப் பெருக்கமே அதற்குக் காரணம் என்று கூறுவோருக்குப் பாமிதத்தின் விளக்கம் மிகச் சரியானதும், மிகக் கிண்டலானதும் ஆகும். இந்த விடையே மிகச் சரியான விடையாகும். நாட்டின் வறுமைக்கு,சுரண்டலை அடிப்படையாகக் கொண்ட தனியுடைமை அமைப்பே என்ற உண்மையை உணராமல், மக்கள்தொகைப் பெருக்கமே காரணமெனக் கூறுவது, கால்களுக்கேற்ற கட்டிலை அமைக்காமல் கட்டிலின் அளவுக்கேற்பக் கால்களை வெட்டுவது போன்றதாகும் என்கிறார் பாமிதத். வறுமைக்குக் காரணம் மக்கள்தொகைப் பெருக்கமே என்பார்க்குப் பாமிதத் சாட்டை அடி கொடுக்கிறார். மார்க்சிய வாதிகள் ஒரு தவறான கொள்கையை எவ்வாறு அணுகி ஆய்ந்து விடையளிக்கிறார்கள் என்பதற்குப் பாமிதத்தும், சிங்காரவேலரும் நல்ல வழிகாட்டிகளாக உள்ளனர். அந்த வழிக்காட்டுதலைத்தான் நாம் இக்கட்டுரையில் அறிகிறோம். இனியாவது அறிஞர்களும் அரசியல்வாதிகளும் இவ்வுண்மையை உணர வேண்டும். அதுவே, மக்களுக்கும் நாட்டுக்கும் நல்லது. இந்த நன்மையை நோக்கித்தான் ரஜினி பாமிதத்தும், சிங்காரவேலரும் சிந்தித்துள்ளனர்; செயல்பட்டுள்ளனர். இவர்களைத் தமிழகம் நன்கு உணரும் நாள் எந்நாளோ? அந்நாள்தான் தமிழகத்துக்கு நன்னாள்.

சான்று நூல்கள்

1. சிங்காரவேலர் சிந்தனைக் களஞ்சியம் தொகுதி-III - சிங்காரவேலர் - பக் - 1521 - 2007 - தென்னக ஆய்வு மையம் - ஜானி ஜான்கான் தெரு, இராயப்பேட்டை, சென்னை-600 014.

2. அதே நூல் - பக் - 1523 - 24.

3. இன்றைய இந்தியா (Today India) (Rajni Bomidatt) தமிழாக்கம் - பக்.90 - 1977 - நியூ செஞ்சுரி புக் அவுஸ் (பி) லிட் - சென்னை - 600 098.

4. பேராசிரியர் பி. ஜே. தாமஸ் - திடைம்ஸ் - அக்டோபர்-1935.

5. இன்றைய இந்தியா - ரஜினி பாமிதத் - பக் - 88.

6. இன்றைய இந்தியா - தா. பாண்டியன் - பக் - 81-2-2007- குமரன் பதிப்பகம் - 19, கண்ணதாசன் சாலை, தியாகராயநகர், சென்னை - 600 017.

7. பிரிட்டிஷ் இந்தியாவின் வளங்கள் பற்றிய ஆய்வறிக்கை - பக். 24 - 1894.

8. இன்றைய இந்தியா - ரஜினிபாமிதத் - பக்-93.

9. அதே நூல் - பக் - 98.

10. சிங்காரவேலரின் சிந்தனைக் களஞ்சியம் - தொகுதி-II, பக்-1059 - 2007.

11. அதே நூல் - தொகுதி -III - பக். 1701 - 2007

12. அதே நூல் தொகுதி - II - பக். 1049.

13. மூலதனம் - கார்ல் மார்க்ஸ் மொழிபெயர்ப்பு க.ரா. ஜெமதக்கனி - முதல் தொகுதி -பக்-345-1995.

14. சிங்காரவேலர் சிந்தனைக் களஞ்சியம் - தொகுதி-II- பக்-1523 - 24.

15. இன்றைய இந்தியா - பாமிதத் - பக் -95. -1977.

5
திரிபும் உண்மையும்

சிந்தனைச் சிற்பி ம. சிங்காரவேலர் இந்தியப் பொதுவுடைமை இயக்கத்தின் முன்னோடிகளுள் தலையாயவர். தமிழகத் தொழிற்சங்க இயக்கத்திற்கு வர்க்கப் பார்வை அளித்த கொள்கை முதல்வர்; இந்தியத் தத்துவங்களையும் மேலைத் தத்துவங் களையும் நன்கு கற்ற சிறந்த மார்க்சியச் சிந்தனையாளர். நம் வாழ்நாள் இறுதிவரை முரணற்ற பொருள் முதல்வாதியாகவும் உறுதிமிக்க பொதுவுடைமைவாதியாகவும் விளங்கியவர். சாதிகளையும், மதங்களையும், வர்ணங்களையும் மார்க்சியக் கண்ணோட்டத்தில் ஆய்ந்து விளக்கிய மூலவர். மூட நம்பிக்கை களையும், பொய்மைச் சடங்குகளையும் அறிவியல் கொள்கைகளைக் கொண்டு ஆய்ந்தவர். இதன் வழி அறிவியல் கண்ணோட்டத்தை நாளும் வளர்த்தவர். இவற்றில் ஒப்பாரும் மிக்காரும் இன்றித் தனிப் பேராசானாக விளங்கியவர்.

கான்பூரில் 1925-ஆம் ஆண்டு டிசம்பர் திங்களில் பொதுவுடைமை இயக்க மாநாட்டைத் தலைமை தாங்கித் தொடங்கி வைத்த இப் பெருமகனார், தம் இறுதி நாள்வரை சிறிதும் தடம் புரளாமல் பொதுவுடைமைக் கொள்கைகளை வளர்ப்பதிலும், அதற்கெதிரான கொள்கைகளை வீழ்த்துவதிலுமே தொண்டாற்றினார். இதற்கு அவரது எழுத்துகளே சிறந்த சான்றாகும். அவரது அனைத்து எழுத்துக்களும் பேச்சுகளும் அடங்கிய "சிங்காரவேலர் சிந்தனைக் களஞ்சியம்" என்ற மூன்று தொகுதிகள் அதற்குக் கட்டியம் கூறும். உண்மை இவ்வாறு இருக்க, சிலர் தவறான செய்திகளைக் கூறி அவரது புகழுக்குக் களங்கம் ஏற்படுத்துகின்றனர். இந்தத் தவற்றைப் பொதுவுடைமை இயக்கத்தைச் சேர்ந்தவர்களும் செய்துள்ளனர். எந்தக் கருத்தாயினும், செய்தியாயினும் அதனை ஆழ்ந்து சிந்தித்தப் பின்னர்தான் சரியான முடிவுக்கு வரமுடியும். அதனால்தான் வள்ளுவப் பெருந்தகை

எப்பொருள் யார்யார்வாய்க் கேட்பினும் அப்பொருள்
மெய்ப்பொருள் காண்ப தறிவு   - என்றார்.

உலகப் பெருஞ் சிந்தனையாளரான கார்ல் மார்க்சும் "அனைத்தையும் சந்தேகி" என்றார். எதனையும் கண்மூடி ஏற்றுக்கொள்ளாமல், உண்மையை ஆய்ந்து பார்க்க வேண்டு மென்பதே இவற்றின் பொருள். இதனை நாம் மறந்துவிடக் கூடாது. சிங்காரவேலரின் சிந்தனைகளைத் தவறாக விளக்கிய சில நூல்களும் உள்ளன. அந் நூல்களை எழுதியவர்கள் வேறான கண்ணோட்டத்தை உடையவர்கள்; அவர்கள் அவ்வாறு எழுதியதில் வியப்பில்லை. ஆனால், பொதுவுடைமை இயக்கத்தினரே அவர் வரலாற்றை தவறாகக் குறிப்பிட்டிருப்பதுதான் சோகத்துக் குரியது. தாங்க முடியாதது.

பொதுவுடைமை இயக்கத்தினர், மற்றவர்களைக் காட்டிலும் சிங்காரவேலரை நன்கு அறிந்தவர்கள். அவர்களிலும் தலைவர்கள் அவரைப் பற்றி மிக நன்கு அறிந்திருப்பர். அதற்கு வாய்ப்புகள் பல உண்டு; ஆனால், அவர்களே தவறு செய்தால் நாம் என் செய்வது? தவறான செய்தியோ கருத்தோ எங்கிருந்து வரினும் அதனை மறுப்பதே அறிவுடைமையாகும். "பொய்ம்மையை அடையாளம் காட்டுவதே மார்க்சியம்" என்பர் மார்க்சிய அறிஞர் ஜெமதக்கனி. மார்க்சியத்தை இம் மண்ணில் விதைத்த ஒரு முன்னோடியின் வாழ்க்கையை மார்க்சிய கட்சியினரே தவறாகக் குறிப்பிட்டால் அதனை ஏற்க முடியுமா? முடியாது. தவறான கருத்து வருங்காலத் தலைமுறைக்குத் தவறான விதியையே காட்டும். அந்தத் தவறான வழியை அடையாளம் காட்டுவது சமூக அக்கறை உள்ளோரின் கடமையாகும். அந்த அக்கறையின் வெளிப்பாடே இக் கட்டுரை.

மார்க்சிய கம்யூனிஸ்ட் கட்சி, 2006-பிப்ரவரியில் "இந்தியக் கம்யூனிஸ்ட் இயக்க வரலாறு - ஆரம்ப கால ஆண்டுகள் 1929 - 1933" எனும் பெயரில் ஒரு நூலை வெளியிட்டுள்ளது. இந்நூலின் ஆசிரியர்களாக **ஹர்கிசன் சிங் சுர்ஜித், ஜோதிபாசு, இ.கே. நாயனார், பி. இராமச்சந்திரன், கொரதாலா சத்ய நாராயணா, அனில் பிஸ்வாஸ்** ஆகிய அறுவர் குறிப்பிடப்பட்டுள்ளனர். இவர்களுள் பி. இராமச்சந்திரன் தமிழ்நாட்டைச் சேர்ந்தவர். அவர் அன்று இயற்கை எய்திவிட்டார். தமிழக இயக்க வரலாற்றைப் பொருத்தமட்டில் பி. இராமச்சந்திரன்தான் பொறுபிற்குரியவர். சிறந்த நூலான அந்நூலில் சிங்காரவேலரைப்

பற்றிச் செய்திகள் உள்ளன. அவற்றில் பல செய்திகள் சரியாக இருப்பினும் ஒரு செய்தி தவறாக உள்ளது. அந்தத் தவறான செய்தி, சிங்காரவேலரின் உண்மை வரலாற்றிற்கு மாசு ஏற்படுத்துவதாக உள்ளதால் அதனை விளக்க வேண்டிய கடமை நமக்கு உள்ளது. அந் நூலின் இறுதிப் பகுதியில் "வரலாற்றுக் குறிப்புகள்" என்ற ஒரு பகுதி உள்ளது. அப் பகுதியில் தலைவர்கள் பலரின் வாழ்க்கைக் குறிப்புகள் சுருக்கமாகத் தரப்பட்டுள்ளன. அவற்றில் சிங்காரவேலரைப் பற்றிக் கீழுள்ளவாறு உள்ளது.

"எம். சிங்காலவேலர் - 1860 - 1946.

இவர் சென்னையைச் சேர்ந்த ஒரு மீனவக் குடும்பத்தில் பிறந்தார். 1907-ஆம் ஆண்டில் சென்னை உயர் நீதி மன்றத்தின் வழக்கறிஞராகத் தம்மைப் பதிவு செய்துகொண்ட இவர் தொழிற்சங்க இயக்கத்தில் இணைந்தார். 1922-ஆம் ஆண்டில் கயாவில் நடைபெற்ற இந்தியத் தேசிய காங்கிரஸ் மாநாட்டில் கலந்துகொண்டார். அம் மாநாட்டில் இந்தியாவுக்கும் முழுச் சுதந்திரம் வேண்டும் என்ற கோரிக்கையை எழுப்பினார். 1923-ஆம் ஆண்டில் இந்துஸ்தான் லேபர்-கிசான் கட்சியை நிறுவினார். இக்காலத்தில்தான் எம். என். ராயுடன் இவருக்குக் கடிதத் தொடர்பு ஏற்பட்டது. 1925- டிசம்பர் மாதத்தில் நடைபெற்ற கான்பூர் கம்யூனிஸ்ட் மாநாட்டிற்குத் தலைமை தாங்கினார். 1928-ஆம் ஆண்டுவரை சிறையில் அடைக்கப்பட்டார். பின்னர் பெரியாரின் சுயமரியாதை இயக்கத்தில் இணைந்தார். 1946 பிப்ரவரி 11-ஆம் தேதியன்று மரணம் அடைந்தார்."¹

இக் குறிப்பில் "பின்னர் பெரியாரின் சுயமரியாதை இயக்கத்தில் இணைந்தார்" என்பதுதான் கருத்து வேற்றுமைக்கு உரியது. இக் குறிப்பு எதனை உணர்த்துகிறது? அதாவது சிங்காரவேலர் 1930-க்குப் பின்னர் சுயமரியாதை இயக்கத்தில் இணைந்துவிட்டார் என்றும், இறுதிவரை அவ்வியத்தில்தான் இருந்தார் என்றும், அதற்குப் பின்னர் பொதுவுடைமை இயக்கத்திற்கும் அவருக்கும் எவ்விதத் தொடர்பும் இல்லை என்பதையுமே உணர்த்துவதாக உள்ளது. இக் குறிப்புத் தவறானது. சுயமரியாதை இயக்க வரலாற்றையும், தமிழக இயக்கங்களின் வரலாற்றையும் நன்கு உணர்ந்தவர்கள் இக் குறிப்பை ஏற்க மாட்டார்கள். 1930-க்கு முன்னரே சிங்காரவேலர்

சுயமரியாதை இயக்கத்தோடு இணைந்து செயலாற்றியுள்ளார். இதற்குப் பல குறிப்புகள் உண்டு; எனினும் சுருக்கம் வேண்டி ஒன்றிரண்டைக் குறிப்பிடுவதே ஏற்றது. சிங்காரவேலரும் பெரியாரும் காங்கிரசு இயக்கத்தில் இருக்கும்போது பல வகைகளில் ஒத்த கருத்துடையவர்களாகவே இருந்துள்ளனர். குறிப்பாகச் சமூகச் சீர்திருத்தத்தில் ஒரே கண்ணோட்டம் உடையவர்களாகவே இருந்து உள்ளனர்.

காஞ்சியில், தமிழ்நாடு காங்கிரசின் மாநில மாநாடு 1925-ஆம் ஆண்டு நவம்பரில் நடந்தபோது, பாலக்காடு அருகிலுள்ள கல்பத்தி என்ற சிற்றூரில் பார்ப்பனர்கள் தாங்கள் வசிக்கும் தெருக்களில் தாழ்த்தப்பட்டோர் நடக்கக்கூடாதென்ற தடையிருந்தபோது அந்தத் தடையைக் கண்டிக்கும் வண்ணம், தந்தை பெரியாருடன் சிங்காரவேலரும் சேர்ந்து தீர்மானத்தை ஆதரித்துப்பேசியுள்ளார். அப்பேச்சு, குடியரசில் வெளிவந்துள்ளது. அதன் சிறு பகுதியைக் கீழே காணலாம்.

“பிராமணர்கள் பிராமணரல்லாத இந்துக்களில் சிலரைத் தெருக்களில் அனுமதிக்காதது பெருத்த குற்றமேயாகும். இவர்கள் உள்ளவரையும் நம்நாடு முன்னேற்றமடையாது. இந்த மூட பிராமணத்துவம் ஒழிந்தால்தான் சுயராஜ்யம் கிடைக்கும். பிராமணர்கள் தங்கள் வகுப்பு அகம்பாவத்தை விட்டுவிட்டாலன்றி நாட்டின் அடிமைத்தனம் நீங்காது. ஓ பிராமணர்களே! நீங்கள் எங்களைச் சமமாய் நினைக்கிற தினமே இந்தியாவுக்குச் சுயராஜ்யம் கிடைக்கும் தினமெனத் திண்ணமாய்ச் சொல்லுகிறேன்.

குடிஅரசு - 29-11-1925

இந்தக் குறிப்பைக்கொண்டு இருவருக்குமுள்ள கொள்கை ஒற்றுமையை உணரலாம். பெரியார் மேற்குறித்த காஞ்சி மாநாட்டின் வகுப்புவாரி பிரதிநிதித்துவ உரிமை கோரி காங்கிரசு இயக்கத்தை விட்டுப் பிரிந்து சென்றாலும் இருவர் நட்பும் சீர்திருத்தக் கொள்கையும் உறவுடன்தான் தொடர்ந்தது. சிங்காரவேலர் காங்கிரசு இயக்கத்தில் இருந்தாலும், அக்காலத்திலேயே அவர் பொதுவுடைமைச் சார்பாளராகவே இருந்துள்ளார். இதற்குப் பல ஆதாரங்கள் உண்டென்பதைப் பலரும் அறிவர். கயாவில் 1922-ஆம் ஆண்டில் நடந்த அகில இந்தியக் காங்கிரசு மாநாட்டில் பூரண சுதந்திரம் குறித்து

உரையாற்றும்போது தொடக்கத்திலேயே "Dear Comrad" (அன்புத் தோழர்களே) என்று விளித்துள்ளார். மேலும் "உலகக் கம்யூனிஸ்டுகளின் சார்பாகவே இங்கு நான் பேச வந்துள்ளேன் என்று கூறியுள்ளார். அக்காலத்தில் ஆங்கில அரசு, கம்யூனிஸ்டுகளை அடக்கி ஒடுக்கும் திட்டத்தில் இருந்தபோது, சிங்காரவேலர் தம்மை ஒரு கம்யூனிஸ்டாகப் பிரகடனப்படுத்திக் கொண்டது அவரது பொதுவுடைமைப் பிடிப்பையும் நெஞ்சுறுதியையுமே காட்டுகிறது. மற்றும், அவர் தம் பேச்சில் காங்கிரசு இயக்கம் விவசாயிகளிடத்தும், தொழிலாளர்களிடத்தும் போதிய கவனம் செலுத்தி அவர்களை விடுதலைப் போராட்டத்தில் இணைக்க வேண்டுமென்றும், அவர்களின் எதிர்காலத்தை முன்னிட்டுக் காங்கிரசு ஒரு வேலைத் திட்டத்தை உருவாக்க வேண்டும்" என்றும் வலியுறுத்தியுள்ளார். இதனைக் கொண்டே அவர் அக்காலத்திலேயே மார்க்சிய அறிஞராக இருந்துள்ளார் என்பதை உணரலாம். அப்போதே அவருக்கு வெளிநாட்டிலிருக்கும் எம். என். ராயிக்கும் தொடர்பு இருந்துள்ளது. மூன்றாம் அகிலத்தின் வேண்டுகோளின்படியே சென்னையில் 1-5-1923 அன்று அவர் இந்துஸ்தான் தொழிலாளர் விவசாயி கட்சியைத் தோற்றுவித்ததோடு, மே நன்னாளை இந்தியாவிலேயே முதன்முதலாகக் கொண்டாடியும் உள்ளார். இவையெல்லாம் அக்காலத்திலேயே அவர் பொதுவுடைமைவாதியாக இருந்துள்ளார் என்பதற்குச் சான்றுகளாகும்.

1927-ஆம் ஆண்டில் அமெரிக்காவில், தொழிலாளர் உரிமை வேண்டிப் போராடிய வீரர்களாகிய **சாக்கோ** மற்றும் **வான்சிட்டி** என்பவர்களுக்கு அமெரிக்க அரசு மரண தண்டனை விதித்துக் கொன்றபோது, அதனை, இந்தியாவில் முதன்முதலாக எதிர்த்துக் கண்டனக் கூட்டம் நடத்தியவர் சிங்காரவேலர். அக்காலத்தில் தமிழகத்திலிருந்த எந்தத் தொழிற்சங்கமும் அதனைக் கண்டு கொள்ளவில்லை. மேற்குறித்த நிகழ்ச்சியிலிருந்து அவரது உறுதியான வர்க்கப் பார்வையை உணரலாம். இந்த வர்க்கப் பர்வையோடுதான் அவர் சுயமரியாதை இயக்கத்தில் சேர்ந்து அதனை வழிநடத்தியுள்ளார். 1925-ஆம் ஆண்டு முதற்கொண்டு அவர்களின் இயக்கப் பணி தொடங்கினாலும் 1927-ஆம் ஆண்டு முதல் அப்பணி மேலும் வலுப்பட்டது. ஆகவே, 1930-க்குப் பின்னர்தான் சிங்காரவேலர் சுயமரியாதை இயக்கத்தில்

இணைந்தார் என்பது தவறானது. 1920 முதல் 1930 வரை இந்தியாவில் பல மாநிலங்களில் சிறுசிறு குழுக்களாகப் பொதுவுடைமை இயக்கம் இயங்கியதே அன்றி, ஒருங்கிணைக்கப் பட்ட இயக்கமாக இயங்கவில்லை. அக்காலத்தில் கம்யூனிஸ்ட் இயக்கத்திற்கு எதிராக ஆங்கில ஏகாதிபத்தியம் கெடுபிடி செலுத்தியதால் இயக்கம் மக்களிடத்தில் பரவவில்லை. பல நேரங்களில் இயக்கம் மறைமுகமாகவே இயங்கிவந்தது. இந்நேரத்தில் சுயமரியாதை இயக்கம், சாதி - மத பேதங்களையும், மூடநம்பிக்கைகளையும் ஒழிக்கத் தொண்டாற்றி வந்தது. அதனால், மக்களிடத்தில் கிளர்ச்சியும் எழுச்சியும் ஏற்பட்டது. அவர்களின் பேராதரவும் பெருகிவந்தது. இதனை நன்கு பயன்படுத்திக்கொள்ளவே அவர் சுயமரியாதை இயக்கத்தில் இணைந்து தொண்டாற்றினார் எனலாம்.

சுயமரியாதை இயக்கத்தில் நுழையும்போது, அவர் பொதுவுடைமையை வளர்க்க, பொதுவுடைமைவாதியாகவே நுழைந்தார். தந்தை பெரியாரும் அதனை நன்கு உணர்ந்தே அனுமதித்தார். சுயமரியாதை இயக்கத்தில், பொதுவுடைமைச் சிந்தனைகளையும், சமூகச் சீர்திருத்தக் கருத்துகளையும் இரட்டைக் குழல் துப்பாக்கியாகவே பயன்படுத்தினார். சிங்காரவேலர் இணைவதற்கு முன்னர் அவ்வியக்கம் சாதி - மத பேதங்களையும் மூட நம்பிக்கைகளையும் ஒழிப்பதையே குறிக்கோளாகக் கொண்டிருந்தது. சிங்காரவேலரின் வருகைக்குப் பின்னர் அவ்வியக்கத்திற்குப் புதிய பரிமாணமும் பொலிவும் கிடைத்தன. சுருங்கக் கூறின், சமூகச் சீர்திருத்த இயக்கமாக விளங்கிய ஓர் இயக்கத்தை அரசியல் இயக்கமாக அவர் உருவாக்கிக்கொண்டிருந்தார். மூடநம்பிக்கைகளை ஒழிப்பதற்கு நிகராகப் பொதுவுடைமைச் சிந்தனைகளைப் பரப்பும் இயக்கமாகவும் அதனை வளர்த்துக்கொண்டிருந்தார். இந்த உண்மையை நாம் உணரவேண்டும். அக்காலத்தில் குடிஅரசில் அவர், எழுதிய கட்டுரைகள் நல்ல எடுத்துக்காட்டாக உள்ளன. குறிப்பாக, விருதுநகரில் நடைபெற்ற சுயமரியாதை மாநாட்டைப் பற்றி அவர் விமர்சனம் செய்து ஒரு கட்டுரை எழுதியுள்ளார். அக்கட்டுரையைக், குடிஅரசில் 30-8-1931-அன்று **விருதுநகர் மாநாடு - ஒரு மதிப்புரை** எனுந் தலைப்பில் எழுதியுள்ளார். அக் கட்டுரையில் வாலிபர் எழுச்சி குறித்தும், பெண் சமத்துவம்

குறித்தும், சாதி - மத ஒழிப்புக் குறித்தும், கதர் குறித்தும் விவாதித்ததையும், அவை குறித்துத் தீர்மானங்களை நிறைவேற்றியதையும் பாராட்டிவிட்டு அவை மட்டும் போதாவென்று கூறி, கடைப்பிடிக்க வேண்டியவற்றையும் அவர் வலியுறுத்தியுள்ளார். அவற்றைக் கீழே காணலாம்.

"சுயமரியாதைக் கூட்டத்தில் முடிவு செய்த பிரச்சினைகள் இனி விசாலப்படுத்தியும், விவரப்படுத்தியும், தமிழ் மக்களுக்குள்ள அறியாமையையும் மூட பக்தியையும் நீக்குமாறு உழைப்பார்களென்றே நம்புகிறோம். இந்தச் சந்தர்ப்பத்தில் நமது சுயமரியாதைத் தோழர்களுக்கு ஒன்று குறிப்பிடக் கடமைப்பட்டுள்ளோம். அதாவது அறிவுக்கு ஆதாரமாகிய விடயங்களைக் குறித்து நமது சுயமரியாதைக்காரர் எவ்வளவு ஊக்கத்துடன் உழைத்து வருகின்றார்களோ அவ்வளவு மனவிசாலத்துடன் ஜீவ ஆதாரம் பொருளாதாரம், முதலிய முக்கிய விடயங்களைக் குறித்துப் பாடுபட வேண்டுமாறு நமது தோழர்களை வேண்டிக் கொள்கிறோம். உண்டி கொடுத்தோர் உயிர் கொடுத்தோரே என்றதையும் கவனித்தல் வேண்டும். அறிவை அந்தகார இருளிலிருந்து நீக்குவதைப்போல் உயிரையும் தாங்கொணாப் பசிப்பிணியிலிருந்து நீக்கவேண்டும். உணவு இன்றி அறிவு விளங்காதாகையால் உணவே உயிருக்கும் அதில் தோன்றும் அறிவுக்கும் ஆதாரம். ஆதலின் 35 கோடி மக்கள் இனிது உண்டு உடுத்தி வாழ்வதற்கு வேண்டிய ஆதாரங்களாகச் சுயமரியாதைப் பெரியோர் கண்டெடுத்து அளிப்பார்களென நம்புகிறோம்."[2]

இக்கூற்றை நோக்கினால், மரியாதை இயக்கத்தில் அவர் என்ன பணி செய்துகொண்டிருந்தார் என்பதை நன்கு உணரலாம். வெறும் சீர்திருத்தப் பணிகளில் மட்டும் ஈடுபடாது, சுயமரியாதை இயக்கத்தினர் அரசியல் பொருளாதாரப் பணியில் முக்கியப் பங்காற்ற வேண்டுமென்பதை இதில் வலியுறுத்துவதை அறியலாம். அக்காலத்தில், சுயமரியாதை இயக்கத்தினர் பொதுவுடைமைச் சிந்தனைகளை நன்கு உணரவேண்டுமென்று கருதியதால், அவர் பொதுவுடைமையும் மதமும், பொதுவுடைமையோர் முழக்கம் போன்ற கட்டுரைகளை எழுதியதோடு கார்ல் மார்க்ஸ் எழுதிய கம்யூனிஸ்ட் கட்சி அறிக்கையையும் (Communist Manifesto) சமதர்ம அறிக்கை என்று மொழிபெயர்த்துக் குடியரசில் 4-10-31, 11-10-31, 18-10-31, 25-10-31

ஆகிய நாட்களில் வெளியிட்டுள்ளார். இம் மொழிபெயர்ப்பே தமிழில் வந்த முதல் மொழிபெயர்ப்பாகும். இது சுருங்கிய வடிவில் இருப்பினும், மண் வாசனையோடு எளியவரும் உணரும் வண்ணம் எழுதப்பட்டதாகும்.

பொதுவுடைமைச் சிந்தனைகளைச் சிறுக சிறுக விளக்கவும் அதன் பின்னர் சுயமரியாதை இயக்கத்தைச் சமதர்ம இயக்கமாக மாற்றவும் ஓர் அரசியல் திட்டத்தையும் வகுத்து அளித்துள்ளார். அத்திட்டமும், குடியரசில் 1-11-31 அன்று "சுயமரியாதை சங்கத்தாருக்கு ஓர் வேண்டுகோள்" எனுந் தலைப்பில் வெளிவந்துள்ளது.[3] அந்த அறிக்கையில் பதினாறு திட்டங்கள் அறிவிக்கப்பட்டுள்ளன. சுருக்கம் வேண்டி சிலவற்றை மட்டும் இங்கு நோக்கலாம்.

"சுயமரியாதைக் கட்சி, இனி சமதர்ம கட்சி" என்று வழங்கப்படும்.

அதன் நோக்கங்களாவன:

1. இந்தியாவிலுள்ள யாவருக்கும் போதுமான உணவும், ஆடையும், வீடும் பெறவேண்டிய வழிகளை ஏற்படுத்தல்.

2. முக்கியமாக நிலங்களையும், தொழிற்சாலைகளையும் வீடுகளையும் பாங்கி முதலிய வர்த்தக விற்பனைகளையும் போக்குவரத்துப் பெரும் சாதனங்களையும் பொதுவுடைமையாக்க முயற்சித்தல்.

3. தொழிற்சாலைகளை, அதில் தொழில் செய்வோர் ஆட்சியில் நடத்தும் முறையை ஆதரித்தல்.

4. ஒவ்வொரு கிராமங்களிலும் மதவேற்றுமை, ஜாதிவேற்றுமையை நீக்கி யாவரும் கிராம நடவடிக்கைகளைப் பொதுத் திட்டத்தின்படி நடத்துதல்.

5. ஆரம்பக் கல்வியும், உயர்தரக் கல்வியும் இலவசமாக யாவரும் பெறும் வகைகளை ஸ்தாபித்தல்.[3]

இத்திட்டங்களோடு மேலும் பல திட்டங்கள் அறிவிக்கப்பட்டு உள்ளன. இவற்றைத் தந்தை பெரியாரும் மற்றத் தலைவர்களும் ஆதரித்தனர். சிலர் ஆதரவு அளிக்கவில்லை. அவர்களே பின்னாளில் எதிர்ப்புத் தெரிவித்து இயக்கத்தை உடைக்கக்

காரணமாயினர். எனினும் பொதுமக்களிடத்தும், தொண்டர் களிடத்தும் நல்ல ஆதரவு பெருகியது. தமிழகத்தில் நூற்றுக்கணக்கான கிளைகளும் தோன்றின. அப்போதிருந்த சூழல் பற்றிச் சாமி. சிதம்பரனாரும் கோ. கேசவனும் குறிப்பிடுவது நம் கவனத்துக்குரியது.

தோழர் எம். சிங்காரவேலு B.A., B.L., அவர்கள் குடியரசில் எழுதி வந்த கட்டுரைகள் தமிழ்நாட்டில் சமதர்ம வெள்ளம் பெருக்கெடுத்து ஓடச் செய்தன."[4]

"பெரியார், சிங்காரவேலு ஆகியோரின் பேச்சுகளும் எழுத்துகளும் பொதுவுடைமையைப் பிரச்சாரம் செய்தது. கிராமம் நகரம் என்ற அனைத்து இடங்களிலும் இது எடுத்துச் செல்லப்பட்டது. சுயமரியாதை இயக்கப் பத்திரிகைகளில் பிரச்சாரம் செய்யப்பட்டது. சிறு நூல்கள் பல வெளியிடப்பட்டன. மே தினம் பல இடங்களில்-கிராமங்கள், சிறு நகரங்கள் உட்படக் கொண்டாடப்பட்டது. ஏராளமான இளைஞர்கள் பிரச்சாரர்களாக இருந்தனர். இவர்கள் மூலம் படித்த நடுத்தர வர்க்க இளைஞர்களுக்குக் கருத்துகள் எடுத்துச் செல்லப்பட்டன. வரலாற்றைப் பின்நோக்கி இன்று காணும்போது அந்தக் குறிப்பிட்ட காலத்தில் (1928-34) எடுத்துச் சென்ற அளவிற்குப் பொதுவுடைமைப் பிரச்சாரம் பிற்காலத்தில் எடுத்துச் செல்லப்பட்டதா என்பது ஐயமே."[5]

இந்தக் குறிப்புகள் மிகையாக இருந்தாலும், அக்காலத்தில் ஒரு நல்ல எழுச்சி ஏற்பட்டுள்ளது என்பதை யாரும் மறுக்க முடியாது. அந்த எழுச்சிக்குச் சிங்காரவேலரே மூல காரணமாவார். பார்ப்பன எதிர்ப்பிலும், சமூகச் சீர்திருத்தத்திலுமே பெரும் அக்கறை காட்டிய தந்தை பெரியார், இந்த எழுச்சியால் பொதுவுடைமை பற்றிப் பேசத் தொடங்கியுள்ளார். இது குறித்துச் சாமி. சிதம்பரனார் குறிப்பிட்டிருப்பது நம் கவனத்துக்கு உரியது.

"இதன் பிறகு சுயமரியாதை இயக்கம் சமதர்ம பிரச்சாரத்திலும் நாளடைவில் இறங்கிவிட்டது. இதுவே இயக்கத்தின் குறிக்கோள் என்பதை ஈ.வெ.ரா. பல தடவைகளில் கூறியுள்ளார்."[6]

இக்குறிப்பை நோக்கினால் சிங்காரவேலரின் பொதுவுடைமைச் சிந்தனைகள் பெரியார் இடத்தில் எத்துணை ஆட்சி செலுத்தியுள்ளன என்பதை இனிது உணரலாம். தந்தை பெரியாரின் சோவியத்துப் பயணம் அவர் நெஞ்சில் மேலும் அக் கொள்கையை வளர்த்தது. சோவியத்திலிருந்து திரும்பியதும் முன்னிலும் வேகமாக அக் கொள்கையைப் பரப்பினார். அவர் 13-12-31 அன்று சோவியத்துக்குப் புறப்பட்டு 11-11-32 அன்று தாய்நாட்டை அடைந்தார். இந்த ஓராண்டுக் காலத்தில் சிங்காரவேலர் மூட நம்பிக்கை ஒழிப்புப் பற்றியும், பொதுவுடைமை பற்றியும் மேலும் விரிவாக எழுதிக் கொண்டிருந்தார். தந்தை பெரியார் நாடு திரும்பியதும் இப் பணி மேலும் தொடர்ந்தது. இதனால் நூற்றுக்கணக்கான கூட்டங்கள் நடைபெற்றன. எங்கும் சோவியத்து நாடு பற்றியும் சோசலிசம் பற்றியுமே பேச்சாக இருந்தது. குழந்தைகளுக்கு லெனின், ஸ்டாலின், ரஷியா, மாஸ்கோ போன்ற பெயர்கள் வைக்கப்பட்டன.

சுயமரியாதைக் கட்சியைச் சமதர்ம கட்சியாக மாற்ற ஒரு திட்டத்தைத் தயாரிக்கப் பெரியார் சிங்காரவேலரிடம் கேட்டுக்கொண்டார். சிங்காரவேலரும் அத்திட்டத்தை ஈரோட்டில் 1932 ஆண்டு டிசம்பர் 28, 29-தேதிகளில் நடந்த கூட்டத்தில் அறிவித்தார். எஸ்.இராமநாதன், சாமி.சிதம்பரனார், சௌந்தரபாண்டியன், ஆர்.கே. சண்முகம் செட்டியார் போன்றோர் அத்திட்டத்தை எதிர்த்தனர். ஆனால் தந்தை பெரியாரும், மற்றப் பெரும்பாலோரும் அதற்கு ஆதரவு அளித்ததால் அத்திட்டம் நிறைவேற்றப்பட்டது. இத்திட்டத்தை மாநில மாநாட்டைக் கூட்டி ஒப்புதல் பெற்றுச் செயல்படுத்தலாமென முடிவு செய்தனர். இம் முடிவுக்குப் பின்னர்த் தமிழகத்திலும் கேரளாவிலும் நூற்றுக்கணக்கான சமதர்ம சங்கங்கள் ஏற்பட்டதாகச் சாமி.சிதம்பரனார் "தமிழர் தலைவர்" என்ற நூலில் குறிப்பிட்டுள்ளார். சுயமரியாதை இயக்கம் அரசியல் இயக்கமாக மாறாமல் சீர்திருத்த இயக்கமாகவே இருக்கவேண்டுமென்று சிலர் தொடர்ந்து வலியுறுத்தி வந்தனர். ஆனால் பெரியார் அதற்கு எதிராகவே இருந்தார். இது குறித்துப் பெரியார் குறிப்பிட்டிருப்பது நம் சிந்தனைக்கு உரியது.

"பொருளாதாரத் துறையிலும் அரசியல் துறையிலும் வேலை செய்யாமல் சமூக முற்போக்கு எப்படி ஏற்படும்? ஒரு சமூகத்துக்கு பொருளாதாரமும் அரசியலும் அவசியமானது அல்லவா? இந்த

இரண்டையும் விட்டு விட்டுச் செய்யும் முற்போக்குக்காக நமது சுயமரியாதை இயக்கம் தேவையே இல்லை; சும்மா அலங்காரமாக வேடிக்கையாகப் புராண முட்டாள்தனத்தையும் பார்ப்பனச் சூழ்ச்சியையும் பேசிக் காலம்கழிப்பது மாத்திரமே சுயமரியாதை இயக்கம் என்றால் அது அழிந்துபோவதே மேலான காரியம் என்பேன்."7

இக் கூற்றால் தந்தை பெரியாரின் சிந்தனைத் தெளிவையும் புரட்சி எண்ணத்தையும் நன்கு உணரலாம். காலம் முழுதும் சீர்திருத்தம் பேசிய ஒருவர், இப்படி மாறியிருப்பதற்கு யார் காரணம்? சிங்காரவேலரும் சோவியத்துப் பயணமும்தான் காரணம். இந்த உறுதி சிங்காரவேலரால்தான் ஏற்பட்டிருக்கிறது எனலாம். ஆனால், ஓராண்டுக்குப் பின்னர் இந்த உறுதி அவரிடம் தளர்ந்தது. அதற்குப் பல காரணங்கள் உண்டு. அவற்றை இங்கு வரிக்க முடியாது. ஆனால், ஒரு காரணத்தை நோக்குவது பயன் உள்ளது. "தற்கால ஆட்சி ஏன் ஒழியவேண்டும்? என்ற கட்டுரையை எழுதியதற்காகப் பெரியார் சிறையில் அடைக்கப்பட்டார். இந்தக் கட்டுரைக்காக மட்டும் அவரை ஆங்கில அரசு சிறையில் அடைக்கவில்லை. சோசலிசத்தைப் பற்றிப் பரக்கப் பல ஊர்களில் பேசியதால் அவரை ஒடுக்க வேண்டுமென ஆங்கில அரசு காத்திருந்தது. கட்டுரை வெளிவந்தவுடன் அதனை ஒரு காரணமாகக்கொண்டு அவரைச் சிறையில் அடைத்தது. குடி அரசு அச்சகத்தின் பொருளைப் பறிமுதல் செய்தது. பல தடைகளையும் ஏற்படுத்தியது. மேலும் பல நெருக்கடிகளை ஆங்கில அரசு பெரியாருக்கு ஏற்படுத்த கருதிக்கொண்டிருப்பதாக ஜஸ்டிஸ் கட்சியினர் அவ்வப்போது பெரியாருக்குத் தெரிவித்துக் கொண்டிருந்தனர். அதனால், சோசலிசம் குறித்துப் பேசுவதைத் தவிர்க்குமாறும் வேண்டினர்.

தந்தை பெரியார் சிறையில் அடைக்கப்பட்டபோது அச்சிறையில் இராஜாஜியும் இருந்தார். இராஜாஜி, பெரியாரைக் காங்கிரசு இயக்கத்தில் மீண்டும் சேர்ந்து பணியாற்றுமாறு பலகாலும் வேண்டுகோள் விடுத்துள்ளார். சிறையிலிருந்து வெளிவந்ததும் நீதிக் கட்சியினர் தங்கள் கட்சியில் அவரை அணுகிக்கொண்டு இருந்தது. இவ்வேளையில் வகுப்புவாரி பிரதிநிதித்துவத்தையும் ஈரோட்டுத் திட்டத்தில் சிலவற்றையும் நிறைவேற்றும் கட்சிக்கு ஆதரவு அளிப்பதாக அவர் உறுதி

அளித்தார். நீதிக் கட்சியினர் அத்திட்டத்தை ஏற்பதாகக் கூறியவுடன் பெரியார் நீதிக்கட்சிக்கு ஆதரவு அளித்தார்.

சிங்காரவேலர் இதனைச் சிறிதும் ஏற்காமல் பெரியாரின் முடிவைக் கடுமையாக எதிர்த்தார். பெரியாரின் முடிவை எதிர்த்துப் பல கட்டுரைகளை அவர் எழுதினார். அக் கட்டுரைகளைக் குடி அரசில் பெரியாரும் பெருந்தன்மையுடன் வெளியிட்டுள்ளார். இங்கு இன்னொன்றையும் குறிப்பிட்டாக வேண்டும். தந்தை பெரியார், மறைமலையடிகள், திரு.வி.க. போன்றோரிடத்துக் கருத்து வேற்றுமை கொண்டபோது அவர்களைக் கடுமை விமர்சனம் செய்துள்ளார். மறைமலை யடிகள், திரு.வி.க. ஆகியோரைக் காட்டிலும் சிங்காரவேலர் பெரியாரைக் கடுமையாக விமர்சனம் செய்திருந்தும் பெரியார் ஒருபோதும் சிங்காரவேலரை விமர்சனம் செய்ததில்லை. இது பெரிதும் வியக்கத்தக்கது. தந்தை பெரியார் நீதிக்கட்சியை ஆதரிக்கத் தொடங்கியவுடன் சிங்காரவேலர் அவரை எச்சரித்தார். சமதர்ம மாநாடுகளில் நீதிக் கட்சியினரைத் தலைமை ஏற்கவைத்தபோது அதனை அவர் எதிர்த்தார். அது குறித்து அவர் "சுயமரியாதை இயக்கத்தின் எதிர்காலமும் அதன் தற்கால நெருக்கடியும்" எனுங் கட்டுரையைக் குடியரசில் 18-10-33 அன்று எழுதியுள்ளார். அதில் பெரியாரை எச்சரித்துள்ளார்.

"தொழிலாளி கூட்டத்திற்கு ஒரு முதலாளியைத் தலைமையாக வைப்பது நண்டைச் சுட்டு நரியைக் காவல் வைப்பதை ஒக்கும். ஆதலின் சமதர்ம கூட்டங்களுக்குச் சமதர்மியைப் பொறுக்கித் தலைவராக அங்கிகரித்தல் வேண்டும். சுத்த சமதர்மி கிடைக்காவிடின் சமதர்மிகளே தலைமை வகித்தல் வேண்டும். பெரும் பெயரால் உலகம் மயங்கப் போவதில்லை. கண்டவர்களை, அவர்கள் எவ்வளவு உயர்வடைந்தவர்களாக இருந்தாலும் சமதர்ம கொள்கைகளை முழுமையாக அங்கீகரிக்காதோரைச் சமதர்ம கூட்டங்களுக்குத் தலைமை வகுக்க விடலாகாது. ரஷ்யப் புரட்சியில் கிரன்ஸ்கியை (Kerensky) தலைமை வகிக்க விட்டிருந்தால் ரஷ்யநாடு எந்தக் கதி அடைந்திருக்கும். புரட்சி, அதாவது தீவிர மாறுதலை விரும்புவோர் அதற்கு விரோதமானவர்களுடைய சம்பந்தம் வைக்கக்கூடாது. எந்த இயக்கத்திலும் தலையாட்டுகின்றோருடன் (Wobblers) உறவாடுதல் அபாயத்திற்குக் கொண்டுவந்து விடும்."[8]

பெரியார் இயக்கத்தில் சிங்காரவேலர் "ஆமாம் சாமி போடு பவராக இல்லாமல், தடம் மாறும்போது இடித்துரைப்பவராக இருந்துள்ளார் என்பதை இக்கூற்றால் உணரலாம். இவ்வாறு பல கட்டுரைகளில் பெரியாரையும், சுயமரியாதை இயக்கத்தையும் எச்சரித்துள்ளார். "**ஈ. வெ. ராவும் பார்ப்பனர் அல்லாத மாநாடும்**" என்ற கட்டுரையிலும் பெரியார் நீதிக்கட்சியோடு உறவாடுவதைக் கண்டித்துள்ளார்.

"ஈரோட்டில் இரண்டு வருடங்களுக்கு முன் வகுக்கப்பட்ட திட்டங்களும் உள்ளன. அந்தத் திட்டங்களை அமுலுக்குக் கொண்டுவராமல் அந்தத் திட்டங்களைக் கனவிலும் நினையாத கட்சிக்காரரோடு சரசசல்லாப வார்த்தைகளைப் பேசுவதால் யாது பயன் என்று கேட்கின்றோம்."⁹

சிங்காரவேலர் இவ்வாறு பலமுறை கண்டித்தும் பெரியார் ஈரோட்டுத் திட்டத்தை நிறைவேற்றாமல் நீதிக் கட்சிக்கு ஆதரவு அளித்ததால், சிங்காரவேலரும் ப. ஜீவானந்தமும் அவ்வியக்கத்தை விட்டு வெளியேறியது நாடறிந்த ஒன்றாகும். அதுவும் அதனைத் தலைவர்கள் நன்கு அறிவர். அவர்களுள்ளும் பொதுவுடைமை வாதிகள் நன்கு அறிந்திருக்க வாய்ப்புகள் மிகுதி. இந்த உண்மையைத் தோழர் பி. இராமச்சந்திரன் எவ்வாறு அறியாது போனார்? அந்நூலில் "பின்னர் பெரியாரின் சுயமரியாதை இயக்கத்தில் இணைந்தார்" என்று குறிப்பிடும்போது, அவர் இறுதிவரை அவ்வியக்கத்தில்தான் இருந்துள்ளார் என்பதைக் குறிப்பிடுவதாக உள்ளது. பெரியார் இயக்கத்தை விட்டு அவர் வெளியேறிய பின்னரும், அவர் நடத்திய "**புது உலகம்**" என்ற இதழில் பெரியார் கொள்கையைத் தொடர்ந்து விமர்சித்துள்ளார். அவற்றில் இங்கு ஒரு கட்டுரையை நோக்குவது மிகவும் ஏற்றது. பெரியார் சமதர்ம திட்டத்தைக் கைவிட்டதால், அதனைக் கண்டிக்கும் முறையில் புது உலகத்தில் "**குடியரசின் விபரிதப் போக்கும் போலிப் பகுத்தறிவின் ஆபாசமும்**" எனுங் கட்டுரையை வரைந்துள்ளார். அக் கட்டுரை முக்கியத்துவம் வாய்ந்தது.

"ஒரு காலத்தில் சமதர்மத்திற்கு ஆதரவாக நின்றுழைத்து வந்த "குடியரசு"வின் விபரீதப் போக்கை நோக்க விவேகிகளுடைய மனம் புண்படுகிறது.

தமிழ் நாடெங்கும் சமதர்மம், சமதர்மம் என்ற முழக்கம் நாடெங்கும் கர்ஜித்தது. தமிழ் மாகாணமாக ஆரம்பித்த இயக்கம்

உலக இயக்கமாக மாறும்; உன்னத பதவியை அடையும்போல் தோன்றியது. ஆனால் உலகிற்குச் சில காலங்களில் தடுமாற்றம் நேரிடுவதைப் போல இந்தச் சுயமரியாதை இயக்கத்திற்கும் தடுமாற்றம் உண்டாகியது. உலக இயக்கமாக மாறுவதை விட்டுச் சிறு கிராம இயக்கமாக முடிந்தது. இதனை ஆங்கிலத்தில் Parochial என்பார்கள்.

மலையைக் கல்லி எலியைப் பிடித்தது போல் சுயமரியாதை இயக்கமும் வலியோர் மேசைமேலிருந்து விழும் எலும்புகளை தாவிப் பிடிக்கவும் இன்று வந்துவிட்டது. நேற்று, காங்கிரசுக்கு வந்த கதியைச் சுயமரியாதை இயக்கமும் அடைய நேர்ந்தது. இந்த இயக்கத்திற்கு வந்த அலங்கோலத்தை என்னவென்று சொல்வது? சென்ற சில மாதங்களில் நேர்ந்த விபரீதத்தை நோக்க, தமிழ்நாட்டுக்குப் பூமி அதிர்ச்சி வந்ததோவென நடுக்கம் உண்டாயிற்று."¹⁰

சுயமரியாதை இயக்கத்தில் ஏற்பட்ட மாறுபாட்டைப் பூமி அதிர்ச்சியோடு அவர் ஒப்பிட்டிருப்பதால் அவ்வியக்கத்திலிருந்து அவர் எத்துணை முரண்பட்டுள்ளார் என்பதை உணரலாம். மற்றும் சிங்காரவேலரைக் குறிப்பிடும்போது "பின்னர் பெரியாரின் சுயமரியாதை இயக்கத்தில் இணைந்தார். 1946 பிப்ரவரி 11-ஆம் தேதியன்று மரணம் அடைந்தார்" என்று குறிப்பிட்டிருப்பதால், பெரியார் இயக்கத்திலே இறுதிவரை இருந்தது போன்றும், பின்னர் அவருக்கும் பொதுவுடைமை இயக்கத்திற்கும் எவ்விதத் தொடர்பும் இல்லை என்பது போன்றும் தோற்றம் எற்படுகிறது. இது பெரிதும் வருத்தத்தக்கது. 1934-ஆண்டில் கம்யூனிஸ்ட் இயக்கம் தடை செய்யப்பட்ட பின்னரும் அவர் பொதுவுடைமைக் குறித்துத் தொடர்ந்து எழுதிக் கொண்டுதான் இருந்தார். 1936-இல் அவருக்கு 76-வயது. அடிக்கடி அவரைப் பக்கவாத நோய் தாக்கியதால் நடமாட்டம் இல்லாமல் இருந்துவிட்டார். இதனால் 1936-க்குப் பின்னர் அவரது எழுத்துப் பணியும் நின்றது; பொதுத்தொண்டும் தடைபட்டது. எனினும் பொதுவுடைமை இயக்கத்தின்பால் அவர் தொடர்ந்து அக்கறை கொண்டே இருந்தார். அவ்வப்போது, அவர் இடையிடையே இயன்ற முறையில் சிலபணிகளைச் செய்துள்ளார்.

1931-ஆம் ஆண்டில் சென்னைக்கு வந்து ரகசியமாக கம்யூனிஸ்ட் குழுக்களை உருவாக்க முயன்ற ஹமீர் அய்தர்கான்

சிங்காரவேலரைச் சந்தித்து உரையாடி உள்ளார். அப்போது அவர் வீட்டிலிருந்த நூலகத்தைக் கண்டு தென்னிந்தியாவிலேயே தனிப்பட்ட ஒருவர் இல்லத்தில் இத்துணைப் பெரிய நூலகத்தைக் கண்டதில்லை என்று அவர் கூறியுள்ளார். 1935-ஆம் ஆண்டில் சென்னைக்கு வந்து கம்யூனிஸ்ட் கட்சியின் செயலாளராக விளங்கிய எஸ். வி. காட்டே கட்சிப் பணி குறித்துப் பலமுறை சிங்காரவேலர் இல்லத்திற்குச் சென்று அவரோடு உரையாடி உள்ளார். சிங்காரவேலரும் ஒருமுறை பிராட்வேயிலிருந்த கட்சி அலுவலகத்திற்கு வந்து உரையாடி உள்ளார். சிங்காரவேலரின் முதுமையையும் இயலாமையையும் கண்டு "தாங்கள் இந்நிலையில் வரவேண்டாம்; ஏதாவது இருந்தால் நாங்கள் உங்களை வந்து காண்கிறோம்" என்று எஸ்.வி.காட்டே அவருக்குக் கூறியுள்ளார். இதனை நாகை கே. முருகேசனும், சி. எஸ். சுப்பிரமணியமும் "தென்னிந்தியாவில் முதல் கம்யூனிஸ்ட்" என்ற நூலில் குறித்துள்ளனர்.

சென்னையில் தொழிற்சங்கப் பணியாற்றிய ஏ. எஸ்.கே. அய்யங்காரும், ப. ஜீவானந்தமும் சிங்காரவேலரின் இறுதிக் காலத்தில் அவரது இல்லத்தில் அவரைப் பலமுறை கண்டு விவாதித்துள்ளனர். அவர் இறுதிவரை கம்யூனிஸ்டாக இருந்ததால்தான் ஏ. எஸ்.கேவும் ஜீவாவும் அடிக்கடி அவருடன் சந்தித்துள்ளனர். 1938-ஆம் ஆண்டில் சென்னை டிராம்வே தொழிற் சங்கத்திற்குத் தலைவராகச் சிங்காரவேலர் இருக்க வேண்டுமென எஸ்.வி. காட்டே அவரைச் சந்தித்துக் கேட்டுக் கொண்டதால், அவரும் அந்த முதுமையில் சில காலம் தலைவராக இருந்துள்ளார். மற்றும், இந்தியக் கம்யூனிஸ்ட் கட்சியின் மீது தடைவிதிக்கப் பட்டிருந்தபோது, சென்னை மாநிலத் தொழிற்சங்க காங்கிரசும், அகில இந்தியத் தொழிற்சங்க காங்கிரசும், சோசிலிஸ்ட் கட்சியும் சேர்ந்து தடையை நீக்க 1938-மார்ச்சில் ஒரு கூட்டத்தைக் கூட்டியுள்ளனர். அக்கூட்டத்திற்குத் தலைமையேற்க சிங்காரவேலரைத்தான் அழைத்துள்ளார்கள். சிங்காரவேலர் அந்த முதுமையிலும் தலைமை ஏற்று ஆங்கில அரசைக் கண்டித்துள்ளார். அவர் ஓர் உறுதியான கம்யூனிஸ்டாக இருந்ததால்தான், அனைத்துச் சங்கங்களும் அவர் தலைமையை வேண்டியுள்ளன. அவரும் தலைமை ஏற்றுள்ளார்.

சிங்காரவேலர் முதுமையிலும், நோயில் உழன்றபோதும் தம் தொண்டை என்றும் மறந்தார் அல்லர். இறப்பதற்கு

ஓராண்டுக்கு முன்னர்க்கூட அச்சுத் தொழிலாளர் சங்க மாநாட்டில் அவர் உரையாற்றியுள்ளார். அவ்வுரை மிக முக்கியமானது.

'இப்பொழுது எனக்கு வயது 84. எனினும் தொழிலாளி வர்க்கத்திற்கு என் கடமையைச் செய்யத்தான் இங்கு வந்துள்ளேன். உங்கள் இடையே இருந்து, உங்களுடன் ஒருயிராக உங்களில் ஒருவனாக இருப்பதைக்காட்டிலும் மற்றென்ன நான் விரும்ப முடியும்?''[11]

இக் கூற்று அவரது கொள்கைப் பிடிப்பையும், உறுதியையும் தெளிவாகக் காட்டுவதாகும். இந்த உறுதியின் உருவம்தான் சிங்காரவேலர். அதனால்தான் புரட்சிக் கவிஞர் பாரதிதாசன் அவரை "போர்க்குணம் நிறைந்த செயல் முன்னோடி" என்று போற்றினார். சிங்காரவேலரைக் குறித்து, முருகேசனும், சி. எஸ். சுப்பிரமணியனும் தங்கள் நூலில் குறிப்பிட்டிருப்பது பெரிதும் உளங்கொளத்தக்கது. உண்மையை உணர்த்துவது.

"நேர்மையும் துணிச்சலான பேச்சும் அவருக்குப் பெரிய தீங்கு எதையும் செய்யவில்லை. ஏனென்றால் அவர் வாழ்க்கையும் செயலும் காங்கிரசுக்குள்ளேயோ அதற்கு வெளியேயோ சுயமரியாதை இயக்கத்தினுள்ளேயோ அல்லது அதற்கு வெளியிலேயோ அவர் ஒரு உறுதியான கம்யூனிஸ்டாக இருந்தார் என்பதைக் காட்டின. கம்யூனிஸத்திடமும், கம்யூனிஸ்டுகளுடனும் தொடர்புகொள்வதால், கடுமையான விளைவுகள் ஏற்படும் என்று அக்காலத்தில் புதிதாக எழுச்சி பெற்ற தேசியவாதிகளின் மனத்தில் ஏகாதிபத்தியவாதிகள் பீதி ஒன்றைப் புகுத்தினர். அல்லது புகுத்த முனைந்தார். அப்போதுகூடத் தான் ஒரு கம்யூனிஸ்ட் என்ற நிலையை உறுதியாக மேற்கொள்வதும் அதைத் தொடர்ந்து கூறிக்கொண்டு நிற்பதும், கம்யூனிச குறிக்கோளுக்காக எத்தகைய வீரத்துடனும் துணிச்சலுடனும் சிங்காரவேலு போராடினார் என்பதை நன்கு எடுத்துக் காட்டுகிறது.''[12]

சிங்காரவேலர் இறுதிவரை ஓர் உறுதியான கம்யூனிஸ்டாக இருந்ததால்தான், இந்தியக் கம்யூனிஸ்ட் கட்சியின் 50-ஆம் ஆண்டு நிறைவு விழாவின்போது அக்கட்சி 1975-ஆம் ஆண்டில் பீப்பிள்ஸ் பப்ளிஷிங் அவுஸ் (People's Publishing House) சார்பாக

அவரைப் பற்றி ஆங்கிலத்தில் "தென்னிந்தியாவின் முதல் கம்யூனிஸ்ட்" என்ற நூலை வெளியிட்டுள்ளது. அந்நூல் இப்போது தமிழிலும் வெளிவந்துள்ளது. ஆங்கில நூல் வெளிவருவதற்கு அப்போது, இந்தியக் கம்யூனிஸ்ட் கட்சியின் பொதுச் செயலாளராக இருந்த கங்தார அதிகாரி பேரார்வம் காட்டியது குறிப்பிடத்தக்கது. சிங்காரவேலர், தாம் மறைவதற்கு முன்னர் தம் நூலக நூல்களை இந்தியப் பொதுவுடைமைக் கட்சிக்கு அளிக்க உயில் எழுதி வைத்ததும், அவர் மறைந்த பின்னர் அவரது உடலுக்குச் செங்கொடியைப் போர்த்தி, செந்தொண்டர்கள் வீரவணக்கம் செய்து ஊர்வலம் நடத்தி அடக்கம் செய்ததும் இங்கு எண்ணத்தக்கது. இப் பெரியாரைப் பற்றி, "பின்னர் பெரியார் சுயமரியாதை இயக்கத்தில் இணைந்தார். 1946 - பிப்ரவரி 11-ஆம் தேதியன்று மரணம் அடைந்தார்" என்று போன போக்கில் எழுதுவது எவ்வாறு பொருந்தும்? இதுதான் அந்த முன்னோடிக்குச் செலுத்தும் நன்றியா? இது என்ன நியாயம்? என்ன நீதி? இதுதான் உண்மை வரலாறா? தனிப்பட்ட ஒருவர் சார்பாக அன்றி, ஒரு கட்சியின் வெளியீடாக வரும் ஓர் அரிய நூலில் இத்தகு தவறான குறிப்பு இருக்கலாமா? அடுத்த பதிப்பிலாவது அதனைத் திருத்தி வெளியிட வேண்டும். பெரியார் சுயமரியாதை இயக்கத்தில் அவர் ஒரு காலத்தில் இருந்தார். அதனைச் சமதர்ம கட்சியாக மாற்றத் திட்டம் வைத்தார். திட்டம் வெற்றி பெறாததால் வெளியேறினார். தம் வாழ்நாள் இறுதிவரை பொதுவுடைமை இயக்கத்திற்கும், தொழிற்சங்க இயக்கத்திற்கும் வழிகாட்டியாகவே இருந்து வந்தார். இதுதான் உண்மை வரலாறு. ஓர் உறுதியான கம்யூனிஸ்ட் வாழ்நாள் இறுவரை பணியாற்றுவது அவருக்குத் தொழிலோ தொழுகையோ அல்ல; அதுதான் வாழ்க்கை. அந்த வாழ்க்கையைத்தான் சிங்காரவேலர் வாழ்ந்து காட்டினார்.

> "மூலதனத்தின் பொருள் புரிந்ததும் அவனால்
> புதுவுலகங்காண முளைத்ததும் அவனால்
> கோலப் பொதுவுடைமை கிளைத்ததும் அவனால்
> கூடின அறிவியல்; அரசியல் அவனால்"
>
> -பாரதிதாசன்

சான்று நூல்கள்

1. இந்தியக் கம்யூனிஸ்ட் இயக்க வரலாறு - ஆரம்பகால ஆண்டுகள் -1920 - 1933 - தொகுதி -I - பிப்ரவரி 2006 பக்-386 - 87 - பாரதி புத்தகாலயம். சென்னை 600 018.
2. சிங்காரவேலர் சிந்தனைக் களஞ்சியம் - ம. சிங்காரவேலர் - தொகுதி I -2004 பக் 378 - தென்னக ஆய்வு மையம் 17, ஜானிஜான்கான் தெரு, இராயப்பேட்டை, சென்னை - 600 014.
3. அதே நூல் - பக் 209 -210.
4. தமிழர் தலைவர் - பெரியார் ஈ. வெ.ரா. வாழ்க்கை வரலாறு சாமி. சிதம்பரனார் - பக் - 113 - 2001 - பெரியார் சுயமரியாதைப் பிரச்சார நிறுவன வெளியீடு - சென்னை - 600 007.
5. பொதுவுடைமையும் சிங்காரவேலரும் - கோ. கேசவன் - பக் 276 - டிசம்பர் 1988 - சரவணபாலு பதிப்பகம், 33 சி கீழ்செட்டிதெரு, விழுப்புரம் - 605 602.
6. தமிழர் தலைவர் - சாமி. சிதம்பரனார் - பக் - 109.
7. அதே நூல் - பக் - 116.
8. சிங்காரவேலர் சிந்தனைக் களஞ்சியம் - தொகுதி -II பக் - 984 - 86.
9. சிங்காரவேலர் சிந்தனைக் களஞ்சியம் - தொகுதி II -பக்-1170.
10. அதே தொகுதி - பக் - 1487 - 88.
11. தென்னிந்தியாவின் முதல் கம்யூனிஸ்ட் - நாகை. கே. முருகேசன், சி. எஸ். சுப்பிரமணியம் - பக் - 121 - 1990-நியூ செஞ்சுரி புக் அவுஸ் (பி) லிட் - 41-பி, சிட்கோ எஸ்டேட் - சென்னை - 600 098.
12. அதே நூல் - பக் - 265.

6

தமிழன்பர்களும் பிற்போக்கும்

"இந்தியாவின் வடதுருவத்திலுள்ள பனி மலைகளுக்குத் தீமூட்டிவிட்டாலும் விட்டுவிடலாம்; ஆனால் தமிழ்ப் புலவர்களிடத்துப் புதுமை புகுத்திவிட முடியாது" என்றார் ஓர் அறிஞர். இந்நிலை தற்போது ஓரளவு மாறிவருகிறதெனினும் போதிய அளவு மாறவில்லை என்பதே உண்மை. தமிழ்ப் புலவர்களிடத்து மட்டுமன்றி, தமிழகத்தின் எல்லாத் துறைகளிலுமே இக் குறைபாடு உள்ளது. இதற்கு முக்கியக் காரணம், பல நூற்றாண்டுகளாகத் தமிழர்களிடத்துக் குடிகொண்டிருக்கும் பழமை போற்றும் பண்பே யாகும். பழமையை முற்றும் துறந்துவிட வேண்டுமென்பதன்று நம் கருத்து; பழமையைப் பற்றி நாம் நன்கு தெரிந்திருக்கவேண்டும்; அப்படித் தெரிந்திருந்தால்தான் அது நமக்கு ஊக்கம் தரும்; எனினும் பழமையில் அப்படியே மூழ்கிவிடக்கூடாது. அப்படி மூழ்கிவிட்டால், அகழியில் விழுந்த முதலைக்கு அதுவே வைகுந்தமாகத் தோன்றுவது போன்று ஆகிவிடும். பழமையில் மூழ்கிவிட்டால், நிகழ் காலத்தில் என்ன நடக்கிறது என்பதை அறிய முடியாத நிலையே ஏற்படும்.

"Change is the Nature's Oldest Law" மாற்றம் என்பது இயற்கையின் பழைய சட்டமாகும் என்றார் டிரைடன் என்ற ஆங்கிலக் கவிஞர். "There is Nothing in this World Constant; But Inconstancy" உலகில் நிலையானது ஒன்று இல்லை; ஆனால் நிலையாமையே நிலையானதாகும் என்றார் மேனாட்டுச் சிந்தனையாளரான ஜெநாதன் ஸ்விப்ட். இக் கூற்றுக்களிலிருந்து மாற்றம் எத்துணை இன்றியமையாதது என்பதை நன்கு உணரலாம். உலகில் தோன்றிய பல்வேறு உயிரினங்கள் வளர்ச்சியடைந்ததற்குக் காரணம் மாற்றமேயாகும். பல மனித சமுதாயங்கள் மாற்றத்தை ஏற்றதால்தான் வளர்ச்சியடைந்துள்ளன. இவற்றை யாரும் மறக்க முடியாது. எதிலும் மாற்றம் இல்லையேல் வளர்ச்சியில்லை. இதனை நாம் நன்குணர வேண்டும்.

தொல்காப்பியர் காலத்தில் நிலவிய தமிழ் எழுத்துகள் இந்நூற்றாண்டில் இல்லை. பல மாற்றங்கள் பெற்றுள்ளன. அவ்வாறே அக்காலத்திலிருந்த இலக்கியப் பாடுபொருள் இப்போது இல்லை. மாற்றம் பெற்றுள்ளது. கவிதையின் உள்ளீடும் உருவமும் நம் காலத்தில் பல மாற்றங்கள் அடைந்துள்ளன. பண்டைக் காலத்திலிருந்த பழக்க வழக்கங்களும் மாறிவருகின்றன. இம் மாற்றம் மனித வாழ்க்கையில் எல்லாத் துறைகளிலும் நிகழ்ந்துவருகிறது. எடுத்துக்காட்டாக அறிவியலை நோக்கினால் உண்மை நன்கு புலப்படும்.

பல நூற்றாண்டுகளாகப் பூமியைத்தான் சூரியன் சுற்றிவருகிறதென அறிவியலார் நம்பிவந்தனர். ஆனால் கோபர்நிக்ஸ் அவர்களின் கண்டுபிடிப்பிற்குப் பின்னர்தான் பூமி சூரியனைச் சுற்றுகிறது என்ற முடிவுக்கு வந்தனர். நேர் இணைகோடுகள் எந்நிலையிலும் இணையாது என்றனர் முன்னாளைய அறிவியலார். ஆனால் நேர் இணை கோடுகள் பிரபஞ்சத்திற்கு அப்பால் இணையும் என்றார் ஈன்ஸ்டின். ஈலியம் எனும் அணுப்பொருள் சூரிய ஒளியில் மட்டுமே உள்ளது என்றனர். ஆனால் இருபதாம் நூற்றாண்டில் வாழ்ந்த மேரி குயூரி பூமியிலும் ஈலியம் எனும் அணுப்பொருள் உள்ளதைக் கண்டு பிடித்தார். ஒரு காலத்தில் உண்மையாக நம்பப்பட்டது. மற்றொரு காலத்தில் மறுக்கப்படுகிறது. அதாவது அறிவியல் முடிவே மாறுகிறது.

அறிவியல் பெரிதும் உண்மையைச் சார்ந்து விளங்குவது. விருப்பு - வெறுப்புக்கு அப்பாற்பட்டது; நீண்ட ஆய்வுக்குப் பின்னும், ஆய்வுக்கூடம் மற்றும் ஆய்வுக் கருவிகளின் துணையால் அறிவியல் முடிவு எடுக்கப்படுவதால் அம்முடிவு பெரிதும் உண்மையைச் சார்ந்து நிலவுகிறது. ஆனால் இந்த முடிவே பிற்காலத்தில் மாற்றம் அடைகிறது. அறிவியலுக்கே இந் நிலை என்றால், இலக்கியத்திற்குக் கூறவேண்டுவதில்லை. இலக்கியமும், மாற்றம் அடைந்தே தீரும். இது காலத்தின் கட்டாயம். நாம் விரும்பினாலும் விரும்பா விட்டாலும் மாற்றம் எல்லாத் துறைகளிலும் நிகழ்ந்துகொண்டே இருக்கும். இந்த மாற்றத்தை நன்கு உணர்ந்தால்தான் கார்ல் மார்க்ஸ் "எல்லாம் மாறுகின்றன என்ற சொற்றொடரைத் தவிர எல்லாம் மாறிக்கொண்டு இருக்கின்றன" என்றார். மாற்றமே எங்கும் உள்ளது.

எல்லாப் பொருள்களிலும் இவ்வாறு மாற்றம் ஏற்படுவதை நன்கு உணராமல் பலர் இலக்கியத்தில் மாற்றம் ஏற்படுவதற்குத் தடையாக இருக்கின்றனர். மற்றும் மாற்றத்தைக் கண்டு அஞ்சுகின்றனர். இதற்குக் அவர்களின் பழமைப்பித்தே காரணமாகும். இந்தப் பழமைப்பித்தின் காரணமாக எதுவும் (எப்பொருளும்) இருந்தவாறே இருக்கவேண்டும் என்கின்றனர். நம் தமிழறிஞர்களிடத்து இவ்வுணர்வு மிகுதியாக உள்ளது. இதற்கு அவர்களின் சமய நம்பிக்கையும் ஒரு காரணமாகும். தமிழகத்தில் மட்டுமேயன்றி, உலக முழுதும் சமய நம்பிக்கை புதிய சிந்தனைக்கும், அறிவியல் வளர்ச்சிக்கும் தடையாகவே இருந்துள்ளது. இங்கு ஒரு நிகழ்வை ஒப்பிட்டு நோக்குவது ஏற்றது. தமிழகத்தில் 1933-ஆண்டு டிசம்பர் திங்களில் சென்னையில் தமிழன்பர் மாநாடு ஒன்று நிகழ்ந்துள்ளது. அம் மாநாட்டைக் குறித்துச் சிங்காரவேலர் குடிஅரசில் இரு கட்டுரைகள் எழுதியுள்ளார். அக்கட்டுரைகளை நோக்கினால் தமிழறிஞர்களின் மாற்றம் வேண்டாத பழமையுணர்வை நன்கு உணரலாம். தமிழன்பர்கள் அக் கட்டுரையைப் படிக்கவேண்டும்.

சென்னையில் தமிழன்பர் மாநாடு 1933 - ஆண்டு டிசம்பர் திங்களில் 23, 24 - 26-ஆம் தேதிகளில் நிகழ்ந்து இருக்கிறது. அம் மாநாட்டில் ராஜா சர் **அண்ணாமலை செட்டியார்** திரு.வி.க., கா. ர. **நமச்சிவாய முதலியார்** தெ. பொ.மீ. போன்றோர் கலந்து கொண்டுள்ளனர். அந்நாளைய முதலமைச்சராக இருந்த **குமாரசாமி செட்டியார்** தலைமை வகித்துள்ளார். மாநாட்டில் சில தீர்மானங்களை நிறைவேற்றியுள்ளனர். அத் தீர்மானங்களில் சிலவற்றைச் சமய இலக்கியங்களுக்காக நிறைவேற்றியுள்ளனர். சமய இலக்கியப் பாடல்களைப் பதம் பிரித்து எல்லோரும் படிக்கும் முறையில் வெளியிட வேண்டுமென்றும், அவ் விலக்கியங்கள் குறித்துப் புது விளக்க நூல்களை வெளியிட வேண்டுமென்றும் சில தீர்மானங்கள் நிறைவேற்றப்பட்டன. பல தீர்மானங்கள் சமய இலக்கியங்களை மற்றும் பழமையைக் கண்மூடிப் போற்றும் முறையில் இருந்ததாலும் அவற்றை எதிர்த்துச் சுயமரியாதை இயக்கத்தினர் குடியரசு இதழில் பல கட்டுரைகளை வரைந்தனர். சிங்காரவேலரும் எழுதினார். சுயமரியாதை இயக்கத்தினர் அம்மாநாட்டை எதிர்த்ததோடு மட்டுமன்றி, நிறைவேற்றப்பட வேண்டிய தீர்மானங்கள் எவை என்பதையும் தெளிவுறுத்தினர். அவற்றை விரிவாக வேறொரு

கட்டுரையில் காணலாம். எனினும் சிலவற்றை நோக்குவது நம் கடனாகும். அவற்றைக் கீழே காணலாம்.

1. எஸ். எஸ். எல். சி வரை எல்லாப் பாடங்களும் தமிழிலேயே கற்பிக்கப்பட வேண்டும்.
2. சமயத் தொடர்பான பாடங்கள் பள்ளிக்கூடங்களின் பாடத்திட்டத்தில் இருக்கக்கூடாது.
3. வடமொழி வளர்ச்சிக்கு அரசு வழங்கும் பெருந் தொகையைத் தமிழுக்கு வழங்கப்பட வேண்டும்.
4. நூலகங்களின் எண்ணிக்கையைப் பெருக்கவேண்டும்.
5. தமிழாசிரியர்களைக் காட்டிலும் வடமொழியாசிரியர் களின் ஊதியம் 5 மடங்கு மிகுதியாக உள்ளதால், தமிழாசிரியர்களின் ஊதியம் வடமொழியாசிரியர்களின் ஊதியத்திற்கு நிகராக உயர்த்தப்பட வேண்டும்.

இத்தீர்மானங்களை நோக்கினால் அக்காலத்திலேயே சுயமரியாதை இயக்கத்தினர் எத்துணைத் தொலைநோக்குடனும், சமுதாய அக்கறையுடனும் செயலாற்றியுள்ளனர் என்பதை நன்கு உணரலாம். மேலும் இத்தீர்மானங்ளுக்கு இடங்கொடுக்காத அம் மாநாட்டைத் தமிழறிஞர்களும், தமிழன்பர்களும் நிராகரிக்க வேண்டுமென்றும் வேண்டுகோள் விடுத்தனர். அந்த வேண்டுகோளுக்கு ஆதரவு இருந்தும் மாநாடு நடைபெற்றது. அந்த மாநாட்டில் நிகழ்ந்த நிகழ்வைப் பற்றித்தான் சிங்காரவேலர் குடியரசு இதழில் விமர்சித்துள்ளார். இது மிக மிகக் கவனத்திற்குரியது. முப்பதுகளில் தமிழர்களுள் பெரும்பாலோர் எவ்வாறு பழமையில் மூழ்கியிருந்தனரோ அவ்வாறே இன்றும் உள்ளனர். இது மிக வருந்தத்தக்கது. 1933-ஆம் ஆண்டில் நடைபெற்ற தமிழன்பர் மாநாடு பெரிதும் சமய இலக்கியங்களைப் பற்றிக் கவலைப்பட்டதேயன்றி, சமுதாய இலக்கியங்களாகிய சங்க இலக்கியத்தையோ, திருக்குறள் பற்றியோ சிந்தித்ததாகத் தெரியவில்லை. மற்றும், தமிழறிஞர்கள் பெரும்பாலானோர் உலகில் மாறி வளர்ந்து வரும், அரசியல் அறிவியல் போன்ற துறைகளைப் பற்றி ஆழமாகச் சிந்திப்பதில்லை. சிந்திப்பதில்லை என்பதைக் காட்டிலும் அத்துறைகளைச் சிறிதும் நோக்குவதில்லை என்பதே உண்மை. இதுவே காலா காலமாக நடந்து வருகிறது.

அகழியிலுள்ள முதலைக்கு அதுவே வைகுந்தமாக இருப்பதைப் போன்று தமிழறிஞர்களுக்குச் சமய இலக்கியங்களே வைகுந்தமாகத் தெரிகிறது. இந்த உணர்வு அவர்களுக்கு ஆழமாக இருப்பதால், சமுதாயத்தில் மாற்றத்தையும் வளர்ச்சியையும் உருவாக்கும் அரசியலையோ அறிவியலையோ இவர்கள் அறிய மறுக்கின்றனர். இதனால் இவர்களின் அறிவெல்லை மிகவும் சுருங்கிவிடுகிறது. இதனால் உலகியலை அறியாதவர்களாக ஆகிவிடுகிறார்கள். உலகில் அனைத்தையும் வரையறுக்கும் ஆற்றல் கொண்டவையாக இருப்பன அரசியலும் அறிவியலுமே யாகும். அவற்றை அறிவது ஒவ்வொருவரின் கடமையாகும். ஆனால், சமய உணர்வு இதற்குத் தடையாக உள்ளது. அதனாற்றான் சிங்காரவேலர் கீழுள்ளவாறு கூறியுள்ளார்.

"நமது நாட்டில் பாஷையைப் பற்றி ஒரு புராதன தப்பெண்ணம் இருந்து வருகிறது. அதாவது பாஷையில் ஏதோ மகத்துவம் இருப்பதாகவும், பாஷை கடவுளால் ஏற்பட்டதாகவும், சொற்களுக்கே ஒருவித நிவேதனம் (Sacredness) இருப்பதாகவும், இத்தியாதி மூடநம்பிக்கை நமது நாட்டிலுள்ள கற்றவர்க்கும், கல்லாதவருக்கும் உண்டு. தத்துவ ஞானத்திலும் இந்த மூடநம்பிக்கை உண்டு. "சத்தமாம் சோதி தன்னில் வந்தது" என்ற வாக்கியத்தில் 'சத்தம்' அதாவது சொல்லிலிருந்து பிரபஞ்சம் வந்ததாக வேதாந்தப் புத்தகங்களில் காணலாம். (Alexandrian Philosophy) அதாவது ஈஜிப்ட் தேசத்தில் வழங்கிவந்த ஒருவிதத் தத்துவஞானத்தில் In the Beginning There was the world- ஆதியில் சத்தமிருந்ததாம். அதிலிருந்து உலகங்கள் எழுந்ததாம். 'ஓம்' என்ற பிரணவ மந்திரத்திலும் 'ஓம்' என்ற சொல் உலகம் உண்டாவதற்கு முந்தி இருந்ததாம். இவ்விதமாக வெறுஞ் சொல்லை விசேஷப்படுத்திச் சொல் மயமாக நிற்கும் மூடப்பழக்கம் இன்றைக்கும் இந்திய அறிஞரிடம் காணலாம். இந்த மனப்பான்மையே தமிழன்பர் மாநாட்டில் மிகுதியும் நிறைந்திருந்தது. இந்தத் தத்துவத்தை நீக்கினாலொழிய கற்றவரைக் கல்லாதவரென்றே மதிக்கப்படும்.[1]

தமிழறிஞர்களின் சமயச் சிந்தனைகளையோ, சமய இலக்கியங்களையோ அவர் விமர்சனம் செய்யாமல், சமய மூடநம்பிக்கையால், பிரபஞ்ச தோற்றத்தையே எவ்வாறு அறிவியலுக்குப் புறம்பாக விளக்கமளிக்கிறார்கள் என்பதை

முதலில் அடையாளம் காட்டுகிறார். அதாவது எங்கிருந்து தொடங்க வேண்டுமோ அங்கிருந்து தொடங்குகிறார். ஒரு பொருளை ஆய வேண்டுமென்றால் அதன் வேரை அடையாளம் காணவேண்டும். அதனைத்தான் சிங்காரவேலர் செய்கிறார். பிரபஞ்சம் தோன்றிப் பல லட்ச ஆண்டுகளுக்கு பின்னரே உயிர்கள் தோன்றின. அந்த உயிர்கள் தோன்றிய பல லட்ச ஆண்டுகளுக்குப் பின்னரே மனிதன் தோன்றினான். மனிதன் தோன்றிப் பத்து லட்சம் ஆண்டுகள் ஆகின்றனவாகவும், அவன் எழுத்தை உருவாக்கியது பத்தாயிரம் ஆண்டுகளுக்கு முன்னர்தான் என்றும் பெர்ட்ராண்ட்ரசல் கூறுகிறார். மனிதன் எழுத்தைப் படைத்த பின்னரே சத்தத்தைப் பற்றித் தெளிவு பெற்றிருப்பான். பிரபஞ்சம் தோன்றிப் பல லட்ச ஆண்டுகளுக்குப் பின்னர் தோன்றிய மனிதனால், பிரபஞ்சத்திற்கு முன்னால் "ஓம்" என்ற ஒலி இருந்ததை எப்படி அறிந்திருக்க முடியும்? இது பெரும் மூட நம்பிக்கையும் முரணும் அல்லவா? இவற்றிற்குக் காரணம் சமய நம்பிக்கைதான். பழமையுணர்வுதான்.

'ஓம்' என்ற சொல்லிற்குத் தெய்வத் தன்மையைக் காட்ட வேண்டுமென்பதற்காக, அறிவியலுக்கும், வரலாற்றுக்கும் மாறாக பிரபஞ்சம் தோன்றுவதற்கு முன்பு அச்சொல் இருந்ததாகக் கதை விடுகின்றனர். அதுவும் அறிவியல் நூற்றாண்டில் இதனைத் திரும்பத் திரும்பக் கூறி வருகின்றனர். இந்த மூடநம்பிக்கை இந்தியாவில் மட்டுமன்றி எகிப்திலும் நிலவுவதாகவும், அதற்கு அலெக்சாந்திரியன் தத்துவம் என்று பெயர் இருப்பதாகவும் சிங்காரவேலர் கூறுவதால், அவரது பரந்த நூற் பயிற்சியை அறிய முடிகிறது. இந் நம்பிக்கை கல்லாதவர்களிடத்து மட்டுமல்லாமல் கற்றவர்களிடமும் இருப்பதைக் கண்டு வருந்துகிறார். காலந் தோறும் குழந்தைப் பருவம் தொட்டு இம் மூடநம்பிக்கையை வளர்த்து வருவதால் கற்றவர்களும் இதிலிருந்து விடுபெறுவதில்லை. மேலும், சமய நம்பிக்கைக்கு மாறாக நினைத்தால் கடவுள் தண்டித்து விடுவாரோ என்ற அச்சமும் காரணமாக இருக்கலாம். நமது சமுதாயத்தில் பெரும்பான்மையோர் சமய நம்பிக்கைகளில் மூழ்கியிருப்பதால் அந்நம்பிக்கை மற்றவர்களையும் பாதிக்கிறது. அறிவியல் நூற்றாண்டிலும் இக்கால அறிஞர்கள் அம் மூடநம்பிக்கைக் கொண்டவராகவே உள்ளனர். இங்கு அதற்கொரு எடுத்துக்காட்டை நோக்கினால் உண்மை புலப்படும்.

The origion of Tamil language is as mysterious as the origin of the world though we can guess the origin of the world, we are not able to find out the origin of Tamil language.[2]

(உலகத்தின் தோற்றம் எவ்வாறு மறைவடக்கமான தாயிருக்கிறதோ அவ்வாறே தமிழ்மொழியின் தோற்றமும் மறைவடக்கமானதாயிருக்கிறது. உலகத்தின் தோற்றத்தை நாம் ஒருவாறு ஊகிக்க இயலுமாமினும் தமிழ் மொழியின் தோற்றத்தை நம்மால் அறியக்கூடியதாயில்லை.)

உலகத்தின் தோற்றத்தை ஒருவாறு ஊகிக்க முடிந்தாலும் தமிழ் மொழியின் தோற்றத்தை அறிய முடியாது என்கிறார் பேராசிரியர் இலக்குவனார். இஃது அறிவியலுக்குப் புறம்பானது. ஏற்கெனவே கூறியதற்கேற்ப, பூமி தோன்றிப் பல லட்ச ஆண்டுகளுக்குப் பின்னர்தான் மனிதன் தோன்றினான். மனிதன் தோன்றிய சில லட்ச ஆண்டுகளுக்குப் பின்னர்தான் மொழி தோன்றியது. உண்மை இவ்வாறு இருக்க, உலகத்தின் தோற்றத்தை ஊகிக்க முடிந்தாலும், தமிழ் மொழியின் தோற்றத்தை அறிய முடியாதெனக் கூறுவது உண்மையாகுமா? இஃது அறிவியலுக்குப் பொருந்துமா? இப்போது உலகத்தின் தோற்றத்தைப் பற்றி அறிவியல் முடிவுகள் பல வெளியாகிவிட்டன. மொழியைப் பற்றியும் பல ஆய்வுகள் பெருகிவிட்டன. மொழி என்பது யாது? அதன் தோற்றம் எத்தகையது? மக்கள் பேச்சுக்குரிய ஒலிகள் எவை? அவை எவ்வாறு தோன்றுகின்றன? அவற்றின் வரிவடிவம் எவ்வாறு தோன்றியது? என்பவை பற்றியெல்லாம் ஆய்வுகள் வந்துவிட்டன. மொழியின் ஆய்வு ஓர் அறிவியலாக வளர்ந்து மொழியியலாக (Science of Language) மாறியுள்ளது. மொழிகளின் குடும்பத்தையும், அவற்றிற்குள்ள ஒற்றுமை வேற்றுமை பற்றியும், தோற்றத்தைப் பற்றியும் ஆய்வுகள் வெளிவந்துகொண்டிருக்கின்றன. பெருகிக்கொண்டிருக்கின்றன.

தமிழ்ப் பேராசிரியர்களுள் பேராசிரியர் இலக்குவனார் முற்போக்குச் சிந்தனை உடையவர்; பகுத்தறிவாளர்; மொழியியல் அறிஞருமாவர். அவரே இவ்வாறு கூறுவது விந்தையாக உள்ளது. அறிவியல் நூற்றாண்டில் ஒரு பேராசிரியரே அறிவியலுக்கு மாறாகச் சிந்திக்கிறாரெனில் மற்றவர்களைப் பற்றிக் கூற வேண்டுவதில்லை. இவ்வாறு அவர் கூறுவதற்குக் காரணம்

என்ன? தமிழ் மொழியின்பால் அவர்கொண்ட பக்தியும், பழமை போற்றும் பண்புமேயாகும். தமிழ் மொழியிடத்து நம் முன்னோரும் இவ்வாறுதான் பக்திகொண்டிருந்தனர். புறப்பொருள் வெண்பாமாலை ஆசிரியர் கூட

'கல்தோன்றி மண்தோன்றாக் காலத்தே வாளொடு
முன்தோன்றி மூத்த குடி"

என்றார். மண் தோன்றியிராத காலத்தில் தமிழன் மட்டும் எப்படித் தோன்றியிருக்க முடியும்? இஃது அறிவியலுக்கு மாறானது; சிறிதும் ஏற்க முடியாதது. அறிவியல் வளராத பழங்காலத்தில் ஒரு கவிஞர் மிகையாக இவ்வாறு கூறியிருக் கிறாரெனத் தள்ளிவிடலாம்; ஆனால், மண்ணையும் விண்ணையும் ஆய்ந்து அணுவையும், அணுவுக்கு அப்பாலும் ஆயும் இந்நூற்றாண்டில் இலக்குவனார் இவ்வாறு கூறலாமா?

சிவபெருமான் தமிழ் மொழியைப் படைத்தானென்றும், அம்மொழியை அகத்தியன் என்ற முனிவர் வளர்த்தாரென்றும் பண்டைய கதை உண்டு; அதனால்தான் நம் பாரதியாரும்

"ஆதிசிவன் பெற்றுவிட்டான் - என்னை
ஆரிய மைந்தன் அகத்திய னென்றார்
வேதியன் கண்டு மகிழ்ந்தே நிறை
மேவும் இலக்கணம் செய்து கொடுத்தான்"

என்றே பாடினார். இதுவுமொரு பழமைப் போக்கேயாகும். தமிழ்மொழியைச் சிவபெருமான் படைத்தானெனக் கூறுவது ஒரு பழமைப் போக்கேயாகும். தமிழ்மொழிக்குத் தெய்வத் தன்மையைக் கூட்ட வேண்டுமென்பதற்காகக் கடவுளைத் தொடர்புப் படுத்துகின்றனர்.

"கண்ணுதற் பெருங்கடவுள் கழகத் தோடமர்ந்து
பண்ணுறத் தெளிந்தாய்ந்த பசுந்தமிழ்"

என்றார் ஒரு புலவர். சிவபெருமான் புலவர்களோடு இணைந்து சங்கத்தில் தமிழ்மொழியை ஆய்ந்தனராம். இந்தப் பழமைப் போக்கே இலக்குவனாரிடத்தும் ஆட்சி செய்கிறது. பழைய மரபையொட்டியே இலக்குவனாரும் மேற்குறித்தவாறு கூறியுள்ளார். 1934 -ஆம் ஆண்டிலேயே சிங்காரவேலர்,

தமிழறிஞர்கள் இன்றும் பழமைவாதிகளாக உள்ளனரென்று கடிந்துகொண்டார். அவர் எழுதி முப்பது ஆண்டுகள் கடந்தும் நம் அறிஞர்கள் அவ்வாறே உள்ளனர். இது பெரிதும் வருந்தத்தக்கது. உண்மைக்கு மாறாகப் பழமை போற்றுவது ஆபத்தானது. இதனை நம் அறிஞர்கள் எண்ணிப் பார்ப்பதில்லை. தவறான கருத்துகளைக் கூறுவதன் மூலம், பொதுமக்களும் அக்கருத்துக்கு உட்பட்டு உண்மையை நோக்கிப் புதுவதாகச் சிந்திக்கும் ஆற்றலை இழந்துவிடுகின்றனர். இந்நிலை எதிலும் புதுவதாகச் சிந்திக்க விடாமல் அவர்களைப் பிற்போக்கிலேயே ஆழ்த்துகின்றது. இதனை நாம் மறந்துவிடக்கூடாது. பழமைப் போக்கும், சமய நம்பிக்கையும் சேர்ந்தே அனைத்திலும் தெய்வத்தன்மையை புகுத்துகிறது. இதனைத்தான் சிங்காரவேலர் கண்டிக்கிறார். அவர் மேலும் எச்சரிக்கிறார்.

"புலன்களுக்குத் தோன்றும் பொருள்களைக் குறிப்பிடச் சொற்கள் உண்டாயின. மற்றச் சொற்கள் யாவும் கற்பிதங்களே. இந்தக் கற்பிதச் சொற்களே, பெரும்பான்மையும் மதங்களிலும் தத்துவங்களிலும் பயன்படுத்தப்படுகின்றன. மதங்களைப் பற்றிய நூல்களே தமிழிலுள்ள பெரும்பான்மையான நூல்கள் இத்தியாதி தமிழ் நூல்கள் கற்பித நூல்கள் என்பதற்கு என்ன ஆட்சேபணை? இத்தியாதி கற்பித நூல்களைத்தான் அபிவிருத்தி செய்ய வேண்டுமென்பார் நமது தமிழன்பர் மாநாடுகளில்."[3]

சிங்காரவேலர் உலக வரலாற்று நிகழ்வுகளையும் அனுபவங்களையும் நன்கு அறிந்தவர். சமய நம்பிக்கைகளால் உலகம் அடைந்த பற்பல கேடுகளையும், பின்னடைவுகளையும் உணர்ந்தவர்; அவற்றைப் பற்றிப் பலகாலும் எழுதியவர். இந்தக் கண்ணோட்டம் இருந்ததால்தான் அவர் இவ்வாறெல்லாம் எழுதியுள்ளார். சொற்கள் குறிப்பாக, பொருள்களைக் குறிப்பிடவும், மனித உணர்வுகளை வெளிப்படுத்தவும் மனிதர்களால் உருவாக்கப் பெற்றவை. அவரவர் மொழியுணர்வுக்கும் புலமைக்கும் ஏற்பச் சொற்கள் நன்கு படைக்கப்படும். மனிதருக்கு இருக்கும் நல்லுணர்வினால் சொற்கள் உணர்ச்சிக்கேற்பப் படைக்கப்பட்டும், உணரப்பட்டும் வருகின்றன. இவையன்றி அவற்றில் எவ்விதத் தெய்வத் தன்மையும் கிடையாது. தெய்வத் தன்மை சமயவாதிகளால் கற்பிக்கப்படுவன; இந்தச் சொற்களே சமய இலக்கியங்களில் மிகுதியாக உள்ளன. இவ்வாறு சொற்கள்

மட்டுமே அல்லாமல் மூடநம்பிக்கை நிறைந்த கருத்துகளும் நிகழ்வுகளும் சமய இலக்கியங்களில் நிறைந்துள்ளன. இந்தக் கொள்கைகளும் கருத்துகளும் மக்களின் புதிய சிந்தனைக்கும், உண்மைக்கும் மாறாக அமைந்துவிடுகின்றன. கருத்துக்களை உணர்வுப் பூர்வமாகச் சொற்கள் நன்கு வெளியிடுவதால் பின்னர்க் கருத்துகளைக் காட்டிலும் சொற்களே வலிவு பெற்றுவிடுகின்றன. இந்தச் சொற்களே நாளடைவில் உளங்கவர்ந்த மந்திரங்களாக மாறிவிடுகின்றன. "மந்திரம்போல் வேண்டுமடா சொல்லின்பம்" என்று பாரதியார் கூறியதும் ஒப்பிடத்தக்கது.

தமிழிலக்கியங்களில் சரிபாதிக்கு மேல் சமய இலக்கியங்களே உள்ளன; அவை, பல சமயங்களைச் சார்ந்தவை. தமிழர்களிலுள்ள மேட்டுக்குடிகள் பெரிதும் சமய இலக்கியங்களையே போற்றிப் பரப்பி வந்தனர். மேட்டுக்குடிகள் தங்களின் இருப்பையும், மேலாண்மையையும் நிலைநிறுத்திக்கொள்ளவே அவ்விலக்கியங் களைக் கடவுள் பெயரில் பரப்பி வந்தனர். இதன் உள்சூட்சுமத்தை நன்கு உணராத ஏனைய தமிழர்களும், தமிழறிஞர்களும், கடவுள் பெயரால் அவ்விலக்கியங்களைப் போற்றி வந்தனர். அறிவியல் வானளாவ வளர்ந்து கொண்டிருக்கும் சூழலிலும், அந்த அறிவியலின்பால் அவர்கள் கவனம் செலுத்தாததற்குச் சமயப் பிடிப்பே காரணமாகும். இந்தச் சமயப் பிடிப்பே அவர்களைப் பழமைவாதிகளாகவே இருக்கச் செய்துள்ளது. உலக நாடுகளிலும் இந்தச் சமய நம்பிக்கைகளே பழமைவாதத்திற்குத் துணையாகவும், அறிவியல் முன்னேற்றத்திற்குத் தடையாகவும் இருந்துள்ளன.

சூரியனை அச்சாகக்கொண்டே பூமியும் மற்ற கோள்களும் சுற்றி வருகின்றனவென்று கோபர்நிக்ஸ் கூறியபோது கிறித்துவசமயம் அதனை மறுத்து, அவரது நூலுக்குத் தடை விதித்து அவரைப் பலவாறு தண்டித்தது. இறுதிநாளில் அவர் நோய்வாய்ப்பட்டிருந்தும், அவரை வீட்டுச் சிறையில் வைத்திருந்தது. கலிலியோ வானோக்கியைக் கண்டுபிடித்தபோது கிறித்துவ சமயம் அதனைப் பார்க்க மறுத்து, அக்காட்சியைப் பொய்யென்று மறுத்ததுடன் அவரைத் தண்டித்தது. இவர்களைப் பின்பற்றிப் பல அறிவியல் முடிவுகளைக் கூறிய புருனோவை நாற்சந்தியில் நிறுத்தி உயிரோடு எரித்தது. 18-ஆம் நூற்றாண்டில் ப்ளேக் காய்ச்சல் இங்கிலாந்தில் பரவியபோது,

அதற்குத் தாமஸ் ஹாப்ஸ் எழுதிய கணித நூலே காரணமென்று கிறித்துவ சமயமும் பிரபுக்கள் சபையும் கூறின. அதற்காக அவரைத் தண்டிக்கவும் செய்தன. இவ்வாறு அறிவியலுக்கும், புத்தம் புதிய சிந்தனைகளுக்கும் எதிராகச் சமயம் விதித்த தடைகளும் தண்டனைகளும் உலக வரலாற்றில் எண்ணற்றவை. இவற்றான் பழமைவாத இருப்புக்குச் சமய நம்பிக்கை அடிப்படை என்பதை நன்கு உணரலாம். இந்தச் சமய நம்பிக்கையின் காரணமாகப் பழமைவாதம் தமிழகத்தில் வேரூன்றி இருப்பதால்தான் சிங்காரவேலர் அதனைக் கடுமையாக மறுக்கிறார். இது குறித்து அவர் மேலும் குறிப்பிடுகிறார்.

“கற்பித நூல்களைத் தவிர (கற்பனை நூல்கள்) வேறு நூல்கள் தமிழில் என்ன இருக்கின்றன? விஷய நூல்கள் ஏதாகிலும் உள்ளனவா? கணிதம் (Mathematics) உயிர் நூல் (Biology) இரசாயன நூல் (Chemistry) பௌதிக நூல் (Physics) வான நூல் (Astronomy) விவகார மெய்ஞ்ஞான நூல்கள் (Applied Sciences) யாதேனும் தமிழில் உள்ளனவா? வாழ்வுக்கு வேண்டிய நூல்கள் இல்லாத பாஷை இன்றைக்கு யாருக்கு வேண்டும்? இதனை எந்த விவேகிதான் அன்பு கொள்வான். உலக பாஷைகள் அடைந்துவரும் அபிவிருத்தியை நோக்காமல் பிள்ளைத் தமிழை ஆதரிப்பதில் யாருக்கு நன்மை.[3]

இங்கு எழுப்பியுள்ள வினாக்கள் மிக மிக அடிப்படையான வினாக்கள். இந்த வினாக்களுக்கு விடை கண்டால்தான் புதிய சமுதாயம் தோன்றும். இல்லையெனில் சமுதாயத்தில் மாற்றமும் தோன்றாது; எழுச்சியும் தோன்றாது; வளர்ச்சியும் தோன்றாது. தமிழில் அறிவியல் சார்ந்த பல்துறை நூல்கள் தோன்றாததற்குச் சமயம் மட்டுமேயன்றி அந்நிய ஆட்சியும் காரணமாகும். ஆங்கில வல்லாதிக்கம் நமக்கு ஓரளவு கல்வி அளித்தாலும், அந்தக் கல்வி மூலம் அவர்களுக்குரிய ஏவலாட்களையும் எடுபிடிகளையுமே உருவாக்கியது. அறிவியல் மற்றும் முற்போக்குக் கல்வியை அது திட்டமிட்டே மறைத்தது. சுரண்டலுக்கு ஆபத்து ஏற்பட்டுவிடக் கூடாதென்றெண்ணியே அது அவ்வாறு செய்தது. ஆங்கிலேயர் காலத்தில் அனைத்துமே ஆங்கிலமயமாக இருந்தால், பல துறைகளைப் பற்றிய நூல்கள் தமிழில் ஏற்படாமல் போயிற்று. ஆங்கிலேயர்க்கு முன்பாக வெவ்வேறு இனத்தினரின் ஆட்சி

பலகாலும் தமிழகத்தில் இருந்தால் அக் காலத்திலும் பல துறை நூல்கள் தோன்றாமல் போயிற்று. இந்நிலை தமிழுக்குப் பல நூற்றாண்டுகளில் தடைகளையும், பின்னடைவுகளையும் உருவாகி விட்டன.

சுதந்திரத்திற்குப் பின் இந்நிலை மாறியிருக்கவேண்டும். ஆனால் சிறிதளவே மாறியுள்ளது. அதற்கு ஆட்சியும், அரசியல் கட்சிகளும், மக்களுமே காரணமாவர். சிங்காரவேலர் சுட்டிக்காட்டிய குறைகள் நம்நாட்டில் இன்றளவும் உள்ளன. இந்நிலை மாறவேண்டும்; அல்லது மாற்ற வேண்டும். அறிவியல் துறைகள் தமிழில் தோன்றாததற்கு முக்கியக் காரணங்கள் யாவை? அவற்றை பின்வருமாறு கூறலாம்.

1. தமிழகத்தில் ஆங்கிலேயர் ஆட்சிக்கு முன்னர் நிலவிய வெவ்வேறு ஆட்சிகள் தமிழைப் புறக்கணித்தமை.

2. ஆங்கிலேயரின் வல்லாதிக்கத்தால் தமிழ்மொழி பேணப்படாமை.

3. தமிழர்களின் ஆழ்ந்த சமய நம்பிக்கைகள்.

4. தமிழர்களின் பழமை போற்றும் பண்பு.

5. ஆட்சியாளரும் கல்வியாளரும் திட்டமிட்டு அறிவியல் துறைகளை வளர்க்கத் தவறியது.

இவை போன்ற காரணங்களால் தமிழில் அறிவியல் துறைகள் தோன்றாமல் போயிற்று. இங்கிலாந்தில் தொழிற்புரட்சி ஏற்பட்ட பின்னர்ப் பல துறைகள் பாய்ச்சல் வேகத்தில் உருவாகின. இவற்றின் தாக்குரவு ஐரோப்பா முழுவதும் பரவியது. இந்தியாவை ஆங்கிலேயர் அடிமைபடுத்தினார்களே அல்லாமல் அறிவியலைப் பரப்பத் தவறினர். அல்லது வேண்டுமென்றே அதற்குத் தடையாக இருந்தனர்.

நம்நாடு விடுதலை அடைந்த பின்னர்க் கல்லூரிகளும், பல்கலைக்கழகங்களும் பலவாறு பெருகின. அறிவியல் துறைகளைப் பாடத் திட்டங்களில் அறிமுகப்படுத்தினர். தொடக்க ஆண்டுகளில் அறிவியல் துறைகளுக்கு மாணவர்களிடத்தில் போதிய வரவேற்பு இல்லை. பின்னர் நிலை மாறியது. 1960-61-ஆண்டுகளில் மொத்த மாணவர்களில் நூற்றுக்கு 30 பேர்

அறிவியல் பாடங்களை ஏற்றனர். ஆனால் 1996-99-ஆண்டுகளில் நூற்றுக்கு 19 பேராகக் குறைந்துவிட்டது. இந்தியாவில் பல்கலைக்கழகக் கல்வி கற்கும் வயதினரில் 7% விழுக்காட்டினரே அக் கல்வியைத் தொடருகின்றனர். ஆனால், அமெரிக்காவில் 81%, ரஷியாவில் 45%, பிரிட்டன் 37%, ஜெர்மனி 36% பிலிப்பைன்ஸ் 26%, விழுக்காட்டினராக உள்ளனர். மேலும் கல்விக்காக நமது நாடு செலவிடும் தொகையில் உயர் கல்விக்கு ஒதுக்கீடு செய்யும் தொகை 15% விழுக்காடு மட்டுமே. ஆனால் முன்னேறிய நாடுகளின் ஒதுக்கீடு 22%. வளரும் நாடுகளின் ஒதுக்கீடு 18%. (1993- UNDP - HDI Report - 1999.)[4] இந்தப் புள்ளி விவரங்களைக் கண்டால் நம்நாட்டின் பின்னடைவுக்குரிய காரணத்தை அறியலாம். உயர் கல்வியில் பிலிப்பைன்ஸ் நாட்டைக் காட்டிலும் மிகத் தாழ்ந்த நிலையில் நம் நாடு உள்ளது. பிலிப்பைன்ஸ் வளர்ச்சியில் ஏறக்குறைய நான்கில் ஒரு விழுக்காடாகவே நம் நாடு உள்ளது. இது பரிதாபத்திற்குரியது. உயர் கல்விக்குச் செலவிடும் தொகையில்கூட நம் நாடு மற்ற வளர்முக நாடுகளைவிடத் தாழ்ந்த நிலையிலேயே உள்ளது. இந்நிலை விரைந்து மாற்றப்பட வேண்டும்.

அறிவியல் துறைகளை ஏன் கற்க வேண்டும்? சிங்காரவேலர் ஏன் அதனை அழுத்தமாக வலியுறுத்தினார்? இந்த வினாக்களுக்கு விடை காண முயன்றால்தான் சிங்காரவேலரின் தொலைநோக்கை உணர முடியும். ஒரு காலத்தில் இலையையும் தழையையும் ஆடையாக அணிந்த மனிதன் இப்போது விதவிதமான துணிகளில் வண்ண வண்ண ஆடையை அணிகிறான். போக்குவரத்திற்குக் கால்நடையையும், படகையும் பயன்படுத்தியவன் இப்போது விமானங்களையும் "ஞாலம் நடுங்க வரும் கப்பல்களையும்" பயன்படுத்துகிறான். மண்ணில் நடமாடியவன் இப்போது விண்ணிலும் நடமாடுகிறான். இது பெரும் மாற்றமும் வளர்ச்சியும் அல்லவா? இவ்வளர்ச்சி எதனால் வந்தது?. அறிவியலால் வந்ததன்றோ? இதனை நாம் நன்கு உணர வேண்டாமா? அறிவியல் இவற்றை மட்டுமா செய்தது? பலவற்றைச் செய்தது. பருத்தியில் நூலைச் செய்து அந்நூலிலிருந்து பற்பல ஆடைகளை ஆக்கியது போன்று, ஹேமடைட்டிலிருந்து (Haematite) - இரும்பையும், பாக்சைட்டிலிருந்து (Bauxite) - அலுமினியத்தையும், மண்ணிலிருந்து கண்ணாடியையும்

அறிவியல் படைத்துள்ளது. அறிவியல் இவ்வாறு ஒரு பொருளை மற்றொரு பொருளாகப், படைப்பதோடு மட்டுமன்றிப் புதுப்பொருள்களையும் படைக்கின்றது. இவற்றில் அறிவியல் மூலவளமாக நமக்கு இப்போது பயன்படுகிறது. அதாவது செல்வ வளத்தை உருவாக்கும் மூல ஆதாரமாக உள்ளது. ஒரு நாட்டின் தேசிய வளர்ச்சிக்கும் உற்பத்தித் திறனுக்கும் அதுவொரு கருவியாக உள்ளது. பூமியில் கிடைக்கும் பொன், வைரம், நிலக்கரி, எண்ணெய்போல இப்போது அறிவியலும் ஒரு மூல வளமாக (Natural Resorce) உள்ளது. இந்த இயற்கை வளங்களைக் காட்டிலும் அறிவியல் ஆற்றல் மிகு வளமாக உயர்ந்துள்ளது. இது குறித்து அறிவியல் அறிஞர் **வா. செ. குழந்தைசாமி** குறிப்பிட்டிருப்பது நம் சிந்தனைக்குரியது.

"1955 -லிருந்து 1970- வரையான 15-ஆண்டுக் காலப் பகுதியில் அமெரிக்காவில் தனிமனிதனின் சராசரி ஆண்டு வருமானம் 7500 - டாலரிலிருந்து 11,500 டாலராக உயர்ந்துள்ளது. அந்தக் காலப் பகுதியில் அவர்கள் புதிய கனிம வளங்கள், எண்ணெய் ஊற்றுகள் எவற்றையும் தங்கள் நாட்டில் கண்டுபிடிக்கவில்லை. இந்த வளம் முழுதும் ஆய்வின் அடிப்படையில், சோதனைச் சாலையில் அறிவின் துணைகொண்டு உருவாக்கப்பட்ட ஒன்றாகும். ஜப்பான் போன்ற நாட்டின் இன்றைய பொருளாதார வளம் அதன் இயற்கை வளத்தைப் பொறுத்தோ அமைந்ததாகக் கூறுவதற்கில்லை. இவ்வனைத்திலும் அதனினும் பன்மடங்கு வசதி படைத்த நாடுகள் வறுமையில் வாடுகின்றன. ஜப்பானிய முன்னேற்றத்திற்கு அதன் மக்கள்தரம் முக்கியமானதாகும். **அத்தரத்தின் தகுதியின் தலைமையான கூறுபாடு அவர்களின் கல்வியும் அறிவியல் தொழில்நுட்பத் துறை மற்றும் அறிவுத் துறைகளில் அடைந்துள்ள வளர்ச்சியுமாகும்.**"[5]

இவ் விளக்கத்தை நோக்கினால், தனி மனிதனின் பொருளாதார வளர்ச்சிக்கும், நாட்டு வளர்ச்சிக்கும் அறிவியல் வளர்ச்சி எத்துணை இன்றியமையாதது என்பதை உணரலாம். நிலக்கரி, எண்ணெய், பொன் போன்ற இயற்கை வளங்களைக் காட்டிலும் அறிவியல் மிக உயர்ந்த வளமாகும். அறிவியல் மனிதனிடத்தில் கால்கொண்டு, இருப்பதால்தான் அது மனித வளமென (Human Resources) - பெயர் பூண்டு உள்ளது. இயற்கை வளங்கள் அள்ள அள்ள ஒருகாலத்தில் குறைந்துவிடலாம்.

ஆனால் அறிவியல் குறையாது; மேலும் மேலும் வளரும்; நம் முன்னோர்கள் கல்வியைப் பற்றிக் "கேடில் விழுச் செல்வம்" என்றும், "இம்மை பயக்குமால் ஈயக்குறை வின்றால்" என்றும் கூறியன ஈங்கு ஒப்பு நோக்கத்தக்கது. காலந்தோறும் நமது தேவைகளைப் பல்வகையில் பூர்த்தி செய்யவும், புதுப் பொருள்களைக் கண்டுபிடிக்கவும், எதிர்வரும் சவால்களை எதிர்கொள்ளவும், அறிவியல் நமக்கு மூல ஆற்றலாக உள்ளது. இந்த அளப்பரிய ஆற்றலில், கற்றவர்கள் பெரும்பாலோர் ஆர்வம் கொள்ளாமல் ஈடுபாடு காட்டாமல் இருப்பது சரியா என்பதே அவர் வினா. அவர் மேலும் விளக்குகிறார்.

"நமது நாட்டின் நிலை என்ன? நமது மக்களின் வாழ்வு எந்த நிலை உள்ளது? மக்கள் பசியால் வருந்துகின்றனரா? அல்லது திருப்திகரமாக வாழ்கின்றனரா? நாட்டின் சுகாதாரம் எந்த மட்டில் குறைவுபட்டிருக்கிறது? ஆயுள் நீண்டு வருகின்றதா? அல்லது குறைவு அடைந்து வருகின்றதா? பெண் மக்கள் கவலையற்று வாழ்கின்றனரா? குழந்தைகள் சுகித்து வாழ்கின்றனவா? உடல், பொருள் காக்கப்பட்டு வருகின்றனவா? நமது தேச மக்கள் வறுமையாலும் நோயாலும் மூட மதங்களாலும் விஷய ஞானமின்மையாலும் வாடி வதைந்து வருவதைக் கண்ணாரக் கண்டும், செவியாரக் கேட்டும், இரண்டு நாளாக வெறுஞ் சொற்களின்மேல் தங்கள் கவனம் முழுமையும் செலுத்துவதைக் கேட்க மனிதருக்குள்ள சொற்ப சக்தி என்ன வியர்த்தமாகப் போகின்றதைப் பாருங்கள்.

அகால நோய்களால் மடிகின்ற நமது தேசத் தொழிலாளர் எத்தனை? வேலையில்லாத கொடுமையால் வதையும் மாந்தர் எத்தனை? இவைகளைக் குறித்துக் கவனியாது, அகரத்துக்கு எத்தனை மாத்திரை? உலகத்திற்கு எத்தனை மாத்திரை? என்று வாதமிடும் அறிஞர்களின் விவேகத்தை என்னென்று மதிப்பது? நமது நாட்டுப் பெரும்பான்மை மக்களுக்கு மந்த புத்தி என்பார் சில மேல்நாட்டு அறிஞர்கள். அவர்களின் அபிப்பிராயத்தைத் தடுத்துப் பேச நமது தமிழன்பர் மாநாடு இடங்கொடுக்கவில்லை. இந்த நிலைமைக்கு நமது தமிழ்நாட்டு அறிஞரும் பண்டிதரும் கற்றோரும் இருந்ததைக் குறித்து வருந்துகின்றோம்."[6]

சிங்காரவேலர் தமிழறிஞர்களை எத்துணை நுட்பமாக நோக்கியுள்ளார் என்பதை இதன்வழி உணரலாம்.

இலக்கியத்தையோ சொற்களையோ ஆயுதல் கூடாதென்பதல்ல அவர் எண்ணம். தமிழர்களுள் பெரும்பாலோர் மாறிவரும் அறிவியல் உலகைச் சிறிதும் நோக்காமல், ஆர்வம் காட்டாமல் சொற்களில் தெய்வத் தன்மை இருப்பதாக கூறுவதையும், மூடநம்பிக்கையுள்ள இலக்கியங்களைப் போற்றுவதையும், பழைய நம்பிக்கையில் ஆழ்ந்து கிடப்பதையுமே அவர் கண்டிக்கிறார். இந்த நம்பிக்கைகளே அவர்கள் புதுவதாகச் சிந்திப்பதைத் தடுக்கின்றன. அறிவியல் ஆர்வம் எழாதபடி தடுக்கின்றன.

குறிப்பாக மக்களின் பொருளாதார வாழ்வைப் பற்றியோ வேலையில்லாத் திண்டாட்டத்தைப் பற்றியோ சிந்திப்பதை எவ்வாறோ தடுத்து நிறுத்துகின்றன. இவைபோன்ற காரணங்களால்தான் நம் மக்கள் மந்தப் புத்தியுள்ளவர்களாக உள்ளார்கள். இந்நிலையே நம் காலத்திலும் தொடர்கதையாகத் தொடருகிறது. இவ்வாறு தொடரக் கூடாதென்பதற்காகத்தான் அவர் அக்காலத்திலேயே கண்டித்துள்ளார். இவற்றை நாம் நன்கு உணரவேண்டும். இவை குறித்து அவர் எழுதிய கட்டுரையின் தலைப்பு, "தமிழன்பர் மனத்தின் வறுமை" என்பதாகும். பிரான்ஸ் நாட்டின் சிந்தனையாளரான பக்குனின் வறுமையின் தத்துவம் (Philosophy of Poverty) - என்ற பெயரில் நூலை எழுதினார்." அந் நூலை மறுத்து கார்ல் மார்க்ஸ் தத்துவத்தின் வறுமை (Poverty of Philosophy) என்ற அரிய நூலை எழுதினார். தமிழறிஞர்களிடத்தில் பலகாலும் சிந்தனை வறுமை குடிகொண்டு இருந்தால்தான் அவரும் "தமிழன்பர் மனத்தின் வறுமை" எனத் தலைப்பிட்டு நம்மைச் சிந்திக்க வைத்துள்ளார். இனியாவது புதுச் சிந்தனை மலரட்டும்; பரவட்டும. அதனால் இந்தியர் மந்தப் புத்தியுள்ளவர் என்ற எண்ணம் மாறட்டும்.

சான்று நூல்கள்

1. *சிங்காரவேலர் சிந்தனைக் களஞ்சியம் - தொகுதி II. சிங்காரவேலர் - பக் - 1019 - 2006. தென்னக ஆய்வு மையம்-சென்னை-600 004.*

2. Tamil Language - Ilakkuvanar - page - 5- 1961

3. *சிங்காரவேலர் சிந்தனைக் களஞ்சியம் - பக் - 1021*

4. *இது கல்வியுகம் - பக் - 17-2001 - டாக்டர் வா.செ. குழந்தைசாமி - பாரதி பதிப்பகம், தியாகராயர் நகர், சென்னை - 600 017.*

5. *அறிவியல் தமிழ் - பக். 75 - 1882- டாக்டர் வா. செ. குழந்தைசாமி - பாரதி பதிப்பகம், தியாகராயர்நகர், சென்னை-600 017.*

6. *சிங்காரவேலர் சிந்தனைக் களஞ்சியம் - தொகுதி II - பக். 1025.*

7

தலித் மக்களின் முன்னோடி

தொழிலாளர்களுக்காகவும் விவசாயிகளுக்காகவும் தேசிய இயக்கத்தில் முதன்முதலாக அரசியல் திட்டத்தை முன்வைத்தார் சிந்தனைச் சிற்பி சிங்காரவேலர் என்பதைப் பலர் அறிவர். ஆனால் தாழ்த்தப்பட்டோராகிய தலித்து மக்களின் முன்னேற்றத்திற்கும் அவர் திட்டத்தை முன்வைத்தவர் என்பதைப் பலர் அறியார். உண்மையில் தீண்டாமையை வெறும் சமூக இழிவாக மட்டும் நோக்காமல்,அது பொருளாதாரச் சுரண்டலையும் அடிப்படையாகக் கொண்டது என்பதை மார்க்சிய அடிப்படையில் முதன் முதலாக அடையாளம் காட்டியவர் அவரே ஆவர். பொருளாதார ஏற்றத்தாழ்வைக்கொண்டு வர்க்கப் பிரிவினையை விளக்கிக் காட்டிய பொதுவுடைவாதிகள், சாதிகளையும் வர்க்கத்தின் கூறாக ஏற்க மறுத்தனர். ஆனால் அவர்களின் இப்போதைய கண்ணோட்டம் மாறிவிட்டது. எனினும், அக்காலத்திலேயே சாதியும், தீண்டாமையும் பொருளாதாரச் சுரண்டலை அடிப்படையாகக் கொண்டதென்றும், சாதிகள் வர்க்கப் பிளவின் உட்கூறுகள் என்றும் மிகச் சரியாகப் போதித்த பேராசான் சிங்காரவேலரே ஆவர். சிங்காரவேலர் இவ்வாறு வழிகாட்டி யிருந்தும், பொதுவுடைமையர் சாதிகளை வர்க்கக் கண்ணோட்டத்தில் நோக்க எப்படியோ தவறியுள்ளனர். சாதிகளை வர்க்கக் கண்ணோட்டத்தில் நோக்கிய அவர், தலித்துகளின் முன்னேற்றத்தில் தனிக் கவனம் செலுத்தியதில் வியப்பில்லை.

உலகிலேயே இந்தியாவில்தான் வர்க்க ஏற்றத்தாழ்வோடு சாதிய ஏற்றத்தாழ்வும் பின்னிப் பிணைந்துள்ளன. கீழ்ச்சாதியில் பிறந்தவன் என்பதற்காகப் பொருளாதார அடிப்ப்டையிலும், சமூக அடிப்படையிலும் அவன் கீழ்ப்படியில் வைக்கப்பட்டு அவமதிக்கப்படுகிறான். இந்தியாவில் இருப்பதைப் போன்று ஏனைய உலக நாடுகளிலும் சேரிகளைப் போன்று பிற்பட்ட பகுதிகள் உண்டு; ஆனால், அங்குப் பொருளாதாரத்தில்

நலிந்தவர்களே வசிக்கின்றனர். ஆனால் இந்தியாவில் மட்டுமே பொருளாதாரத்தில் சிறந்தவர்களும் கீழ்ச்சாதியின் பெயரால் ஊருக்கு வெளியே வைத்திருக்கும் கொடுமை கொடிகட்டிப் பறக்கிறது. பொருளாதாரத்தில் முன்னேறியவர்களாகக் கீழ்ச்சாதியினர் இருந்தாலும், அவர்களை எல்லா நிலைகளிலும் தாழ்த்துவதற்காகவே சமூகம் கட்டமைக்கப்பட்டுள்ளது. இந்தக் கட்டமைப்பைச் சமூகத்தில் நிலை நிறுத்தியதில் பெரும்பங்கு மனுதர்ம சாத்திரத்திற்கும் பகவத்கீதைக்கும் உண்டு; இந்த வேத நீதியை மக்கள் எவ்வாறோ உலக நீதியாகக்கொண்டு வாழத் தலைப்பட்டுவிட்டனர்.

அடிமைத்தனத்திற்கும் சமூக இழிவுக்கும் ஆட்பட்ட மக்கள், அவை அதிகார பலத்தாலும், ஆதிக்க உணர்வாலும் இடைக்காலத்தில் உருவாக்கப்பட்டவை என்பதை உணர மறுத்து, அவற்றை இயல்பான இயற்கை நீதியெனக் கொண்டு அடங்கி வாழ்ந்துவிட்டனர். மனித மலத்தை அள்ளுவோர், அதனைச் சமூக இழிவாகக் கருத மறந்து, தொழிலாக் கருதி வாழலாயினர். இந்த இழிவை இழிவாகக் கருதாது அவர்கள் ஒருவிதப் பழகிப் போன மனநிலைக்கு (பிரக்ஞையற்ற உணர்வு) ஆளாகிவிட்டனர். இந்த அவல நிலையை மிகச் சரியாக உணர்ந்து திட்டம் அளித்தவர்தான் சிங்காரவேலர். சிங்காரவேலர் எதனையும் ஊடுருவி, ஆராய்ந்து பார்ப்பவர். அவர் எதனையும் மேற்போக்காகப் பார்க்க விரும்பாதவர். அதற்கு ஓர் எடுத்துக் காட்டை ஈங்கு நோக்கலாம்.

தலித் மக்களைக் கோயிலில் நுழையவிட வேண்டுமென நாடெங்கும் போராட்டங்கள் நடந்தன. அப்போது முற்போக்குச் சிந்தனையாளர்கள் அனைவரும் அதனை ஆதரித்தனர். சிங்காரவேலரும் ஆதரித்தார். ஆனால், ஒரு முன்னறிவிப்போடு ஆதரித்தார். மேற்சாதியினர் கோயிலுக்குள் நுழைவதைப் போல தலித் மக்களும் நுழையவேண்டும், இதில் கருத்து வேறுபடில்லை. ஆனால், இதில் தலித்துகள் மயங்கிவிடக் கூடாதென எச்சரித்தார். வேண்டிய ஊதியம் கேட்டுப் போராடும் தொழிலாளர்களுக்கு முதலாளிகள் அவர்கள் கேட்ட ஊதியத்தை வழங்காமல், சிறு ஊதியத்தைக் கொடுத்து ஏமாற்றிவிடுவதைப் போல், கோயிலில் நுழைய அனுமதி கொடுத்துவிட்டு, மற்றவற்றை (கல்வி, வேலை, உடைமை, நிலவுரிமை) கொடுக்க மறுத்து விடலாமன்றோ!

ஆதலால், கோயில் நுழைவோடு அமைதி கொள்ளாமல், மேற்சாதியினருக்கு என்னென்ன உரிமைகளும் வாய்ப்புகளும் பெற்றுள்ளனரோ அவற்றிலும் தலித்துகள் ஈடுபாடு கொள்ள வேண்டும் என்றார். கோயிலில் சமவுரிமை கிடைத்ததால், மற்றவற்றில் கிடைக்கவேண்டிய சமவுரிமையை மறந்துவிடக் கூடாதென எச்சரித்தார். ஆண்டைகள் எப்படியெல்லாம் ஏமாற்றுவார்கள், நம்மவர்கள் எப்படியெல்லாம் ஏமாறுவார்கள் என்பதையே அவர் சுட்டிக் காட்டுகிறார்.

பாலக்காட்டுக்கு அருகிலுள்ள கல்பாத்தி என்ற சிற்றூரில் தாழ்த்தப்பட்டோர் நடக்கக் கூடாதெனப் பார்ப்பனர்கள் தடை விதித்திருந்தனர். அந்தத் தடையை நீக்க வேண்டுமெனப் பெரியார் 1925- நவம்பரில் காஞ்சியில் நடந்த காங்கிரசு மாநாட்டில் தீர்மானம் கொண்டுவந்தார். அதனை ஆதரித்துச் சிங்காரவேலர் பேசினார்; அந்தப் பேச்சில் கடுமையும் கோபமும் நிறைந்திருந்தன. உலகக் கண்ணோட்டம் கொண்ட சிங்காரவேலர் தீண்டாமையின் கொடுமையை எண்ணிப் பார்ப்பனர்களைக் கடுமையாகக் கடிந்துகொண்டார். பார்ப்பனர்களின் மேற்சாதி ஆதிக்க உணர்வுள்ளவரை நாட்டு விடுதலை வெறுங் கனவே என்றார். பார்ப்பனர்கள் தங்கள் சாதி வல்லாண்மையை விடும்வரை அடிமைத்தனம் ஒழியவே ஒழியாது என்றார். இது குறித்துப் பலவாறு உரையாற்றிய அவர் இறுதியில் "ஓ பிராமணர்களே! நீங்கள் எங்களைச் சமமாக நினைக்கிற தினமே இந்தியாவுக்கு சுயராஜ்யம் கிடைக்கும் தினமெனத் திண்ணமாய்ச் சொல்கிறேன்" என்றார். அக்காலத்தில் மாநிலத்திலும், மத்தியிலும் பார்ப்பனர்களே செங்கோல் ஆட்சி செய்துகொண்டிருந்தனர். அக்காலத்திலேயே வெளிப்படையாகப் பார்ப்பனர்களை அவர் எச்சரித்துள்ளார். தீண்டாமை தலித்துகளை மட்டுமல்லாமல், சகல சாதியினரையும் இழிவுப்படுத்துவதாகு மென்பதால் அவர் இவ்வாறு கூறியுள்ளார். இது நம் சிந்தனைக்கு உரியது. இப்பேச்சு, குடியரசில் வெளிவந்துள்ளது.

2-12-25-இல் இந்தியப் பொதுவுடைமை மாநாடு கான்பூரில் முதன்முதலில் நடந்தது. அம் மாநாட்டிற்குச் சிங்காரவேலர் தலைமை ஏற்றார். அவர் ஏனைய பொதுவுடைமைவாதிகளைப் போல வெறும் பொருளாதார ஏற்றத்தாழ்வை மட்டும் பேசாமல், பல நூற்றாண்டுகளாக மனித மாண்பை அரித்துக்

கொண்டிருக்கும் தீண்டாமையைப் பற்றியும், தலித்து மக்களின் முன்னேற்றம் குறித்தும் பேசியுள்ளார். அகில இந்திய மாநாட்டில் பொதுவுடைமைவாதிகளில், தலித்துகளைப் பற்றிப் பேசியவர்களின் சிங்காரவேலரே முதன்மையானவர். பல துறைகளில் முன்னோடியாக விளங்கிய அவர் இதிலும் முன்னோடியாக இருந்துள்ளார். அம் மாநாட்டில் தலைமையுரை ஆற்றிய அவர், தலைமையுரைக்கு முன்னரே தான் அச்சடித்துக் கொண்டுசென்றிருந்த அவ்வுரை அடங்கிய தாளை எல்லோருக்கும் வழங்கியுள்ளார். அவ்வுரையில் "**பொதுவுடைமையும் ஒடுக்கப் பட்ட வர்க்கமும்**" என்றொரு பகுதியுள்ளது. அப்பகுதியில் முழுக்க முழுக்கத் தீண்டாமை பற்றியும் தலித்துகளைப் பற்றியுமே விளக்கியுள்ளார். அப்பேச்சில்தான் தீண்டாமை என்பது ஒரு பொருளாதாரப் பிரச்சினையென்று ரத்தினச் சுருக்கமாகக் குறிப்பிட்டுள்ளார்.

தலித்து மக்களின் பொருளாதாரப் பிரச்சினைக்கு முடிவு கட்டினால், தீண்டாமையின் கட்டடம் ஆட்டம் கண்டுவிடும் என்றார். கோயில், குளங்கள், தெருக்கள் ஆகியவற்றில் அவர்களை அனுமதித்துவிட்டால் மட்டும் அவர்கள் எல்லா வசதியையும் பெற்றுவிட முடியாதென்றும், நிலவுடைமையிலுள்ள ஏற்றத் தாழ்வே கோடிக்கணக்கான மக்களின் அடிமைத்தனத்திற்குக் காரணமென்றும், தீண்டாமை அடிப்படையில் நிலவுரிமை பற்றிய பிரச்சினையாகுமென்றும் கூறினார். இந்தப் பொருளாதார அடிமைத் தனத்திலிருந்து அவர்களை விடுவிக்காமல் தீண்டாமையைப் பற்றிப் பேசுவது நேர்மையற்ற பேச்சாகு மென்றும், தீண்டாமையைப் பற்றிப் பேசும் காங்கிரசார், தலித்துகளின் வறுமை பற்றியோ, பட்டினிபற்றியோ சுகாதாரம் பற்றியோ பேசுவதைக் கவனமாகத் தவிர்த்துவிடுகிறார்க ளென்றும், இந்நிலை, தேசிய சீர்திருத்தவாதிகளின் முதலாளித்துவ மனப்பான்மைக்கு நல்ல எடுத்துக்காட்டாகுமென்றும், பொது வுடைமைவாதிகள் தலித்துகளின் உரிமைகளை வென்றெடுக்க வேண்டுமென்றும் கூறியுள்ளார். குறிப்பாகத் தலைமையுரையை ஒரு திட்டமாகவே அறிவித்துள்ளார். காங்கிரசு இயக்கத்தில் இருந்துகொண்டே, தலித்துகளுக்காகக் காங்கிரசு இயக்கத்தினரை அவர் சாடியிருப்பது கவனத்தில்கொள்ள வேண்டிய ஒன்றாகும்.

1919-ஆம் ஆண்டு முதல் *1921*-வரை அவர் Open Letter to Mahathma Gandhi - எனுந் தலைப்பில் இந்து நாளிதழில் கட்டுரைகளை வரைந்தார். அக் கட்டுரைகளே பின்னாளில் மொழியாக்கம் செய்யப் பெற்றுத் தமிழில் "சுயராஜ்யம் யாருக்கு?" எனும் தலைப்பில் நூலாக வந்தது. அந் நூலிலும் தலித்துகளுக்குச் சமவுரிமை கிடைக்கும் போதுதான் உண்மையான சுயராஜ்யம் கிடைக்கும் என்றார். தாழ்த்தப்பட்டோருக்குத் தனித்தொகுதி ஒதுக்கப்பட வேண்டுமென்று **டாக்டர் அம்பேத்கர்** அறிவித்த போது, அவ்வாறு ஒதுக்கினால் இந்துக்களுக்கும் தலித்துகளுக்கு மிடையே பகைமை தோன்றிவிடுமென்று காந்தியடிகள் உண்ணா நோன்பு மேற்கொண்டார். அப்போது, காந்தியடிகளின் முடிவு தவறானது என்பதைச் சரியாக அடையாளம் காட்டினார். அதனைக் குறித்துக் குடியரசில் *25-9-1932* அன்று "**காந்தியின் உண்ணா விரதமும் தாழ்த்தப்பட்டோரின் தனித்தேர்தலும்**" எனுந் தலைப்பில் ஒரு நீண்ட கட்டுரையை எழுதினார்.

தனித் தொகுதியால் பகைமை தோன்றும் என்று கருதுவது தவறென்றும், கோடான கோடி தாழ்த்தப்பட்ட மக்கள் உணவு, உடை, உறைவிடம், கல்வி, சுகாதாரம், மருத்துவம் இன்றி வாய்க்கரிசிக்குக்கூட வழியில்லாமல் வாடும்போது, அவர்களுக்குத் தனித் தொகுதி வழங்குவதால் என்ன கேடு நிகழ்ந்துவிடுமென்றும், இதுவரை இருந்த பொதுத் தொகுதியால் தாழ்த்தப்பட்டோருக்கு என்ன நன்மை செய்துவிட்டீர்களென்றும். அம் மக்களுக்கு இதுகாறும் நீங்கள் எத்தனை பள்ளிகள், கிணறுகள், இல்லங்கள், நிலங்கள், மருத்துவமனைகள், நூலகங்கள் அமைத்துத் தந்துள்ளீர்களென்றும் வினாக்களைத் தொடுத்துள்ளார். 5 கோடி தலித்து மக்களின் தரித்திரத்தையும் மூடநம்பிக்கையையும் ஒழிக்க இதுவரை என்ன சாதித்துள்ளீர்களென்றும், 5000 ஆண்டுகளாகப் பஞ்சமர்களுக்கு ஏதும் செய்யாத நீங்கள், இனி என்ன செய்யப் போகிறீர்களென்றும், இதுவரை பொதுத் தொகுதியால் சாதிக்க முடியாததை இனித் தனித் தொகுதியால் சாதிக்க ஏன் வாய்ப்பு கொடுக்கக் கூடாதென்றும், தனித் தொகுதியால் ஏற்படும் நன்மைகளை ஏன் சோதிக்க வாய்ப்பு வழங்கக் கூடாதென அடுக்காக வாதங்களை எழுப்பியுள்ளார். இறுதியில் காந்தியடிகளையும் எச்சரித்துள்ளார்.

தனித்தொகுதியை மறுக்கும் காந்தியடிகளுக்குத் தாழ்த்தப் பட்டோர் மீது உண்மையான நாட்டம் இருக்குமானால்,

இந்தியாவிலுள்ள முதலாளிகள், நிலவுடைமையாளர்கள், தத்தம் தொழிலாளர்களுக்கும் கூலி விவசாயிகளுக்கும் போதுமான ஊதியம் கொடுக்கிறார்களாவென முதலில் சோதனை செய்து பார்க்கட்டும். போதிய ஊதியம் வழங்கக் காந்தியார் உண்ணாவிரதம் மேற்கொண்டால் நன்றாக இருக்கும். இதனைச் செய்யாமல் தனித்தொகுதியை மறுத்து உண்ணா நோன்பு இருப்பதில் பயனில்லை என்று எச்சரித்துள்ளார். சிங்காரவேலர் பிற்படுத்தப்பட்ட, ஒடுக்கப்பட்ட தாழ்த்தப்பட்ட அனைத்துப் பிரிவினர் பற்றியும் சிந்தித்தவர். சமவுரிமையும் சமவாய்ப்பும் எல்லா மக்களுக்கும் கிடைக்க வேண்டுமென உழைத்தார். முழுமையான மாந்த நேயமே பொதுவுடைமையாகும் (Communism as Completed Humanism) என்றார் மார்க்ஸ். அதனைத்தான் நாம் இங்குச் சிங்காரவேலரிடத்திலும் காண்கிறோம்.

8

நுண்மாண் நுழைபுலம்

சிங்காரவேலர் கீழை - மேலை நாட்டுத் தத்துவங்களை நன்கு கற்றவர். தத்துவத்தை மட்டுமன்றி அரசியல், பொருளியல், மானிடவியல், உளவியல் ஆகிய துறைகளோடு அறிவியலையும் நன்கு கற்றவர். 1900-ஆம் ஆண்டிலேயே அவர் அமைத்த பௌத்த சங்கத்தில் அறிவியல் குறித்தும், தத்துவம் குறித்தும் பற்பல பொழிவுகளை நிகழ்த்தியுள்ளார். தத்துவத்தில் அவருக்கு ஆழ்ந்த ஈடுபாடு இருந்ததால், அவரது எழுத்துகளின் உள்ளடக்கத்திலும், உருவத்திலும் தத்துவ சாரம் ஆங்காங்கே பொதுளி மிளிர்வதை இனிது உணரலாம். பண்டைய உரையாசிரியர்களாகிய பரிமேலழகர், சேனாவரையர் மற்றும் சிவஞான முனிவர் ஆகியோர் எழுத்துகளில் உள்ளடக்கமும் உரைநடையும் எவ்வாறு உள்ளனவோ அவ்வாறே ஒருவாறு சிங்காரவேலரின் எழுத்துகளிலும் அவை காணப்படுகின்றன. உரையாசிரியர்களின் எழுத்துகளில் நுண்நோக்கு அல்லது அளவையியல் (Logic) ஊடுருவி மிளிர்வதைப் போலச் சிங்காரவேலரின் எழுத்துகளிலும் மிளிர்கிறது. இவற்றை மேலும் அடையாளம் கண்டு உணர்த்த வேண்டியது ஆய்வாளர்களின் கடமையாகும்.

சிங்காரவேலர் அறிவியல், வானவியல் மற்றும் சமூக அறிவியல் குறித்துப் பல நுணுக்கமான கட்டுரைகளை வரைந்துள்ளார். அவரால் முப்பதுகளில் எழுதப்பட்ட அக் கட்டுரைகள் நமக்கு வியப்பை அளித்தாலும் சில கட்டுரைகள் கூடுதலான வியப்பை அளிக்கின்றன. அக்கட்டுரைகள் அளவில் சிறியனவாக இருந்தாலும் பொருளில் பெரியனவாகும். அவற்றில் "சொல்லின் கொடுங்கோன்மை" "பழக்கத்தின் ஆர்வம்" போன்ற கட்டுரைகள் நம் சிந்தனைக்கு விருந்தாகவும் மருந்தாகவும் உள்ளன. சிங்காரவேலரைப் பற்றி எழுதுவோர் இவைபோன்ற கட்டுரைகளின் அருஞ் சிறப்பை எப்படியோ எடுத்துக்காட்ட மறந்துவிடுகின்றனர். திருக்குறளின் சிறப்பை உணர்த்த விரும்பிய

ஒரு புலவர் "ஓதற்கெளிதாய் உணர்தற் கரிதாய்" என்று வியந்தார். சிங்காரவேலரின் கட்டுரையும் படிப்பதற்கு எளிதாகவே இருக்கும். ஆனால் உணர உணரக் கட்டுரையின் பொருள் விரிந்துகொண்டே செல்லும். கட்டுரையைப் படித்ததும் விளக்கிவிட்டது போன்று தோன்றும். ஆனால் உடனே அக் கட்டுரையில் உள்ளீடு விரிந்துகொண்டே செல்லும். இதுதான் அக் கட்டுரைகளின் சிறப்பு. "தொட்டனைத் தூறும் மணற்கேணி" போன்று அக்கட்டுரைகளில் சிந்தனை சுரக்கும்; சிறக்கும்.

மனிதன் இயற்கையின் இரகசியத்தை ஆய்ந்து ஆய்ந்து பலசாதனைகளைப் படைத்துள்ளான். அச் சாதனைகள் மூலம் மனிதன் தன் வாழ்க்கையை நன்கு வளப்படுத்தி உள்ளான். ஆறு தம் நீர்பெருக்கால் வீணே கடலில் சென்று கலப்பதைக் கண்ட மனிதன், ஆற்றின் குறுக்கே அணையைக் கட்டி வாய்க்கால்கள் வெட்டி வளத்தைப் பெருக்கிக்கொண்டான். இப்படிப் பல சாதனைகளை அவன் புரிந்துள்ளான். புதிய பொருள்களையும், கருவிகளையும் கண்டுப்பிடித்ததன் மூலம் மனிதன் தன் வாழ்க்கையை எளிதாக்கியும் கொண்டான்; வளமாக்கியும் கொண்டான். மனிதனின் படைப்புகளில், வானவூர்தியும், விண்கலமும், விண்கோளும் அரிய படைப்புகள்; கணினியும் வேறு கருவிகளும் அத்தகு படைப்புகளே; மனிதன் இவற்றிற்காக மகிழலாம்; பெருமைப்படலாம்.

மனிதன் தன் கண்டுப்பிடிப்புகளால் இயற்கையைத் தன் ஏவலாளாக மாற்றியுள்ளான்; உண்மை; ஆனால் அத்தகு ஆற்றல்பெற்றவன், தான் படைத்த சொற்களைக் கண்டு அஞ்சி நடுங்குவதையும், அடிமையாக உழல்வதையுமே சிங்காரவேலர் இங்குக் கேள்விக்கு உட்படுத்துகிறார். எத்தனையோ ஆற்றல்களை உருவாக்கி அவற்றைத் தன் ஏவலுக்குப் பயன்படுத்திப் புது மனிதனாக உலா வரும் அவன், தானே படைத்த சொற்களைக் கண்டு அஞ்சுகிறான்; நடுங்குகிறான். அப்படியென்ன அந்தச் சொற்களுக்கு அத்துணை ஆற்றல், மகத்துவம் என்று கேட்கலாம். மனிதன் மொழியைக் கண்டுபிடித்ததும், காணும் பொருள்களுக்கும், தான் உருவாக்கிய பொருள்களுக்கும் பெயர் வைத்தான். அவ்வாறு பெயர் வைத்தபோது இல்லாத பொருள்களுக்கும் பெயர் வைத்தான். அந்த இல்லாத பொருள்களின் பெயர்கள்தாம் அவனை ஆட்டிப்படைத்து வருகின்றன. அச் சொற்கள் யாவை?

கடவுள், ஆன்மா, நரகம், மோட்சம், இராகுகாலம், எமகண்டம், சனி, முனீஸ்வரன், ரத்தகாட்டேரி, பேய், பிசாசு, சாத்தான் போன்ற சொற்கள்தாம் அவை. இந்த மாயைகளுக்குச் சொற்களைப் படைத்துதான் மனிதன் பயத்திலும் நடுக்கத்திலும் மூழ்கிக் கோழையாக நடந்துவருகிறான். மனிதனின் கற்பனையால் இச்சொற்கள் படைக்கப்பட்டவையேயன்றிப் பகுத்தறிவால் படைக்கப்பட்டன அல்ல என்கிறார் அவர்.

மனிதன் எப்போது மதத்தைப் படைத்தானோ அப்போதே அக் கொள்கைகளை நிலைநிறுத்துவதற்குக் கற்பனைச் சொற்களைப் படைத்துக்கொண்டான். அக் கற்பனைச் சொற்களின் மூலம் பற்பல அர்த்தங்களைப் படைத்துக் கொண்டான். சொற்கள் வெறும் அடையாளங்களே; அவற்றில் அவன் படைத்த அர்த்தங்களே அவனை ஆட்டிப் படைத்து வருகின்றன.

ஆட்சிபலம், அதிகாரபலம், மதபலம் ஆகியவற்றைச் கொண்டு அறியாமையிலும் வறுமையிலும் உழன்ற மக்களிடத்தில் அந்த அர்த்தங்களை நன்கு விதைத்துவிட்டனர். நடைமுறை வாழ்க்கையில் வறுமையிலும், துன்பத்திலும் ஒரு எதிர்பார்ப்பையும், வடிகாலையும் அச்சொற்கள் ஏற்படுத்திவிட்டன. நூற்றாண்டு தோறும் இப் பிரச்சாரப் பணி பல்வேறு நிலைகளில் தொடர்ந்ததால், பாமர மக்களேயன்றி, அனைத்து மக்களும் அச்சொற்களைக் கண்டு நடுங்கும் நிலை ஏற்பட்டுவிட்டது. கற்பனையான சொற்களுக்கு இல்லாத அர்த்தங்களைப் படைத்துக் கொண்ட மனிதன், புராணங்களையும், சமய இலக்கியங்களையும் படைத்துக்கொண்டானென்றும், அவற்றிற்காகவே புண்ணிய தலங்களையும் குளங்களையும் உருவாக்கினானென்றும் அவர் கூறுகிறார். சாத்திரங்களும் பைபில்களும் உருவாக்கப்பட்டதற்கு இவையே காரணமாகும் என்கிறார் அவர்.

விலங்குகளிடமிருந்து மனிதனை வேறுபடுத்துவது மொழியே யாகும். தொடக்கக் காலத்தில் எண்ணங்களை, குறிப்புகளை வெளிபடுத்துவதற்குத் தோன்றிய மொழி, நாளடைவில் மனிதனின் சிந்தனை வளர்ச்சிக்கு மூலமாக விளங்கி இப்போது அறிவுப் புதையலாக, களஞ்சியமாக விளங்குகிறது.

அறிவியலுக்குப் பல வகையில் துணைபுரிந்த மொழி, மற்றொரு பக்கத்தில் மதம் சார்ந்த நிலையில் பல மாயைகளை மூடநம்பிக்கைகளை ஏற்படுத்திவிட்டது. இதனைத்தான் சிங்காரவேலர் தம் கட்டுரையில் நுணுக்கமாகக் குறிப்பிடுகிறார். அவர் பின்வருமாறு கூறுகிறார்.

"தான் சிருஷ்டித்த சொற்களுக்குப் பயந்து நடுநடுங்கித் தன் ஆயுள் முழுவதையுமே சொற்களின் கொடுங்கோன்மைக்கு உட்படுத்திக்கொண்டான். இன்றைக்கும் இந்தச் சொற்களைக் கேட்ட மாத்திரத்தில் கோடானுகோடி மக்கள் பயந்து வருகிறார்கள். இந்தச் சொற்கள், கற்பனைகள் என்ற மாத்திரத்தில், கோபங்கொள்ளாத வைராக்கிய மதஸ்தன் இல்லை. இத்யாதி மாயைச் சொல்லால் நடுங்காத பாமர மக்கள்! அவற்றால் எவ்வளவு காலப் போக்கு வியர்த்தம்.

கொடுங்கோல் அரசுகள் செய்யும் கொடுமைகளைவிடப் பதின்மடங்குக் கொடுமை நமது சொற்களால் விளைகின்றன. அவைகளின் உபயோகம் ஒரு பங்கிருந்தால், அவைகளால் உண்டாகும் வியர்த்தம் பதின்மடங்கு. மக்களின் இனிய வாழ்க்கை சொற்களின் சக்தியால், பேச்சின் வன்மையால் மயங்கிவிட்டது. வெறுஞ் சொற்களால் மயங்காதவர்கள் இவ்வுலகில் இல்லை. உலகிலுள்ள மாயாஜாலம் முழுமையும் சொற்களின் மாயாஜாலத்தாலென அறிக. "The magic of words is enormous."

சொற்களில் மத அர்த்தங்களைப் படைத்துக்கொண்ட மனிதன், ராகு, கேது, குளிகை, எமகண்டமெனக் காலத்தைப் பகுத்துக்கொண்டு, பொன்னான நேரத்தை வீணான நேரமாக ஆக்கிக்கொண்டான். மனிதனின் தேவைக்கும் சாதனைக்கும் பயன்படும் ஒரு நாளின் 24 மணி நேரத்தை மேற்கண்ட பிரிப்பால் சில மணி நேரத்தைக் குறைத்துக்கொண்டான். நல்ல நேரத்தைத் தோஷ (கெட்ட) நேரமாக்கிக்கொண்டு நேரத்தைச் சுருக்கிக் கொண்டதோடு தன்னையும் சுருக்கிக்கொண்டான். தன்னைச் சுருக்கிக்கொண்டதோடு மட்டுமன்றி தெய்வக்கடன், நேர்த்திக்கடன், தெய்வ குற்றமெனச் சொல்லிக்கொண்டு கடவுளுக்கு முன் கோழி, ஆடு, மாடு ஆகியவற்றைப் பலியிட்டதோடு மனித இனத்தையே பலியிடத் தொடங்கிவிட்டான். பெற்றெடுத்த பிள்ளையையே பலியிட்டான். இவற்றிற்கெல்லாம் மதத் தொடர்பான சொற்களே காரணமாகும். இக்கதை இந்த அறிவியல்

நூற்றாண்டிலும் தொடர்வதுதான் மிகுந்த சோகமானது. இவற்றைக் கண்டுதான் சிங்காரவேலர் பெரிதும் வருந்துகிறார். மாயையான சொற்கள் யாரையெல்லாம் ஆட்டிப் படைத்துள்ளது என்பதற்கு இங்கிலாந்தில் நிகழ்ந்த ஒரு நிகழ்ச்சியை ஒப்பிட்டுப் பார்த்தால் உண்மை விளங்கும்.

அறிவியல், தத்துவம், பொருளியல், இலக்கியம் ஆகியவற்றில் சிறந்து விளங்கிய இங்கிலாந்தில், இரண்டாம் சார்லஸ் காலத்தில் இலண்டன் மாநகரில் ப்ளேக் எனும் விஷகாய்ச்சல் பரவியதால் பற்பலர் மாண்டனர். இதனைக் கண்டு அஞ்சிய பிரபுக்கள் சபை உடனே கூடி ஆலோசித்தது. அந்த ஆலோசனையில் தெய்வ நிந்தனையால் (கடவுளின் கோபத்தால்) ப்ளேக் காய்ச்சல் பரவியதாகவும், அக்காய்ச்சல் தோன்றுவதற்குத் **தாமஸ் ஹாப்ஸ்** எழுதிய நூல்களே காரணமாகும் என்றனர். தெய்வ நிந்தனையை அகற்றும் முறையில் தெய்வக்கடனாக ஹாப்ஸ் நூல்களைத் தடைசெய்வதே ஏற்றதென முடிவெடுத்து, அந் நூல்களுக்குத் தடைவிதித்தனர். ஹாப்ஸிடம் கணிதம் பயின்ற இரண்டாம் சார்லசுக்கு அந்நடவடிக்கையில் உடன்பாடில்லை என்றாலும் பிரபுக்கள் சபை முடிவை அவன் எப்படியோ வருந்தி ஏற்றுக் கொண்டான். ப்ளேக் காய்ச்சலுக்கும் ஹாப்ஸ் நூல்களுக்கும் எவ்விதத் தொடர்பும் இல்லை. எனினும் மதம் சார்ந்த மூடநம்பிக்கையும் அதனைச் சார்ந்த மூடச் சொற்களும் (தெய்வநிந்தனை, தெய்வக்கடன்) கற்றறிந்த கூட்டத்தையும்கூட எவ்வாறெல்லாம் ஆட்டிப் படைக்கின்றன என்பவற்றிற்கு இவையெல்லாம் எடுத்துக்காட்டாகும். நம் நாட்டிலும் இது போன்ற நிகழ்வுகள் எண்ணற்றவை. இப்போது எண்ணிப் பாருங்கள் மூடச்சொற்களின் கொடுங்கோன்மையை.

மனிதன், மனிதக் குரங்கிலிருந்து தோன்றியவன். மனிதன் விலங்காக இருந்தபோது அவனுக்கு இந்தப் பயம் தோன்றவில்லை. அவன் பேசாத மனிதனாக இருந்தபோதும் இந்தப் பயம் இல்லை; மொழியைக் கண்டுபிடித்த தொடக்கக் காலத்திலும் இந்தப் பயம் இல்லை; மதத்தை உருவாக்கி அதனைச் சார்ந்த கற்பனைச் சொற்களைப் படைத்த பின்னர்தான் இந்தப் பயம் தோன்றியது. இந்தப் பயம் இந்த அறிவியல் நூற்றாண்டிலும் தொடர்கிறது. இதனைத்தான் எச்சரிக்கிறார் சிங்காரவேலர். பேசும் ஆற்றல் மனிதனுக்குத் தோன்றியிராவிட்டால் இந்தச் சொற்களே

பிறந்திராவென்றும், மனிதனைத் தவிர வேறெந்த உயிரினமும் இச்சொற்களுக்கு அஞ்சுவதில்லை என்கிறார் அவர். இஃது உண்மையன்றோ! மனித இனம் வர்க்கங்களாகப் பிளவுண்ட பின்னர், ஆளும் வர்க்கத்தால் அவ்வினம் நசுக்கப்பட்டு வருகிறது. மதத்தாலும், மதமூடச் சொற்களாலும் மனித சிந்தனை மழுங்கடிக்கப்பட்டு வருகிறது. ஆளுவோரின் கொடுங்கோன்மை மக்களை வறியவராக மாற்றுகிறது. மூடச் சொற்களின் கொடுங்கோன்மையோ சிந்தனை வறட்சியை ஏற்படுத்துகிறது. மனிதனைச் சிந்தனையற்றவனாகவும், மனித உயிரைப் பலியிடுபவனாகவும் மாற்றும் அம்மூடச் சொற்களின் தன்மையைச் சிங்காரவேலர் "சொல்லின் கொடுங்கோன்மை" (Tyrannt of Words) எனப் பெயரிட்டிருப்பது எத்துணைப் பொருத்தம்; எத்துணை ஆழம்; ஆம்! இதுதான் சிங்காரவேலரின் நுண்மாண் நுழைபுலம்.

9

அறிவியல் தொண்டு

சிங்காரவேலர் ஓர் அரசியல் தலைவர், தொழிற்சங்கத் தலைவர் என்பதைத்தான் பலர் அறிவர்; ஆனால் அவரொரு சிறந்த அறிவியல் சிந்தனையாளர் என்பதையும், அறிவியல் சிந்தனைகளைப் பரப்புவதில் பெரும்பணியாற்றியவர் என்பதையும் சிலரே அறிவர். சிங்காரவேலர் ஓர் அறிவியல்துறைப் பேராசிரியரைப் போன்று அறிவியலில் மூல நூல்களை நன்கு கற்றவர் அரசியல் மற்றும் தொழிற்சங்கப் பணிகளுக்கிடையில் தம்முடைய தள்ளாத வயதிலும் அறிவியல் கருத்துகளைப் பரப்புவதைத் தம் கடனாகக் கொண்டிருந்தார் அவர். பொது அறிவியலை மட்டுமன்றி, அவர் அறிவியலைச் சார்ந்த உளவியல், மானிடவியல், வானவியல் போன்ற துறைகளையும் கற்று அத்துறைகளைப் பற்றிப் பொதுமக்கள் உணரும் வகையில் பற்பல கட்டுரைகளையும் எழுதிவந்தார். அரசியல் தலைவர்களாக இருப்பவர்கள் அறிவியலைப் பரப்புவதில் கவனம் செலுத்துவது மிகக் கடினம். ஆனால், சிங்காரவேலர் அதற்கு விலக்கானவர். பல துறைகளில் அவர் ஒரு முன்னோடியாக விளங்கியதைப் போன்று அறிவியலைப் பரப்புவதிலும் முன்னோடியாகவே விளங்கினார். அறிவியலில் மிகுந்த ஈடுபாட்டை அவர் காட்டியதற்குக் காரணம் அவரது சமூக அக்கறையே யாகும். அந்தச் சமூக அக்கறை மக்களின் மூட நம்பிக்கையை ஒழிப்பதை நோக்கமாகக் கொண்டது. அதனாற்றான் அவர் இறுதிவரை அப்பணியில் தொடர்ந்து ஈடுபட்டு வரலானார்.

1905-ஆம் ஆண்டிற்கு முன்பாகவே அவர் **டார்வினின்** பரிணாமக் கொள்கையை விரித்துப் பேசியுள்ளார். அப் பேச்சினைக் கேட்ட தமிழ்தென்றல் **திரு. வி. க.** பெரிதும் வியந்து, அன்றே சிங்காரவேலர் தனக்கு ஆசிரியராக ஆனாரென்றும், தான் அவருக்கு மாணவனாக மாறினாரென்றும் அவரது வாழ்க்கைக் குறிப்புகளில் குறிப்பிட்டுள்ளார். சிங்காரவேலர் அறிவியல்

சிந்தனைகளை, குடிஅரசு, புரட்சி, பகுத்தறிவு போன்ற இதழ்களில் எழுதியதோடு மட்டுமன்றி, தமது 75-ஆம் வயதில் அறிவியல் கட்டுரைகளை நிரம்ப எழுதுவதற்காகவே 1934-இல் புது உலகம் என்ற பெயரில் மாதம் இருமுறை வெளிவரும் இதழைத் தொடங்கினார். அந்த முதல் இதழில் அவர் கீழுள்ளவாறு எழுதியிருந்தார்.

"Pure Science- சுத்த விஞ்ஞானத்தை எடுத்துரைக்க, தமிழ் பாஷையில் ஒரு தனித்த பத்திரிகைகூட இல்லை; இந்த அவசியத்தைப் பூர்த்திசெய்ய "புது உலகம்" என்ற பத்திரிகை வெளிவந்ததைப் போற்றுகின்றோம். பெரும்பான்மையான மக்கள் சயன்சின் மார்க்கம். இன்னதென்று தெரிந்துகொள்ளாத தோசத்தால் மூட ஒழுக்கங்களாலும், ஜாதி - சமய துரா காரணங்களாலும் வாடி வதங்கி வருகின்றனர். நிழலைக் கண்டு பயப்படும் குதிரை, ஆடு, மாடுகளைப்போல் நமது நாட்டுமக்கள், பூமி நிழலால் மறைக்கப்பட்டு உண்டாகும் சூரிய கிரகணத்தையும் கண்டு பயப்படும் அறியாமையை என்னவென்று கூறுவது? இந்தக் குறைகளை நீக்குவதற்கும் ஒரு விஞ்ஞான பத்திரிகை வேண்டுமென்ற கோரிக்கை இந்தப் "புது உலகம்" தோற்றத்தால் நிறைவேறுமென்று நம்புகின்றோம்." (புது உலகம்-மே-1935)

இக் கூற்றை நோக்கினால் அறிவியலை மக்களிடம் பரப்புவதில் அவர் எவ்வளவு நாட்டம் கொண்டுள்ளார் என்பதை நன்கு உணரலாம். 76-வயதிலும் இத்துணை அழுத்தமாக எழுதுகிறாரெனில் அவரது சமூக அக்கறை நன்கு புலப்படுகின்றதன்றோ! அவரது அறிவியல் கண்ணோட்டம் எத்துணைப் பரந்து விரிந்தது என்பதற்கு ஒரு நிகழ்வை நோக்கினால் இனிது புலப்படும். தந்தி அனுப்பும் முறையைக் கண்டுபிடித்த இங்கிலாந்து நாட்டு விஞ்ஞானியான **சர் அம்பிரோஸ் பிளமிங்** *(1849-1945)* என்பவர், ஒருமுறை மனிதத் தோற்ற வரலாறைக் குறிப்பிட்டுக் கூறும்போது, மனிதன் டார்வின் கொள்கையின்படி குரங்கிலிருந்து பிறந்தவனல்ல னென்றும், பைபிளில் குறிப்பிட்டிருப்பதைப் போன்று கடவுளால் தான் மனிதன் படைக்கப்பட்டானென்றும் எழுதினார். இதனையறிந்த அந்நாட்டின் மற்றொரு விஞ்ஞானியான **சர். ஆர்தர்கீத்** என்பவர் அவர் கூற்றை மறுத்துப் பேசியதோடு மட்டுமன்றி, அதனைக் கண்டித்து ஒரு நூலையும் எழுதினார்.

அந்நூலைப் பற்றி "மார்னிங் போஸ்ட்" மற்றும் "டெய்லி டெலிகிராப்" ஆகிய ஆங்கில நாட்டு இதழ்களில் கட்டுரைகள் வெளிவந்துள்ளன. சென்னையிலிருக்கும் சிங்காரவேலர், தகவல் தொடர்பு சரியாக இல்லாத அக் காலத்திலேயே அந்தச் செய்தி இதழ்களையும், பிளமிங் எழுதிய "டார்வினிசமும் அதன் கண்டன வாதிகளும்" என்ற நூலையும் படித்திருக்கிறார். இதன்வழி அவரது பரந்த நூற் பயிற்சியையும், உடனுக்குடன் அறியும் அறிவுப் பசியையும் அறியலாம்; ஆம், அவர்தான் சிங்காரவேலர். அதனால்தான் பாரதிதாசன் அவரை, "கடல்வான் ஆழ் அகலக் கல்வி கற்றவன்" என்று போற்றினார். சிங்காரவேலர் அந்நூல்களைக் கற்று வாளாயிராமல், அவரும் பிளமிங்கை மறுத்து ஒரு கட்டுரை எழுதினார். பிளமிங், டார்வினிசத்தைக் கொச்சைப்படுத்துவதற்கு அவரது மதமூட நம்பிக்கையே காரணம் என்றார். மேலும் அவர், அவரை மறுக்கும் வகையில், கடவுள் உண்மையிலேயே இருந்து, மனிதனைப் படைத்திருப்பா ரேயானால், அனைத்து நாட்டு மனிதரும் ஒரே தோற்றத்தை உடையவராகத்தானே இருக்க வேண்டுமென்றும், ஆனால், எல்லா மனிதரும் அப்படி இல்லாமல், வெவ்வேறு தோற்றத்தையும், வெவ்வேறு நிறத்தையும் ஏன் கொண்டிருக்க வேண்டும் என்றார். இஃது உண்மைதானே! அதாவது மங்கோலியரும், கறுப்பர்களும், காக்சியர்களும் வெவ்வேறு தோற்றத்தையும், வேறான நிறத்தைக் கொண்டிருப்பதைத்தான் அவர் அவ்வாறு கூறுகிறார்.

கடவுளால் மனிதர் படைக்கப் பட்டிருந்தால் எல்லோரும் ஒரே மாதிரியாகவே இருந்திருப்பர். ஆனால், அவர்கள் அவ்வாறு இல்லாமல் வேறு மாதரியாக இருப்பதற்கும், அவர்களின் நிறமும், குரலும், மொழியும் வேறுபடுவதற்குக் காரணம், அந்தந்த நாடுகளின் தட்ப - வெப்ப நிலையும், சுற்றுச் சூழலுமே காரணமாகும் என்கிறார் அவர். ஆகவே இவற்றிற்குக் கடவுள் காரணமாக இல்லையென்பது அவரது முடிபு; மேலும் மனிதன், மனிதக் குரங்கிலிருந்துதான் பிறந்துள்ளான் என்பதற்கு ஒரு நல்ல காரணத்தை அவர் சுட்டிக் காட்டுகிறார். அதாவது மனிதன் தாயின் கருப்பையில் உருவாகும்போது, ஐந்து மாதத்தில் அவனுக்கு வாலொன்று தோன்றுவதற்குக் காரணம் என்ன? என்றும், அப்படி வால் தோன்றுவதற்குக் காரணம், அவனின் மூதாதையர் மனிதக் குரங்கிலிருந்து தோன்றியதுதான் காரணமென அவர் விளக்குகிறார். இதுதான் அறிவியல் உண்மை.

அக் கட்டுரையை அவர் முடிக்கும்போது, ஹெர்பட்ஸ்பென்சர் எந்த அறிவு மனிதனுக்கு மிக முக்கியமானது? என்று வினா எழுப்பி அறிவியல் ஒன்றே மிக முக்கியமானது என்று விடையளித்ததைக் கூறி அவர் கட்டுரையை நிறைவு செய்கிறார்.

நம் மக்களிடத்தில் கைரேகையைப் பார்த்து எதிர்காலத்தை நம்பும் ஒரு பழக்கம் பல நூற்றாண்டுகளாக உள்ளது. அப்படிப் பார்க்கும் பழக்கமும் ஒரு மூடநம்பிக்கையே யாகும் என்பதை அவர் அறிவியல் அடிப்படையில் விளக்கியுள்ளார். கைரேகைகள் குரங்குகளுக்கும் உள்ளது; மனிதருக்கும் உள்ளது. இந்த ரேகைகள் உண்டாவதற்குக் காரணம் குரங்கும், மனிதனும் உணவுக்காகவும், கருவிகளைப் பயன்படுத்துவதற்காகவும், கைகள் இலகுவாக மடக்குவதற்காகவும் அவை ஏற்பட்டுள்ளன என்கிறார் அவர். மரத்தில் கொம்புகளையும் கிளைகளையும் பிடிப்பதற்கும், தாவுவதற்கும் அந்த ரேகை மடிப்புகள் கைகளுக்கு நன்கு உதவுகின்றன என்கிறார் அவர். இந்த ரேகைகள் அந்தக் குரங்குகளிலிருந்து நமக்கு வந்தவையாகும் என்றும், பின்னர் நாம் கருவிகளை நன்கு பயன்படுத்தும்போது அவற்றில் சிறு மாற்றம் ஏற்பட்டு நம் உருவத்திற்கு ஏற்றவாறு அவை அமைந்துவிட்டன என்கிறார். இவற்றைக் கொண்டு நம் எதிர் காலத்தைக் கணிப்பது மூடத்தனம் என்கிறார். கைரேகை மட்டுமன்றி, மனிதனின் ஐம்புலன்களும், மூளையும், இயற்கையைக் கூர்ந்து நோக்கியதாலும், பற்பல கருவிகளைப் பயன்படுத்தியதாலும் ஏற்பட்டவை என்று ஏங்கெல்ஸ் டார்வின் கொள்கையை அடிப்படையாகக் கொண்டு எழுதிய "இயற்கையின் இயங்கியல்" (Dialectics of Nature) என்ற நூலில் குறிப்பிட்டிருப்பது நம்மால் கருதத்தக்கது. அதன் சுருக்கத்தைத்தான் சிங்காரவேலரும் இங்கு விளக்கியுள்ளார்.

பொதுமக்களிடத்து மட்டுமில்லாமல், படித்த மக்களிடத்தும் சில மூடநம்பிக்கைகள் உள்ளன; அவை காலந்தோறும் தொடருகின்றன. அவற்றையும் சிங்காரவேலர் கவனத்தில் கொண்டு விடை கூறியுள்ளார். நம் நாட்டில் பனிக்கட்டி மழை சில நேரங்களில் பெய்வதைப் போன்று, அக்காலத்தில் சில இடங்களில் மீன் மழையும் ரத்த மழையும் (செந்நிறச் சாந்து மழை) பெய்துள்ளன. இவற்றைக்கொண்டு நம் மக்கள் காலம் கெட்டுவிட்டதென்றும், ஏதோ ஆபத்து நடக்க இருக்கிறதென்றும், கடவுளின் கோபத்தால் நடந்ததென்றும் பலவாறாகக் கூறுவர்.

இதுவும் மதவழியாக உருவான மூடநம்பிக்கையே ஆகும். இந் நம்பிக்கை நம்நாட்டில் மட்டுமன்றிப் பல நாடுகளிலும் உள்ளன; குறிப்பாகத் அறிவுத்துறையிலும், அறிவியல் துறையிலும் சிறந்து விளங்கிய இங்கிலாந்து நாட்டிலும் இவை போன்ற மூடநம்பிக்கைகள் உண்டு; அவற்றை ரசல் தம் நூலொன்றில் குறிப்பிட்டுள்ளார்.

இங்கிலாந்தில் ஒருமுறை ப்ளேக் காய்ச்சலும், தீ விபத்துகளும் தொடர்ந்து நடந்துகொண்டிருந்தன. இங்கிலாந்தின் அரசு, அதன் உண்மைக் காரணத்தைக் கண்டுபிடிக்காமல் வேறு காரணத்தைக் கூறியது. அதாவது, தாமஸ் ஆப்ஸ் எழுதிய நூல்களினால் கடவுள் கோபமடைந்துள்ளதே ப்ளேக் காய்ச்சலும், தீ விபத்துகளும் ஏற்படுவதற்குக் காரணம் என்றனர். இதனால் தாமல் ஆப்ஸ் நூல்களுக்குத் தடைவிதித்து, அந்நூல்களை இனி இங்கிலாந்தில் அச்சடிக்கவோ விற்பனை செய்யவோ கூடாதென்றனர். கடுந்தடையையும் விதித்தனர். இங்கிலாந்து மன்னர் மூன்றாம் ஜார்ஜிக்குப் பைத்தியம் பிடித்தபோது, அதன் உண்மைக் காரணத்தை உணராமல், அவருக்குப் பிசாசு பிடித்ததாக நம்பினர். இவ்வாறான மூடச் சிந்தனைகள் பரவியதற்குக் காரணம் சமய நம்பிக்கைகளேயாகுமெனப் பெர்ட்ரண்ட்ரசல் தம் நூலில் குறித்துள்ளார்.

இவ்வாறே இரத்த மழையும், மீன் மழையும் கல் மழையும் நம் நாட்டில் பெய்தபோது, அதற்குக் காரணம் கடவுள் கோபமே என்றனர். நன்கு படித்தவர்களும்கூட மூடநம்பிக்கைக்கு மயங்குகின்றனர். சிங்காரவேலரின் நண்பரான ஒரு வழக்கறிஞர், ஒருமுறை அவர் ஊரில் அக்கம் பக்கத்தில் யாரும் கல்லெறியாத நிலையில், மழையுடன் கற்கள் சேர்ந்து கல்மழை எப்படிப் பெய்தது என்றாராம். மேலும், உலகில் அநியாயமும் அக்கிரமும் பெருகிவிட்டதால் கடவுள் கோபமடைந்து கல்மழையைப் பெய்ய வைத்திருக்கிறாரெனப் பொதுமக்கள் பரவலாகப் பேசிக்கொள்கிறார்கள் என்றாராம். ஆனால், சிங்காரவேலர் அதனை மறுத்து அதற்கான உண்மைக் காரணத்தைக் கூறியுள்ளார். அதாவது, மழைக் காலத்தில் புயல் ஏற்படும்போது, குறிப்பிட்ட இடங்களில் சூறைக்காற்று, பம்பரம்போல் மிகுந்த விசையுடன் சுழன்று வீசும்போது அது ஓரிடத்திலுள்ள கற்களை

மேலே எடுத்துச் சென்று இன்னொரு இடத்தில் மழையுடன் சேர்த்துப் பெய்விக்கிறது என்றும், இதுபோன்ற சம்பவங்கள் குளிர்நாடுகளில் அடிக்கடி ஏற்படும் என்றும், இதுவே நம் நாட்டிலும் மழை பெய்ததால், வானுலகில் தேவர்கள் தங்களுக்கிடையே போரிட்டுக்கொண்டதால் ஏற்பட்ட இரத்த இழப்பே மழையாகப் பெய்ததாக மக்கள் நம்பியுள்ளனர். இதனைப் போன்றே ஒருமுறை மழையுடன் மீன்கள் சேர்ந்து விழுந்ததால் அதனை மீன் மழை என்றனர். இவற்றிற்குக் காரணம் என்ன? என்று சிங்காரவேலரை நோக்கிக் குடியரசில் சிலர் கேள்வி கேட்டுள்ளனர். அதற்குச் சிங்காரவேலர் அதே இதழில் விடை கூறியுள்ளார். புயல் வருவதற்கு முன்னர் ஏரி, குளம், குட்டைகள் நீரின்றி வற்றியிருக்கும். அப்போது மீன்கள் நீரின் மேல் மட்டத்திலிருக்கும்போது புயற்காற்று சுழன்று சுழன்று வீசும்போது மீன்கள் காற்றால் மேலே தூக்கப்பெற்று, அவை வேறொரு இடத்தில் மழையுடன் சேர்ந்து விழுகிறது. சில நேரங்களில் மழையின்றியோ சிறு தூறலுடனோ மீன்கள் நிலத்தில் விழுவதுண்டு. இதனையே மீன் மழையென்று பொதுமக்கள் கூறுவர் என்கிறார் அவர்.

இரத்த மழை சற்று வித்தியாசம் உடையது என்கிறார் அவர்; அதாவது பெருங்காற்றால் மண்ணிலுள்ள சிவப்புத்தூள் வான மண்டலத்திற்குக் கொண்டுபோகப் பெற்று அவை தொங்கிக் கொண்டே நகர்ந்துகொண்டிருக்கும். அந்நேரத்தில் கனமழை பெய்வதால் வான மண்டலத்திலுள்ள சிவப்பு தூசுகள் மழையோடு கலந்து நீரில் விழுகின்றன; பூமியில் விழுந்த அவை இரத்தம்போல் காட்சியளிக்கின்றன. இவற்றையே மக்கள் இரத்த மழையென்று கூறுவதாக அவர் கூறுகிறார். இந்தச் சிவப்பு தூசுகள் சில நேரங்களில் செம்மண் சுரங்கங்களில் குவிக்கப்பெற்ற செம்மண் (Iron are Heaps) கூடச் சுழற்காற்றால் மேலே கொண்டு போகப் பெற்று, அவை சிவந்த மழையாகப் பெய்திருக்கலாம். முன்னர்க் குறித்த மழைகளைப் பற்றி நம்மைக் கேட்டால் நமக்கு விடை கூற முடியாது. அதற்குப் பரந்த நூற் பயிற்சியும், அறிவியலறிவும் பெற்றிருக்கவேண்டும். அவை சிங்காரவேலரிடம் இருந்ததால் அவரால் விடை கூற முடிந்தது எனலாம். இதனைப் போன்றே கோழி முந்தியதா? முட்டை முந்தியதா? எனச் சிலர் சிங்காரவேலரை நோக்கிக் குடிஅரசு இதழில் கேள்வி கேட்டனர். இந்தக் கேள்விக்கு எல்லோரும் மிக எளிதாகக் கோழிதான் முந்தி

என்றனர். கோழி, முட்டையை இடுவதால் அவ்வாறு எளிதில் விடை கூறிவிடலாம். கோழி முந்தியதென்றால், அந்தக் கோழி எப்படித் தோன்றியது? என்று நாம் கேட்போம். அதற்கு உடனே பெரும்பாலோர் அந்தக் கோழியைக் கடவுள்தான் படைத்தார் என்று எளிதாகக் கூறிவிடுவர். ஆனால், உண்மை அதுவன்று. உண்மையில் முட்டைதான் முதலில் தோன்றியது. ஆனால் எப்படித் தோன்றியது என்று கேட்டால் நம்மால் விடைகூற முடியாது. பலர் அதற்கும் கடவுள்தான் காரணம் என்பர். ஆனால் அதுவும் உண்மையில்லை. சிங்காரவேலர் இதற்குச் சிறந்த முறையில் பதிலளிக்கிறார். அதாவது, பறவைகள் ஊர்வன வற்றிலிருந்தும், ஊர்வன, தவளைக் கூட்டங்களிலிருந்தும், தவளைகள் மீன்களிலிருந்தும், மீன்கள் புழு - பூச்சியிலிருந்தும், புழு - பூச்சிகள் சிறு கிருமிகளாலும் (Microbs) சிறுகிருமிகள் நுண்முட்டை (Cells) களிலிருந்தும் உயிர் பெற்றவையாக டார்வின் கூறுவதை அவர் விளக்குகிறார். இந்தச் சிறு முட்டைகள்தான் அனைத்து உயிர்கள் தோன்றுவதற்கும் காரணமாகும். தாவரங்களும் அந்தச் செல்களிலிருந்தே உருவாகின்றன. விதைகளும் முட்டை போன்ற வடிவுடையனவே யாகும். முட்டைகளும், விதைகளும் தாதுக்களால் உண்டானவை. குறிப்பாக, பொட்டாசியம், பாஸ்பரஸ், இரும்பு, கார்பன் ஆகியவை, தட்ப - வெப்ப இயற்கைச் சூழலால் கூட்டுச் சேர்க்கையாகி முட்டை வடிவம் பெறுவதாக அவர் கூறுகிறார். இந்த முட்டை எல்லா உயிர்களுக்கும் எப்படி மூலமுதலோ, கோழிக்கும் அந்த முட்டைதான் மூலமுதலாகும். எனவே கோழிக்கு முந்தியது முட்டையே யாகும். சிங்காரவேலர் இவ்வாறு பற்பல கேள்விகளுக்கெல்லாம் அறிவியல் அடிப்படையில் விடை கூறியுள்ளார்.

நம்மக்களிடத்துப் பல நூற்றாண்டுகளாக நீடித்து வரும், பேய் - பிசாசு நம்பிக்கை, சாமியாடல், மந்திரம் வைத்தல், பில்லி சூனியம், ஆன்மா, சகுனம் பார்த்தல், குறிபார்த்தல், மைவைத்துப் பார்த்தல் ஆகியவற்றையும் மற்றும் இந்து - கிறித்துவம்-இசுலாம், புத்தம் - சமணம் - சைவம் - வைணவம் போன்ற மதங்களிலுள்ள மூடநம்பிக்கையையும் அறிவியல் அடிப்படையில் ஆய்ந்து அரிய விளக்கங்களை அவர் எடுத்துக்காட்டியுள்ளார். நமக்கு அறிவியல் கண்ணோட்டம் உருவாவதற்காக, எந்தப் பொருளையும்,

நிகழ்வையும் ஏன், எதற்கு, எப்படியென்று உற்றுநோக்கி ஆராயவேண்டும் என்கிறார். குறிப்பாக, உற்றுநோக்கல் (Observation) சோதித்துப் பார்த்தல் (Examine) ஆகியவற்றை அடிப்படையாகக்கொண்டு ஒரு பொருளை நோக்கினால் தவறான நம்பிக்கை ஏற்படாமல் சரியான முடிவு கிடைக்கும் என்கிறார். இவற்றை அவர், தாம் எழுதிய "மெய்ஞ்ஞான முறையும் மூட நம்பிக்கையும்" என்ற நூலில் விரிவாக ஆய்ந்துள்ளார். விளக்கத்தை அந்நூலில் காண வேண்டுகிறேன்.

தமிழகத்தில் அறிவியல் உணர்வை வளர்க்க முயன்றவர்களில் சிங்காரவேலரே முதல் மனிதராவார். மதவாத சக்திகளும் மத மூடநம்பிக்கைகளும் பெருகுதற்கு ஓரிரு கட்சிகள் இந் நூற்றாண்டிலும் பகீரத முயற்சி செய்கின்றனர். இந்த மதமூட உணர்வால் ஏற்கனவே இந்தியச் சமூகம் பலவேதனைகளையும் சோதனைகளையும் கண்டுள்ளது. இந்நிலை தொடருமானால் இந்தியா பல பின்னடைவுகளையும் தோல்விகளையும் சந்திக்கும் என்பதில் ஐயமில்லை. மதவாத சக்திகள் நாட்டு முன்னேற்றத்திற்கு முட்டுக்கட்டையாக இருப்பதால்தான், பாபர் மசூதி, இராமர் பாலம் போன்ற பிரச்சினைகள் எழுகின்றன. இவற்றையெல்லாம் சுக்கு நூறாக்கி மனித சமூகம் அமைதியாகவும்; செம்மையாகவும் வாழவேண்டுமென்றால், சிந்தனைச் சிற்பி சிங்காரவேலரின் சிந்தனைகளைப் பரக்கப் பரப்பவேண்டும்; மத மூடநம்பிக்கைகள் ஒழிவதற்கு அதுவே சிறந்த வழி. அறிவியலால்தான் தவறான எண்ணங்களையும், மூட நம்பிக்கைகளையும் முற்றும் முழுமையாக ஒழிக்க முடியும். அதனால்தான் ஒப்புயர்வற்ற அறிவியலுக்கு அவர் அத்துணை முக்கியத்துவம் அளிக்கிறார். அறிவியல், கண்ணோட்டம் அறிவியலாரிடத்தும் அறிஞரிடத்தும் மட்டும் இல்லாமல், பாமர மக்களிடத்தும் பரவ வேண்டுமென்பதே அவர் விருப்பம். இதற்காகத்தான் அவர் புது உலகம் எனும் இதழைத் தொடங்கினார். இதிலிருந்து அவரது சமூக அக்கறையை நன்கு உணரலாம்.

10

நூறாண்டைக் கண்ட பெரியார்

தமிழகத்தில் சி. எஸ்; எனும் சொல் எல்லோராலும் அறியப்பட்ட சொல்; புகழ் பெற்ற சொல்; இந்தச் சொல் இருவரைக் குறிக்கும். அந்த இருவரும் இளமைக் கால நண்பர்கள். கல்லூரித் தோழர்கள்; சுதந்திரப் போராட்ட வீரர்கள். அந்த இருவரில் ஒருவர் மாநில - மத்திய அமைச்சராகவும், கவர்னராகவும் விளங்கிச் சில ஆண்டுகளுக்கு முன்னர் 92-ஆம் வயதில் நம்மை விட்டு மறைந்தவர்; அவர்தான் சி. சுப்பிரமணியம். மற்றொருவர் இன்றும் நம்மிடையே வாழ்ந்துகொண்டு அண்மையில் 16-7-2009-இல் நூறாண்டைத் தொட்டிருக்கும் சி.எஸ். சுப்பிரமணியம் ஆவார். இவர் சுதந்திரப் போராட்ட வீரராகவும், பொதுவுடைமை இயக்கத் தூணாகவும் விளங்கியவர். மாநிலக் கல்லூரியில் பயின்ற மறைந்த தோழர் பி. இராமமூர்த்தியும் இவருடைய வகுப்புத் தோழராவார். மாநிலக் கல்லூரியின் படிப்பிற்குப் பின்னர் இவர் பெற்றோர்களின் விருப்பத்திற்கேற்ப இலண்டனுக்குச் சென்று ஐ. சி. எஸ் படித்துள்ளார். அக் காலத்தில் இந்தியாவில் பல்வேறு மாநிலங்களிலிருந்து பற்பலர் பார்அட்லா படிப்பதற்கும், ஐ. சி. எஸ். படிப்பதற்கும் இலண்டன் சென்றுள்ளனர். அவர்களுள் நேரு, கிருஷ்ணமேனன், பூபேஷ் குப்தா, சென்குப்தா, இந்திரஜித் குப்தா, கே. எம். அஷ்ராப், ஹிரேன் முகர்ஜி, சாஜத் ஜாஹிர், இசட் அகமது, நிரேந் மஜூம்தார், ஜோதிபாசு மோகன் குமாரமங்கலம் போன்றோர் குறிப்பிடத்தக்கவர்கள். இவர்களின் பலர் பொதுவுடைமை வாதிகளாக மாறியதைப் போலவே தோழர் சி. எஸ். அவர்களும் பொதுவுடைமைவாதியாக மாறியுள்ளார்.

அக் காலத்தில் இலண்டனில் படித்துக்கொண்டிருந்த இந்திய மாணவர்கள் மிகுந்த அரசியல் உணர்வோடு அந்நிய ஆதிக்க எதிர்ப்பாளர்களாகவே இருந்துள்ளனர். இதனால் அவர்கள் இலண்டனில் இந்திய மாணவர் சங்கத்தை அமைத்து அங்கு வருகைபுரியும் இந்தியத் தலைவர்களை அழைத்துப் பேச

வைத்துச் சுதந்திர தாகத்தை வளர்த்துள்ளனர். இதனைப் போன்றே இங்கிலாந்து நாட்டின் பொதுவுடைமைத் தலைவர்களாகிய சக்லத்வாலா, ரஜினிபாமிதத், பென்பிராட்லி மைக்கேல் காபிட் போன்றோர் அச் சங்கத்தில் உரையாற்றி உள்ளனர். இந்திய மாணவர்கள் பலர் பொதுவுடைமை வாதிகளாக மாறியதற்கும் காரணம் இவர்களே யாவர். காந்தியடிகள் வட்டமேசை மாநாட்டில் கலந்துகொள்வதற்காக இலண்டன் வந்தபோது, தோழர் சி. எஸ். அவரை அழைத்து அங்குப் பேச வைத்துள்ளார். அக் காலத்தில் இலண்டனில் இருந்த கம்யூனிச சூழல் சி. எஸ். அவர்களை வெகுவாகக் கவர்ந்துள்ளது. இச் சூழலினால் அவருளிருந்த தேசிய வீரனுள் ஒரு கம்யூனிஸ்ட் நாளொரு மேனியாக வளர்ந்துள்ளான். அந்த வளர்ச்சியே அவரை இங்கிலாந்து நாட்டின் கம்யூனிஸ்ட் நாளிதழான Daily Worker - இல் பணியாற்ற வைத்துள்ளது. இந்த அனுபவமே பிற்காலத்தில் தமிழகத்தில் 1937-ஆம் ஆண்டில் ஜனசக்தி தொடங்கப்பட்டபோது அவரை நிருவாக ஆசிரியராகவும் பின்னர் நூலாசிரியராகவும் உருவாக்கியது எனலாம்.

சி. எஸ். சின் தந்தையார் தம் மகனைக் கலெக்டராக ஆக்கவேண்டும் என்பதற்காகத்தான் ஐ. சி. எஸ். படிக்க வைக்க இலண்டனுக்கு அனுப்பினார். ஆனால் இலண்டனின் கம்யூனிச சூழல், அவரது மேற்படிப்புக்கு முற்றுப்புள்ளி வைத்து, இந்திய ஏழை மக்களைப் பற்றிச் சிந்திக்கவைத்து அவருக்கு வர்க்கக் கண்ணோட்டத்தை வளர்த்துள்ளது. அந்த வர்க்கக் கண்ணோட்டமே அவர் இந்தியா திரும்பியதும் சிந்தனைச் சிற்பி சிங்காரவேலர், அமர் ஹைதர்கான், எஸ். வி. காட்டே, சுந்தரய்யா, ஜீவானந்தம் பி. இராமமூர்த்தி போன்றோரோடு இணைந்து கட்சிப் பணி ஆற்ற வைத்துள்ளது. சுதந்திரப் போராட்ட காலமும், இலண்டனின் அரிய சூழலும், அரிய தலைவர்களின் தொடர்பும் அவரை உறுதியான கம்யூனிஸ்டாக வளர்த்துள்ளது. அது இன்றும் தொடர்கிறது. அதில் அவர் ஒரு முன்மாதிரியாக உள்ளார். தோழர் சி. எஸ். அரிய தொண்டர் மட்டும் அல்லர். சிறந்த நூலாசிரியரும் ஆவர்; அவர் எழுதிய நூல்கள் அனைத்தும் ஒவ்வொரு வகையில் சிறந்தது. சிங்காரவேலரைப் பற்றி அவர் நாகை.கே.முருகேசனோடு இணைந்து எழுதிய "தென்னிந்தியாவின் முதல் கம்யூனிஸ்ட்" என்ற ஆங்கில நூல் வெளிவந்திராவிடில்,

சிங்காரவேலரைப் பற்றிய பல அரிய செய்திகள் தெரியாமலேயே போயிருக்கும். குறிப்பாகச் சிங்காரவேலர் சென்னை நகராண்மைக் காழக உறுப்பினராக இருந்தபோது, பள்ளி மாணவர்களுக்குப் பகல் உணவுத் திட்டத்தை நிறைவேற்றியது, (1925) பாட நூல்களில் மதங்கள் பற்றிய பாடங்களும், போர் பற்றிய பாடங்களும் இடம்பெறக் கூடாதெனத் தீர்மானம் கொண்டு வந்தது, பூங்காக் கண்காட்சியின்போது நடக்கும் சூதாட்டத்தை ஒழித்தது, பள்ளிகளின் எண்ணிக்கையைக் கூடுதலாக்கியது, மைசூரிலுள்ள கொங்கணக் கடற்கரையில் புயல் வீசிப் பேராபத்து ஏற்பட்டபோது, அம்மக்களுக்கு நகராட்சிச் சார்பாக நிதியனுப்ப உதவியது போன்ற செய்திகளும், பி. அண்டு சி மில், தென்னிந்திய ரயில்வே, பர்மா செல் போன்ற நிறுவனங்களின் தொழிலாளர் போராட்டங்களில் அவரது பங்களிப்பு, காங்கிரசு இயக்கத்திலும், பொதுவுடைமை இயக்கத்திலும் அவர் ஆற்றிய தொண்டு பற்றிய பல அரிய செய்திகளின் ஆவணமாக அந் நூல் உள்ளது. அந்நூல் வெளிவராவிட்டால், சிங்காரவேலரைப் பற்றிய செய்திகள், யாரும் அறிய முடியாமல் "பொய்யாய், கனவாய் மெல்லப் போனது போல்" போயிருக்கும். சென்னை ஆவணக் காப்பகம், கன்னிமரா நூலகம், மறைமலையடிகள் நூலகம், நகராண்மைக் கழக அறிக்கைகள், டில்லி நேரு நினைவு நூலகம் மற்றும் "இந்து" சுதேசமித்திரன், நவசக்தி, சுவதர்மா, நியு இண்டியா, புது உலகம் குடி அரசு போன்ற இதழ்களிலிருந்தும் அரிய செய்திகளைத் திரட்டித் தந்துள்ளார். இந்நூல் இல்லையெனின் வடநாட்டவரும், வெளிநாட்டவரும் சிங்காரவேலரை நன்கு அறிய முடியாத சூழல் ஏற்பட்டிருக்கும். அந்நூல் அவரது கடும் உழைக்குச் சான்றாக உள்ளது. சிறந்த வரலாற்று ஆவணமும் ஆகும்.

இங்கு இன்னொரு முக்கியச் செய்தியைக் குறிப்பிட்டாக வேண்டும். 1925-ஆம் ஆண்டில் கான்பூர் சதிவழக்கில் எஸ்.ஏ. டாங்கே, முசபர் அகமது, நளினிகுப்தா, சௌகத் உஸ்மானி, சிங்காரவேலர் எம். என். ராய் மேலும் சிலரும் குற்றவாளிகளாக அறிவிக்கப்பட்டனர். இவர்களுள் முதலிலுள்ள நால்வரும் சிறையில் அடைக்கப்பட்டனர். சிங்காரவேலர் நோய்வாய்ப்பட்டு இருந்ததால் மருத்துவரின் அறிவுரையின் பேரில் சிறை செய்யப்படவில்லை. எம். என். ராய் வெளிநாட்டில் இருந்ததால் அவரையும் கைது செய்ய முடியவில்லை. ஆனால், சென்னையிலிருந்து வெளிவரும் "மெயில்" என்ற ஆங்கில நாளேடும், அலகாபாத்திலிருந்து வெளிவரும் "பையனிர்" என்ற

ஆங்கில ஏடும் சிங்காரவேலர் நிபந்தனையற்ற மன்னிப்புக் கேட்டுக்கொண்டதால் கைது செய்யப்படவில்லை என்று அவர்மீது களங்கம் ஏற்படுத்தும் வண்ணம் செய்தி வெளியிட்டது. சிங்காரவேலர் நோய்க்கு ஆட்பட்டு இருந்ததால், கான்பூர் சதிவழக்கைப் பம்பாயிலோ சென்னையிலோ நிகழ்த்தினால் நன்றாக ஈருக்குமெனத் தம் வழக்கறிஞர் மூலம் கேட்டுக்கொண்டார். அந்நிய அரசு அதனை ஏற்காமல் அவரது உடல் நிலையைப் பரிசோதிக்க வேறொரு மருத்துவரை நியமித்தது. **வெள்ளையரான மால்கம்** என்ற மருத்துவரும் அவரது உடலைச் சோதனை செய்து அவரது உடல்நிலை வெளியூருக்குச் செல்லும் நிலையில் இல்லையென அறிவித்தார். மருத்துவரின் அறிக்கையைப் பெற்று ஆங்கில அரசு சரியான நடவடிக்கை எடுக்கச் சில மாதம் ஆயிற்று. இந்த இடைக் காலத்தில் உடல்நிலை சிறிது குணமாக சிங்காரவேலர் ஏற்கெனவே வந்திருந்த நீதிமன்ற ஆணைப்படி வழக்காட கான்பூருக்குத் தொடர்வண்டியில் சென்று கொண்டிருக்கும் போது ஆங்கில அரசு, சிங்காரவேலர் மீது இருந்த வழக்கை திரும்பப் பெறுவதாக அவருடைய வழக்கறிஞர்க்குத் தந்தி மூலம் அறிவித்தது. இந்தச் செய்தி இந்து நாளிதழில் 2-7-1924-இல் வெளிவந்துள்ளது. சிங்காரவேலரும் தாம் எப்போதும் மன்னிப்பு கோரவில்லை என்பதை 7-7-1924-இல் இந்து நாளேட்டில் மறுத்திருந்தார். சிங்காரவேலர் மீது இருந்த இந்தப் பொய்ச் செய்தியை மறுத்துச் சிங்காரவேலரின் புகழைக் காத்தவர் சி. எஸ். இந்த அரிய செய்திகளை எல்லாம் திரட்டிக் கான்பூர் சதிவழக்கு எனும் நூலை எழுதி அவர் சிங்காரவேலர் மீது ஏற்பட்ட பழியைத் துடைத்துப் புகழைக் காத்தார். அவரது வயதும், அனுபவமும் அவருக்குத் துணை செய்தன.

சிங்காரவேலரின் வரலாற்றை எழுதியவர் மட்டும் அல்லர் சி. எஸ். கான்பூர் சதிவழக்கு என்ற நூலின் மூலம் சிங்காரவேலரின் புகழையும் காத்தவர் அவர். இதனைப் போன்றே பிரித்தானிய நாடாளுமன்ற உறுப்பினரான சக்லத்வாலாவைப் பற்றி அவர் எழுதிய நூலும் முக்கியத்துவம் வாய்த்தது ஆகும். சக்லத்வாலாவைப் பற்றிப் பல அரிய செய்திகள் அந்நூலில் உள்ளன. குறிப்பாக, சக்லத்வாலா இந்தியாவிற்கு வந்தபோது சென்னையில் நடந்த நிகழ்ச்சிகளை மட்டுமல்லாமல், பல நகரங்களில் நடந்த நிகழ்வுகளையும் அவர் குறிப்பிட்டுள்ளார். சக்லத்வாலா பம்பாய்க்குச் சென்றபோது கவிக்குயில் சரோஜினி நாயுடு வரவேற்றதையும், குஜராத்துக்குச் சென்றபோது வல்லபாய் படேல் வரவேற்றதையும், கல்கத்தாவுக்குச் சென்றபோது

சென்குப்தா வரவேற்றதையும் குறித்திருப்பதோடு, கல்கத்தா ரயில்வே வேலை நிறுத்தத்தின்போது, பல கம்பெனிகள் தொழிலாளர்களுக்கு அதரவு அளித்திருக்க, டாடா நிறுவனம் ஆதரவு அளிக்காததைக் குறித்துச் சக்லத்வாலா அந்நிறுவனத்தை எச்சரித்துள்ளார். சக்லத்வாலாவிற்கு டாடா தாய்மாமன் ஆவார். அப்படியிருந்தும் அவர் எச்சரித்துள்ளார். மேலும், சென்னைக்கு அவர் வருகை புரிந்தபோது, இடதுசாரிகளை மட்டுமன்றி எந்தெந்தக் கட்சியினரை, எந்தெந்த மதக் குழுவினரைச் சந்தித்துள்ளார் என்பதையும், நகராட்சி அவருக்கு வாசித்து அளித்த பாராட்டிதழையும், அவர் பங்குகொண்ட நிகழ்வுகளையும் மிகச் சரியாகப் பதிவு செய்துள்ளார். சென்னையிலுள்ள சேரிகளுக்கும், குப்பங்களுக்கும் சென்று அவர் மக்களின் வாழ்நிலையை அறிந்துள்ளார். இதனையும் சி. எஸ். தம் நூலில் மறவாது குறித்துள்ளார். சக்லத்வாலாவின் பேச்சாற்றல் அமெரிக்காவில் மாறான விளைவுகளை ஏற்படுத்தும் என்று அஞ்சி, அமெரிக்க அரசு அவரது அரசுப் பயணத்தை ரத்து செய்தது குறித்தும், அவரைக் குறித்துப் பிரித்தானிய கம்யூனிஸ்ட் தலைவர்களாகிய ஹாரிபாலிட், ரஜினி பாமிதத் கூறிய அரிய செய்திகளையும், அவரது மரணத்தின்போது, ஆஸ்திரிய நாட்டு மருத்துவமனையில் சிகிச்சைப் பெற்றுவந்த நேரு அனுப்பிய இரங்கற் செய்தியையும், அவருடைய நெருங்கிய நண்பரான சிங்காரவேலர் எழுதிய கட்டுரையையும் அந்நூலில் அவர் பதிவு செய்துள்ளார். தேனீ, பல மலர்களிலிருந்து சாற்றை உறிஞ்சித் தேனை அளிப்பது போன்று, அவர் பல இடங்களிலிருந்து அரிய தகவல்களைத் திரட்டிச் சிறந்த நூலைப் படைத்துள்ளார்.

நாட்டுத் தொண்டிலும், எழுத்துத் தொண்டிலும் சிறந்து விளங்கும் அப்பெருமகனார், இந்த வயதிலும் தம் துணிகளைத் தாமே துவைத்துக்கொள்கிறார். சில நேரங்களில் உணவு அருந்துவதற்காகத் தாமே ஒரு கி. மீ. நடந்து சென்று வருகிறார். இந்த நூறு வயதிலும் நன்கு நடக்கிறார்; தொடர்ந்து படிக்கிறார். நண்பர்கள் வந்தால் அளாவளவுகிறார். வெறுப்போ, சலிப்போ தோல்வி மனப்பான்மையோ, அச்சமோ பயமோ இன்றி வீரராக உலா வருகிறார். ஒருமுறை தம் வீட்டு அறையில் பாம்பு புகுந்திருந்தும், அதன் உஸ் என்ற சத்தம் கேட்டும் அஞ்சாது சென்று வநதுள்ளார். இந்த அஞ்சாமை இருப்பதால்தான் முதுமை எண்ணமே அவரிடத்தில் இல்லை. சி. எஸ். ஓர் அரிய

தலைவர்; நேரிய மனத்தினர்; உண்மை நெறியினர்; உறுதி நெஞ்சினர்; கொள்கை விளக்கினர். சுருங்கக் கூறின் "ஆன்றவிந்து அடங்கிய கொள்கைச் சான்றோர்" எனில் மிகையன்று. நூற்றாண்டைத் தொட்டிருக்கும் இப் பெரியோன் மேலும் பல்லாண்டு பல்லாண்டு நலமுடன் நீடுவாழ்க!

- - - - - - - - - - "தகவுடையோர்
சிந்தனையினும் சென்னியினும்
வீற்றிருக்கும் சீர்த்தியான்"

- கம்பர்

இந்நூல் அச்சாகிக்கொண்டிருக்கும்போது 18-9-2011 அன்று அவர் 102 வயதில் சென்னையில் காலமானார். இறுதி நாட்களில் அவர், என். சி. பி. எச். குடியிருப்பில் ஓராண்டுக்கு மேல் தங்கியிருந்தார். அப்போது ஒரு அரிய சம்பவம் நடந்தது. அதாவது 1-5-2010 அன்று என்.சி.பி.எச். குடியிருப்பில் மேதினம் கொண்டாடப்பட்டது; அப்போது மேதினக் கொடியை ஏற்றியவுடன் எல்லோரும் மேதினம் வாழ்க, வாழ்க என்று குரல் எழுப்பினர். கொடியை ஏற்றிய சி.எஸ், உடனே மார்க்ஸ் வாழ்க; ஏங்கெல்ஸ் வாழ்க; சிங்காரவேலர் வாழ்க என்று குரல் எழுப்பியுள்ளார்; அந்த நூறு வயதுக்கு அப்பாலும் எதனை முக்கியமாகக் கூறவேண்டுமோ அதனை மறக்காது, தவறாது கூறியுள்ளார். அவர்தான் சி.எஸ். தம் ஆசானை எந்நிலையிலும் மறவாத தொண்டர் அவர்.

சிங்காரவேலரைப் பற்றிய வரலாற்றுக் குறிப்புகள்

1. 18-2-1860-இல் - சிங்காரவேலர் பிறந்தார்.
2. 1881- டிசம்பர் - மெட்ரிகுலேசன் தேர்வில் தேர்ச்சி.
3. 1884-இல் - எப். ஏ. தேர்வில் தேர்ச்சி.
4. 1894-இல் - பி. ஏ. (வரலாறு) தேர்வில் தேர்ச்சி.
5. 1889-இல் - அங்கங்கம்மையைக் காதல் மணம் செய்து கொண்டார்.
6. 1899 - இல் - புத்தரின் நினைவாண்டைக் கொண்டாடினார்.
7. 1900 -இல் - பர்மா சுற்றுப்பயணம்.
8. 1902 - இல் - லண்டன் சுற்றுப்பயணம்.
9. 1907 - இல் - பி. எல். பட்டத்தில் தேர்ச்சி.
10. 1917 - இல் - காங்கிரசு இயக்கத்தில் உறுப்பினரானார்.
11. 1918 - இல் - இவ்வாண்டு முதல் இந்து நாளிதழில் தொடர்ந்து கட்டுரை எழுதி வந்தார்.
12. 1918 - இல் - தஞ்சையில் நடந்த மகாஜன சபை மாநாட்டில் முதன்முதலில் பெரியாரைச் சந்தித்தார்.
13. 1919 - இல் - ஜாலியன் வாலாபாக் கொலையைக் கொலையைக் கண்டித்து ஊர்வலம், கூட்டம் நடத்தினார்.
14. 1920 - இல் - சிங்காரவேலரின் மனைவி மரணம் எய்தினார்.
15. 24-5-1991 - இந்துவில் (Hindu) open letter to Mahathma Gandhi - என்ற கடுரையை எழுதினார்.
16. 20-6-1921 - இல் - பி.அண்டு.சி. மில்லின் மாபெரும் வேலை நிறுத்தத்தை நடத்தினார்.
17. 1921 - 1923 - இவ்வாண்டுகளில் சுவதர்மா (Swadharma) என்ற ஆங்கில இதழில் தொடர்ந்து எழுதி வந்தார்.

18.	25-8-1922 - இல்	- அவரது வீடு ஆங்கில அரசால் சோதனையிடப்பட்டது.
19.	1922 - இல்	- காங்கிரஸ் இயக்கத்தின் தொண்டர் படைத் தளபதியாகத் தேர்வு செய்யப்பட்டார்.
20.	1922 - இல்	- கயாவில் நடந்த அகில இந்திய காங்கிரஸ் மாநாட்டில் பங்கேற்றுப் பூரண விடுதலை குறித்துக் கொள்கை அறிவிப்புச் செய்தார்.
21.	13-4-1923 - இல்	- ஜாலியன் வாலாபாக் நினைவு நாளைக் கொண்டாடினார்.
22.	1-5-1923	- இந்தியாவில் முதன்முதலாக மே நாளைக் கொண்டாடினார்.
23.	1-5-1923 - இல்	- Labour and kisan என்ற ஆங்கில மாத இதழையும், "தொழிலாளி" என்ற தமிழ் மாத இதழையும் தொடங்கினார்.
24.	30-12-1923	- சுதேசமித்திரன் நாளிதழ் "சிங்காரவேலரின் தொழிலாளி" மாத இதழைப் பாராட்டிக் கருத்துத் தெரிவித்தது.
25.	6-4-1924 - இல்	- சிங்காரவேலர்மீது கான்பூர் சதி வழக்கைச் சுமத்தி ஆங்கில அரசு அவரைக் கைது செய்ய ஆணையிட்டது.
26.	31-1-1924 - இல்	- லெனின் மறைவு குறித்து லேபர் அண்டு கிசான் கெசட் அஞ்சலிக் கட்டுரையை வெளியிட்டது.
27.	1925 - இல்	- காங்கிரசு இயக்கத்தில் ஒரு பிரிவான சுயராஜ்ய கட்சியின் வேட்பாளராக யானைகவுனியிலிருந்து நகராட்சி உறுப்பினராகத் தேர்ந்தெடுக்கப் பெற்றார்.
28.	3-11-1925 - இல்	- சென்னை நகராட்சியின் கல்வி நிலைக்குழுவின் தலைவராகத் தேர்ந்தெடுக்கப் பெற்றார்.

29. 1925 - டிசம்பரில்	-	நகராட்சிப் பள்ளிகளில் ஏற்கெனவே நின்று போயிருந்த இலவச பகல் உணவுத் திட்டத்தை மீண்டும் கொண்டுவந்து செயல்படுத்தினார்.
30. 26-12-1925 - இல்	-	இந்தியாவில் முதன்முதலாகப் பொதுவுடைமை இயக்கத்தைக் கான்பூரில் தலைமையேற்றுத் தொடங்கிவைத்தார்.
31. 29-1-1926 - இல்	-	காலரா, அம்மைப் போன்ற தொற்று நோய்களைத் தடுக்கும் பொருட்டு நகராட்சி சார்பில் உடனடி மருத்துவக் குழுவை (Stamd - by Medical Squard) முதன் முதலில் ஏற்படுத்தினார்.
32. 1926 - இல்	-	தமிழ்நாடு காங்கிரசு கட்சியின் செயற்குழு உறுப்பினராகத் தேர்வு செய்யப்பெற்றார்.
33. 26-4-1926	-	நகாட்சிப் பள்ளிப் பாடங்களில் மதப் பாடங்கள் இடம்பெறக் கூடாதென நகராட்சியில் தீர்மானம் கொண்டுவந்தார்.
34. 1926-ஆகஸ்டில்	-	விடுமுறை நாட்களில் மட்டுமே தேர்தல் நடத்த வேண்டுமென நகராட்சியில் தீர்மானம் கொண்டு வந்தார்.
35. 4-1-1927 - இல்	-	நகராட்சிப் பள்ளிகளில் காந்தியடிகளின் திருவுருவப் படத்தை அமைக்க வேண்டுமென்று கல்விக் குழுவிற்குக் குறிப்பு அனுப்பினார்.
36. 1927 - ஆகஸ்டில்	-	அமெரிக்க நாட்டுத் தொழிலாளர்களாகிய சாக்கோ மற்றும் வான்சிட்டியை அந்நாட்டரசு மரண தண்டனை விதித்தபோது இந்தியாவில் முதன்முதலில் அதனை எதிர்த்துக் கூட்டம் நடத்திக் கண்டித்தார்.

37.	7-9-1927	-	சென்னை மாநகராட்சியின் நீல் சிலையை அகற்ற தீர்மானம் கொண்டுவந்தார்.
38.	2-1-1927 - இல்	-	குடியரசு இதழில் கட்டுரை எழுதத் தொடங்கினார்.
39.	28-1-1927 - இல்	-	சென்னை நகராட்சியில் லண்டன் நாடாளுமன்ற உறுப்பினரான சக்லத்வாலாவை வரவேற்கத் தீர்மானத்தைக் கொண்டுவந்து நிறைவேற்றினார்.
40.	25-2-1927 - இல்	-	சக்லத்வாலாவுக்கு நகராட்சியின் சார்பாக வரவேற்பும், பாராட்டும் நடத்தினார்.
41.	1927-பிப்ரவரியில்	-	கரக்பூர் இரயில்வே பணிமனையில் நடந்த வேலை நிறுத்தத்தில் பங்கேற்று வழிகாட்டினார்.
42.	21-4-1927 - இல்	-	சென்னை, பர்பாஷெல் எண்ணைக் கம்பெனியின் ஆட்குறைப்பையும், நிருவாகத்தின் பழிவாங்கு நடவடிக்கைகளையும் எதிர்த்து வேலை நிறுத்தம் செய்தார்.
43.	3-2-1928-இல்	-	சைமன் கமிசனை எதிர்த்துக் கருப்புக் கொடி காட்டினார்.
44.	28-4-1928	-	தனியார் பள்ளிகளை நகராட்சி ஏற்றுநடத்த வலியுறுத்தினார்.
45.	19-7-1928	-	நாகப்பட்டினம், போத்தனூர் ஆகிய இடங்களில் ரயில்வே தொழிலாளர்களை ஆட்குறைப்புச் செய்ததால், காலவரையற்ற வேலை நிறுத்தத்தைத் தொடங்கினார்.
46.	23-7-1928	-	மேற்கண்ட வேலை நிறுத்தத்திற்காகக் கைது செய்யப்பெற்றுச் சிறையில் அடைக்கப் பெற்றார்.

47.	1930 - ஆகஸ்டில்	-	சிறையிலிருந்து விடுதலையானார்.
48.	26-12-31 - இல்	-	சென்னை - சுயமரியாதை மாநாட்டைத் திறந்துவைத்து உரையாற்றினார்.
49.	6-1-1932 - இல்	-	சுதேசமித்திரன் அச்சுத் தொழிலாளர்கள் ஆறாமாண்டு மாநாட்டில் தலைமையேற்று "உலகப் பொருளாதார நெருக்கடியும் தொழிலாளர் துயரமும்" எனும் பொருளில் அரிய உரையாற்றினார்.
50.	1932 - ஏப்ரல்	-	சிங்காரவேலரின் இல்லம் ஆங்கில அரசால் மீண்டும் சோதனை யிடப்பட்டது.
51.	1932 - மே	-	சேலம் மாவட்ட சுயமரியாதை மாநாட்டில் தலைமையேற்று நீண்டவுரை ஆற்றினார்.
52.	15-1-1933 - இல்	-	காஞ்சிபுரம் - சுயமரியாதை மாநாட்டில் "சமதர்மம்" எனும் பொருளில் அரிய உரை ஆற்றினார்.
53.	1933 - டிசம்பரில்	-	சென்னை நாத்திக மாநாட்டிற்குத் தலைமையேற்றுச் சீரிய உரையாற்றினார்.
54.	4-3-1934 - இல்	-	சென்னையில் நடந்த தமிழ் மாகாண சமதர்ம மாநாட்டில் தலைமை யேற்றுச் சிந்தனைமிகுந்த உரையாற்றினார்.
55.	1-5-1935 - இல்	-	அறிவியல் சிந்தனைகளைத் தமிழ் நாட்டில் வளர்க்கப் புது உலகம் திங்கள் இதழைத் தொடங்கினார். அதில் தத்துவம், சமூகவியல், உளவியல் போன்ற துறைகளைப் பற்றியும் கட்டுரைகளை எழுதினார்.
56.	1936 - இல்	-	எம். என். ராய் புதிய அரசியல் கட்சியைத் தோற்றுவிக்கச் சிங்காரவேலரை மூன்று நாள்களாகச் சந்தித்துப் பேசினார். ஆனால், சிங்காரவேலர் உடன்படவில்லை.

57. 26-12-1936 - இல்	-	சென்னையில் நடந்த சுயமரியாதை மாநாட்டிற்குத் தலைமையேற்று உரையாற்றினார்.
58. 1937 - 1938	-	எஸ்.வி. காட்டேவின் விருப்பத்தை ஏற்று டிராம்வே தொழிலாளர் சங்கத் தலைவராகப் பொறுப்பேற்றார்.
59. 20-6-1943 - இல்	-	சென்னை செயின்ட் மேரி மண்டபத்தில் நடந்த தீண்டாமை ஒழிப்பு மாநாட்டில் பங்கேற்றார்.
60. 1945 - ஜூனில்	-	சென்னை அச்சுத் தொழிலாளர் சங்கத்தில் தொழிலாளர் ஒற்றுமை குறித்துச் சிறப்புரையாற்றினார். அப்போது அவருக்கு வயது 85. இதுவே அவர் கலந்துகொண்ட கடைசி பொது நிகழ்ச்சி.
61. 11-2-1946 - இல்	-	இயற்கை எய்தினார்.

சிங்காரவேலரின் மறைவுக்குப் பின்னர்

18-2 - 1994-இல்	-	பேரா. முத்து. குணசேகரன் மற்றும் புதுவைச் சட்டமன்ற உறுப்பினர் இளங்கோ ஆகியோரின் முயற்சியால் புதுவையில் கடலூர் சாலையில் புதுவை அரசால் சிங்காரவேலருக்குச் சிலை அமைக்கப்பெற்றது.
11-6-1998 - இல்	-	இந்தியப் பொதுவுடைமை இயக்கத்தின் வேண்டுகோளை ஏற்று, அன்றைய தமிழக முதல்வர் மாண்புமிகு கலைஞர் மு. கருணாநிதி அவர்கள், சென்னை மாவட்ட ஆட்சியர் அலுவலகத்திற்குச் சிங்காரவேலர் மாளிகை என்று பெயர்சூட்டி, அந்த அலுவலகத்துக்கு முன்பு சிங்காரவேலரின் சிலையையும் திறந்து வைத்தார்.

சிங்காரவேலர் எழுதிய நூல்கள்

1. சுயராஜ்யம் யாருக்கு? (பாகம்) I 1931
2. சுயராஜ்யம் யாருக்கு? (பாகம்) II 1932
3. சுயராஜ்யம் யாருக்கு? (பாகம்) III 1934
4. கடவுளும் பிரபஞ்சமும் - 1932
5. மெய்ஞ்ஞான முறையும் மூடநம்பிக்கையும் (இருபாகங்கள்) - 1934
6. மனித உற்பவம் - 1934

சிங்காரவேலரின் மறைவுக்குப் பின்னர்
வெளிவந்த நூல்கள் (இதழ்களில் எழுதிய கட்டுரைகள்)

1. தத்துவமும் வாழ்வும் - 1957 - மே
2. வாழ்வு உயர வழி - 1957 - நவம்பர்
3. மூலதனம் - 1973 - நவம்பர்
4. பொதுவுடைமை விளக்கம் - 1974 - ஜுலை
5. சிங்காரவேலர் சொற்பொழிவுகள் - 1975 - டிசம்பர்
6. தத்துவஞான-விஞ்ஞான குறிப்புகள் - 1975 - டிசம்பர்
7. அரசியல் நிலைமை - 1975 - டிசம்பர்
8. வாழு; வாழவிடு - 1975 - டிசம்பர்
9. சமூகம் - அரசியல் - 1985 - ஜுலை
10. சமூகம்-பொருளாதாரம் - 1985 - ஜுலை
11. சமூகம் - சமயம் - 1985 - மே
12. சிங்காரவேலர் கட்டுரைகள் - 2003

சிங்காரவேலரின் கட்டுரைகள் வெளிவந்த தமிழ் இதழ்கள்:

1) குடியரசு 2) பகுத்தறிவு 3) புரட்சி 4) புதுவைமுரசு 5) நவசக்தி 6) சக்கரவர்த்தினி 7) தொழிலாளர் 8) தோழர் 9) புது உலகம்.

சிங்காரவேலரின் கட்டுரைகள் வெளிவந்த ஆங்கில இதழ்கள்:

1. Swadharma. 2. Labour and Kissan Gazatte
3. Hindu.

ஆசிரியர் எழுதிய பிறநூல்கள்

1. குறள்வழிச் சிந்தனைகள் - ஒரு புதுப்பார்வை - 1996
2. பட்டுக்கோட்டையாரின் பாட்டுத்திறம் ஒரு சமூகப் பார்வை - 1997
3. வள்ளுவரும் இயங்கியல் தத்துவஞானக் கூறுகளும் - 1999
4. வள்ளுவரும் வரைவின் மகளிரும் ஒரு வரலாற்று நோக்கு - 2000
5. இலக்கியச் சிந்தனைகள் - 2000
6. வள்ளுவர் கண்ட சமுதாய நீதி - 2001
7. குலோத்துங்கன் கவிதைகள்-ஒரு கண்ணோட்டம் - 2004
8. கீதையின் மறுபக்கம்-ஆழமும் அகலமும் - 2005
9. வள்ளுவரும் சமயமும் - 2006
10. நானறிந்த பெருமக்கள் - 2007
11. முப்பெரும் செம்மல்கள் - 2009
12. வள்ளுவரின் உலகப் பார்வை - 2009
13. சிங்காரவேலரின் சிந்தனையும் தொண்டும் - 2009
14. சிங்காரவேலரின் தத்துவப் பார்வை - 2011
15. குறள் கிளத்தும் சிந்தனைகள் - 2011

தொகுப்பு

1. சிங்காரவேலரின் சிந்தனைக் களஞ்சியம் மூன்று தொகுதிகள் - 2006
   முத்து. குணசேகரன் - பா. வீரமணி
2. சிங்காரவேலர் (திராவிடப் பல்கலைக்கழகம் - குப்பம் ஆந்திர மாநிலம்) - 2008

❖❖❖